सावित्रीबाई फुले पुणे विद्यापीठ-तृतीय वर्ष कला शाखेच्या (T.Y.B.A.)
२०१५-१६च्या सुधारित अभ्यासक्रमानुसार लिहिलेले क्रमिक पुस्तक
तसेच महाराष्ट्रातील इतर सर्व विद्यापीठांना उपयुक्त.

लोकसंख्या आणि वस्ती भूगोल

Population and Settlement Geography

डॉ. अर्जुन मुसमाडे
डॉ. अमित सोनावणे
डॉ. ज्योतिराम मोरे

डायमंड पब्लिकेशन्स

लोकसंख्या आणि वस्ती भूगोल
डॉ. अर्जुन मुसमाडे, डॉ. अमित सोनावणे, डॉ. ज्योतिराम मोरे

Loksankha ani Vasti Bhugol
Dr. Arjun Musmade, Dr. Amit Sonawane, Dr. Jyotiram More

प्रथम आवृत्ती : जून २०१५

ISBN : 978-81-8483-622-6

© डायमंड पब्लिकेशन्स

मुखपृष्ठ
शाम भालेकर

प्रकाशक
डायमंड पब्लिकेशन्स
२६४/३ शनिवार पेठ, ३०२ अनुग्रह अपार्टमेंट
ओंकारेश्वर मंदिराजवळ, पुणे–४११ ०३०
☎ ०२०–२४४५२३८७, २४४६६६४२
info@diamondbookspune.com

ऑनलाईन पुस्तक खरेदीसाठी भेट द्या
www.diamondbookspune.com

प्रमुख वितरक
डायमंड बुक डेपो
६६१ नारायण पेठ, अप्पा बळवंत चौक
पुणे–४११ ०३० ☎ ०२०–२४४८०६७७

प्रस्तावना

विद्यापीठ अनुदान आयोगाच्या मार्गदर्शक तत्त्वांनुसार सावित्रीबाई फुले पुणे विद्यापीठाने जून २०१५ पासून तृतीय वर्ष कला या वर्गासाठी 'लोकसंख्या आणि वस्ती भूगोल' हा विषय विशेष स्तरावर अभ्यासक्रमासाठी समाविष्ट केलेला आहे. लोकसंख्याही नैसर्गिक मानवी घटकांनी साकार होणारे स्थलीय दृश्य आहे. लोकसंख्या व तिचे निवासस्थान म्हणून वस्ती ह्यांच्या संयुक्त अभ्यासास भूगोलशास्त्रात अनन्यसाधारण महत्त्व प्राप्त झाले आहे. लोकसंख्या आणि वस्ती यांच्या वितरणावर प्राकृतिक, सांस्कृतिक, राजकीय तसेच आर्थिक त्याचबरोबर लोकसंख्या विषयक घटकांचा प्रभाव असतो.

लोकसंख्या वाढ त्याचबरोबर तिचे वितरण आणि त्या अनुषंगाने वस्त्यांच्या स्वरूपात होणारा बदल ही संपूर्ण जगाला भेडसावणारी समस्या असून लोकसंख्या आणि त्या अनुषंगाने वस्त्यांचा होणारा विकास ह्यांच्या अभ्यासाची काळानुसार गरज वाढत आहे. भारतासारख्या विकसनशील देशात तर या दोन्ही घटकांच्या अभ्यासाची मूलभूत गरज ठरली आहे.

'लोकसंख्या आणि वस्ती भूगोल' ह्या विषयावर अनेक परकीय भाषांमधून ग्रंथ उपलब्ध आहेत परंतु महाराष्ट्रातील अनेक विद्यार्थी व शिक्षकांचा हा विषय मराठीमधून अभ्यासण्याकडे कल आहे. प्रस्तुत पुस्तक अशा विद्यार्थी व शिक्षकांची गरज निश्चित भागवेल असा मला विश्वास वाटतो.

प्रस्तुत पुस्तकातील पहिल्या भागात लोकसंख्या भूगोलाची संकल्पना, स्वरूप व व्याप्ती त्याचबरोबर लोकसंख्याविषयी माहिती गोळा करण्याची विविध साधने लेखकांनी अतिशय सोप्या भाषेत स्पष्ट करण्याचा प्रयत्न केल्याचे दिसून येते. भारतीय लोकसंख्येची वैशिष्ट्ये, भारतीय लोकसंख्येची विविध अंगे आणि लोकसंख्याविषयक महत्त्वाचे सिद्धान्त ह्या पुस्तकात सुस्पष्ट रीतीने मांडण्याचा प्रयत्न करण्यात आला आहे.

प्रस्तुत पुस्तकाच्या दुसऱ्या भागात 'वस्ती भूगोलाची' संकल्पना स्पष्ट करण्यात आली असून वस्ती भूगोलाच्या विविध व्याख्या, वस्ती भूगोलाचे स्वरूप व व्याप्ती

मर्यादित शब्दांत मांडण्याचा लेखकांचा प्रयत्न अभिनंदनीय आहे. मानवी वस्त्यांच्या वाढीवर व वितरणावर परिणाम करणारे घटक स्पष्ट करताना अनेक स्थानिक उदाहरणांचा लेखकांनी आधार घेतलेला दिसून येतो. वस्त्यांचे विविध प्रकार सांगताना सुस्पष्ट रेखाचित्रांचा वापर लेखकांनी केलेला आहे, याचा उपयोग विद्यार्थ्यांना निश्चितच होईल, यात शंका नाही.

नागरिकीकरण ही आधुनिक काळातील विकासाच्या स्थितीचा मानदंड ठरणारी संकल्पना असली तरी, नागरीकरणाच्या अनेक समस्या जटिल स्वरूप धारण करत आहेत.

नागरी वस्त्यांच्या दृष्टिकोनातून केंद्रीकरण, शहरी विभाग, ग्राम-नगर सीमान्त क्षेत्र तसेच केंद्रीय व्यवहार विभाग या संकल्पना अतिशय सोप्या भाषेत प्रस्तुत पुस्तकात देण्यात आलेल्या आहेत.

स्मार्ट शहर व स्मार्ट खेडे ह्या भारतात नव्याने मूळ धरू लागलेल्या संकल्पनाही लेखकांनी सामान्य विद्यार्थ्यांना समजण्यास सोप्या होतील अशा पद्धतीने मांडण्याचा प्रयत्न केलेला आहे. विद्यार्थ्यांनी पुस्तक हाताळावे व सविस्तर वाचन करावे, हा हेतू डोळ्यांसमोर ठेवून पुस्तकातील पानांची संख्या मर्यादित ठेवण्याचा लेखकांचा प्रयत्न कौतुकास्पद आहे.

प्रस्तुत पुस्तकाचे लेखक डॉ. अर्जुन मुसमाडे, डॉ. अमित सोनवणे व डॉ.ज्योतिराम मोरे हे माझे विद्यार्थी असल्याचा मला सार्थ अभिमान वाटतो. ह्या पुस्तकाच्या लेखनाबद्दल मी त्यांचे कौतुक करतो व त्यांना भावी अभ्यास उपक्रमांना सुयश चिंतीतो. प्रस्तुत पुस्तक विद्यार्थी, प्राध्यापक, समाजातील इतर घटक की जे भूगोल अभ्यासप्रेमी आहेत, त्यांना हे पुस्तक उपयुक्त ठरो, ह्या शुभेच्छा!

डॉ. प्रवीण गणेश सप्तर्षी

लेखक परिचय

डॉ. अर्जुन हरीभाऊ मुसमाडे (M.A., M.Phil, Ph.D.)

- टिकाराम जगन्नाथ कला, वाणिज्य व विज्ञान महाविद्यालय, खडकी, पुणे-३ येथे १९ वर्षे भूगोल विषयाचे अध्यापन.
- ऊपाध्यक्ष, महाराष्ट्र भूगोलशास्त्र परिषद, पुणे
- लोकसंख्या भूगोल, भारताचे भौगोलिक विश्लेषण, आपत्ती व्यवस्थापनाचा भूगोल या पुस्तकांचे लेखन.
- लोकसंख्या, भारताची लोकसंख्या या विषयावर वृत्तपत्रांमध्ये लेखन.
- सुमारे ५० राष्ट्रीय व राज्य पातळीवरील भूगोल विषयाच्या चर्चासत्रात सहभाग, २६ चर्चासत्रांमध्ये शोध निबंधांचे वाचन
- २१ शोधनिबंध विविध नियतकालिकांमधून प्रसिद्ध झालेले आहेत. तीन लघुशोध प्रकल्प.
- महाविद्यालयात पाच वर्षे कार्यक्रम अधिकारी, तीन वर्षे विद्यार्थी कल्याण अधिकारी म्हणून काम.
- महाविद्यालय परीक्षा अधिकारी म्हणून कार्यरत.

डॉ. अमित एकनाथ सोनावणे

(M.A. (Geo.) B.Ed., SET, Ph.D., M.A.) (History)

- साहाय्यक प्राध्यापक मॉडर्न कला, विज्ञान व वाणिज्य महाविद्यालय, शिवाजीनगर, पुणे- ०५ येथे १२ वर्ष पदवी व पदवीत्यर भूगोल विषयाचे अध्यापन
- एकूण शोधनिबंध-२१
- लघुसंशोधन प्रकल्प-०१
- चर्चासंच, परिषदा यांचे आयोजन व सहभाग.

डॉ. ज्योतिराम चंद्रकांत मोरे (M.A., Ph.D.)

- भारतीय जैन संघटनेचे कला, विज्ञान व वाणिज्य महाविद्यालय, वाघोली, पुणे येथे विभाग प्रमुख व अध्ययन १९ वर्षे.
- सचिव– महाराष्ट्र भूगोलशास्त्र परिषद, पुणे.
- सदस्य– भूगोल अभ्यास मंडळ, सावित्रीबाई फुले पुणे विद्यापीठ, पुणे.
- सदस्य– व्यसनमुक्ती समिती, महाराष्ट्र शासन.
- राष्ट्रीय व आंतरराष्ट्रीय जर्नल्समध्ये ३० शोधनिबंध प्रकाशित.
- विविध १० पुस्तके प्रकाशित.
- पाच आंतरराष्ट्रीय जर्नल्सच्या संपादक समितीचे सदस्य.
- नॅक समन्वक बी. जे. एस. कॉलेज.
- पाच लघुशोध प्रकल्प पूर्ण.
- सुमारे ५० राष्ट्रीय व राज्य पातळीवरील चर्चासत्रात सहभाग.
- आठ विद्यार्थी Ph.D. चे मार्गदर्शन घेत आहेत.

अनुक्रम

प्रस्तावना — तीन

प्रकरण १ : **प्रास्ताविक** — १

१) लोकसंख्या भूगोल-व्याख्या, स्वरूप आणि व्याप्ती.
२) लोकसंख्या भूगोलाच्या अभ्यासाची गरज.
३) लोकसंख्या भूगोलाच्या अभ्यास पद्धती.
४) लोकसंख्या विषयक माहिती गोळा करण्याचे विविध मार्ग
i) जनगणना ii) राष्ट्रीय नमुना पाहणी iii) नमुना पाहणी नोंदवही
iv) NFHS (राष्ट्रीय कुटुंब आरोग्य पाहणी)
v) DLHS (जिल्हास्तरीय कुटुंब पाहणी) vi) इतर साधने.

प्रकरण २ : **लोकसंख्या वैशिष्ट्ये** — २३

१) लोकसंख्येच्या वितरणावर आणि घनतेवर परिणाम करणारे घटक.
२) जागतिक लोकसंख्या वितरण व भारतातील लोकसंख्या वितरणाची स्थिती.
३) जागतिक व भारतीय लोकसंख्या वाढ.
४) भारतीय लोकसंख्येची रचना.
a) वयोरचना b) लिंगरचना,
c) ग्रामीण व शहरी लोकसंख्या d) आर्थिक रचना.

प्रकरण ३ : **लोकसंख्येची विविध अंगे** — ६६

१) स्थलांतर- वर्गीकरण, स्थलांतरावर परिणाम करणारे घटक व स्थलांतराचे परिणाम, स्थलांतराचे नियम.
२) जनन, अनारोग्य आणि मर्त्यता, वैवाहिक स्थिती.
३) भारतातील मानव संसाधन विकास निर्देशांक.
४) स्मार्ट शहर व स्मार्ट खेडे यावर स्थलांतराचा होणारा परिणाम.

• पुस्तकातील नकाशे प्रमाणबद्ध नसून केवळ संदर्भासाठी दिले आहेत.

९ लोकसंख्या भूगोल – प्रास्ताविक
(Population Geography-Introduction)

१.१ प्रस्तावना (Introduction)

भूगोल विषयाच्या दोन प्रमुख शाखा आहेत. प्राकृतिक भूगोल (Physical Geography) व मानवी भूगोल (Human Geography) प्राकृतिक भूगोलमध्ये आपण भूपृष्ठभागावरील प्राकृतिक किंवा नैसर्गिक गोष्टी, त्यांचे स्वरूप, त्यांचे वितरण ह्यांचा अभ्यास करीत असतो. पर्वत, पठारे, नद्या, हिमनद्या, खडक ही प्राकृतिक भूस्वरूपे असून, त्यांच्या स्वरूपाचा व वितरणाचा अभ्यास महत्त्वाचा असतो. याशिवाय, प्राकृतिक किंवा नैसर्गिक प्रक्रियांचा (Geographical Procesess) अभ्यासही प्राकृतिक भूगोलात येतो. उदा., बाष्पीभवन, आर्द्रता, पर्जन्य, हिमवर्षाव, वारे, त्यांचे स्वरूप, वितरण वगैरे. या प्रक्रिया कशा चालतात, हे अभ्यासले जाते.

मानवी भूगोल ही भूगोलाची तुलनेने नवी शाखा आहे. प्राकृतिक भूगोल ही भूगोलाची जुनी व प्रगत शाखा आहे. तर मानवी भूगोल ही प्राकृतिक भूगोलाच्या पायावरच उभी राहिलेली परंतु मानवनिर्मित गोष्टींचा (Cultural factors) अभ्यास करणारी व प्राकृतिक घटकांचा त्यांच्यावर होणारा परिणाम अभ्यासणारी शाखा आहे. धर्म, भाषा, संस्कृती, वस्त्या, उद्योग प्रकल्प वगैरे गोष्टी मानवनिर्मित असून, त्यांना आपण सांस्कृतिक घटक म्हणतो. मानवी भूगोलात ह्या विविध घटकांचे स्वरूप त्यांचे वितरण व त्या

घटकांमधील व प्राकृतिक घटकांमधील परस्परसंबंध तपासला जातो.

प्राकृतिक भूगोलाच्या व मानवी भूगोलाच्या उपशाखा आहेत. भूपृष्ठशास्त्र, मृदा भूगोल, हवामानशास्त्र या प्राकृतिक भूगोलाच्या शाखा असून प्रत्येक शाखेत विशिष्ट अंगांचा अभ्यास केला जातो (Area of study) उदा, भूपृष्ठशास्त्रात पृथ्वीवरील प्राकृतिक भूरूपे उदा., पर्वत, मैदाने, त्यांची वैशिष्ट्ये, उत्पत्ती, वितरण वगैरे अभ्यासले जाते. उलट, मृदा भूगोलात माती, तिचे प्रकार, रचना वितरण, रासायनिक घटना वगैरे गोष्टींवर भर दिला जातो. मानवी भूगोलाच्याही उपशाखा आहेत. उदा., आर्थिक भूगोल यात आर्थिक व्यवसाय, त्यांचे वितरण व प्रदेशांच्या भौगोलिक पार्श्वभूमीशी त्यांचा असलेला संबंध अभ्यासला जातो. राजकीय भूगोल देशाची राजकीय रचना (Political Structure), सरकार व भौगोलिक घटक यांतील संबंधांचे विवेचन करते.

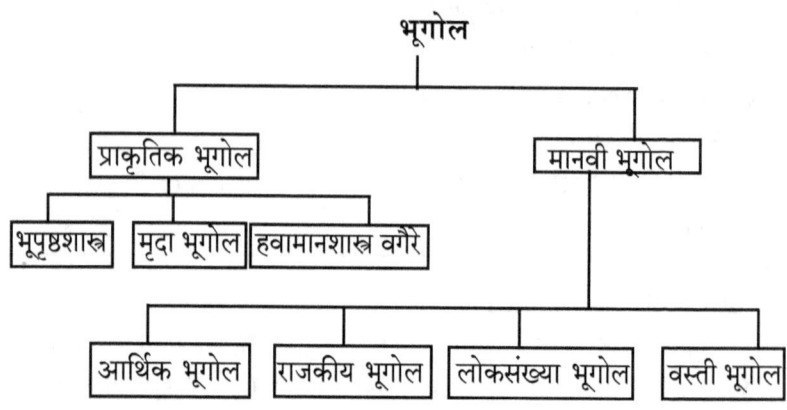

१.२ व्याख्या (Definitions)

लोकसंख्या भूगोल ही मानवी भूगोलाचीच अलीकडे प्रगत झालेली विशेष उपशाखा (specialised branch) आहे. तिचे स्वरूप इतके व्यापक आहे, की आज तिच्याकडे स्वतंत्र विशेष शाखा म्हणूनच बघितले जाते. लोकसंख्या भूगोल म्हणजे लोकसंख्येचे प्रादेशिक विश्लेषण (spatial analysis) होय. भूगोल म्हणजे पृथ्वीच्या पृष्ठभागावरील प्राकृतिक व सांस्कृतिक घटकांच्या स्वरूपाचा व वितरणाचा अभ्यास होय. लोकसंख्या किंवा मानवीसमूह हादेखील पृथ्वीच्या पाठीवरील एक सर्वांत महत्त्वाचा घटक आहे. विविध प्रदेशांत झालेले लोकांचे वितरण, वाढ, त्यांची वैशिष्ट्ये (जन्मजात व कष्टाने मिळविलेली), त्यांचे धर्म, भाषा, त्यांच्यातील स्त्री पुरुषांचे प्रमाण, अर्भकांचे प्रमाण, स्थलांतर, राहणीमानाचा दर्जा, त्यांची आर्थिक रचना इत्यादी व त्यांनी सभोवतालच्या पर्यावरणाशी केलेले समायोजन (adaptation) हा लोकसंख्या भूगोलाचा

अभ्यासविषय आहे.

डोनाल्ड बोग (Donald Bogue) ह्या भूगोलतज्ज्ञाने आपल्या Principles of Demography (लोकसंख्याशास्त्राची तत्त्वे) या ग्रंथात लोकसंख्याशास्त्राची केलेली व्याख्या खालीलप्रमाणे आहे.

'मानवी लोकसंख्येचा आकार, रचना व वैशिष्ट्ये ह्या अंगांचा आणि त्यामध्ये झालेल्या बदलांचा, जनन, मर्त्यता, विवाह, स्थलांतर आणि समाजिक गतिक्षमता या पाच प्रक्रियांद्वारे अभ्यास म्हणजे लोकसंख्याशास्त्र होय.'

वॉरन थॉम्पसन (Warren Thompson) व डेव्हिड लेविस (David Lewis) यांनी लोकसंख्याशास्त्राचा अभ्यासविषय आपल्या 'लोकसंख्येच्या समस्या' (Population Problems) ह्या पुस्तकात स्पष्ट केला आहे. त्यांच्या मते, 'लोकसंख्येच्या विविध गटांतील वैशिष्ट्ये, त्यांचे वितरण, लोकसंख्येत होणारे बदल व लोककल्याणाच्या दृष्टीने त्याचा परिणाम यांचा अभ्यास म्हणजे लोकसंख्याशास्त्र होय.'

लोकसंख्याशास्त्राच्या व्याख्यांमध्ये लोकसंख्या व तिची विविध अंगे विचारात घेऊन व्याख्या केलेल्या आढळतात. मात्र लोकसंख्या भूगोलाच्या व्याख्यांमध्ये लोकसंख्या व तिची विविध अंगे विचारात घेऊन व्याख्या केलेल्या आढळतात. मात्र लोकसंख्या भूगोलाच्या व्याख्यांमध्ये प्रादेशातील भौगोलिक पार्श्वभूमीचा विचारही आढळतो. खालील व्याख्यांवरून हे स्पष्ट होते.

जी. टी. त्रिवार्था (G.T.Trewartha) ह्यांच्या मते– "पृथ्वीच्या पृष्ठभागावर वितरित झालेल्या लोकांची किंवा विविध प्रदेशांतील मानवी समूहांची वैशिष्ट्ये समजावून घेणे म्हणजे लोकसंख्या भूगोल होय."

क्लार्क (Clarke) ह्या शास्त्रज्ञाच्या मते, "विविध प्रदेशांतील मानवी समूहांची वैशिष्ट्ये व त्या प्रदेशांतील प्राकृतिक सांस्कृतिक व आर्थिक घटकांचा त्या समूहांशी असलेला संबंध म्हणजे लोकसंख्या भूगोल होय."

विल्बर झेलिस्की (Wilbur Zelinsky) यांच्या मते, "प्रदेशांमधील भौगोलिक वैशिष्ट्यांवर प्रदेशातील काळाप्रमाणे व स्थानाप्रमाणे बदलणारी लोकसंख्या, ज्या पद्धतीने किंवा मार्गाने परिणाम करते, त्या मार्गांचा अभ्यास तसेच प्रदेशाच्या भौगोलिक स्वरूपाने लोकसंख्येवर केलेल्या परिणामांचा अभ्यास म्हणजे लोकसंख्या भूगोल होय."

थोडक्यात, लोकसंख्या भूगोलाची सर्वसमावेशक व सुटसुटीत व्याख्या खालीलप्रमाणे करता येईल –

"लोकसंख्या भूगोल म्हणजे पृथ्वीवरील लोकसंख्या ह्या सर्वांत महत्त्वाच्या घटकाचे वितरण व इतर वैशिष्ट्ये अभ्यासणारे तसेच, त्या घटकाचा विविध प्रदेशांतील

भौगोलिक पार्श्वभूमीशी असलेला संबंध अभ्यासणारे शास्त्र होय.''

याशिवाय, लोकसंख्या भूगोलाची खालीलप्रमाणे व्याख्या करता येईल-

''लोकसंख्या भूगोल म्हणजे विविध प्रदेशांतील लोकसंख्येचे वितरण, त्यांची वैशिष्ट्ये,तसेच विविध प्रदेशांतील भौगोलिक पार्श्वभूमीने त्या त्या प्रदेशांतील लोकसंख्येच्या विविध अंगावर (aspects) केलेला परिणाम व त्या-त्या प्रदेशांतील लोकांनी सभोवतालच्या भौगोलिक परिस्थितीशी केलेले समायोजन व भौगोलिक स्वरूपावर लोकसंख्येचा झालेला परिणाम ह्यांचा अभ्यास म्हणजे लोकसंख्या भूगोल होय.''

१.३ व्याप्ती (Scope)

लोकसंख्या भूगोलाचा अभ्यासविषय व व्याप्ती खालील मुद्द्यांच्या साहाय्याने स्पष्ट होईल -

१) लोकसंख्येचे व लोकसंख्येच्या विविध वैशिष्ट्यांचे विविध खंड, उपखंड, देश, राज्ये वगैरेमध्ये झालेले वितरण, या वितरणाचे स्वरूप, भूतकाळातील बदल व भविष्यकाळातील संभाव्य बदल व त्यांचे परिणाम.

२) लोकसंख्येची घनता, तिचे विविध प्रकार व त्यांवर परिणाम करणारे प्राकृतिक व सांस्कृतिक घटक. जगातील विविध भागांतील लोकसंख्या घनतेचा आकृतिबंध.

३) लोकसंख्येचे स्थलांतर: देशांतर्गत व देशांमध्ये होणारी स्थलांतरे, स्थलांतरावर परिणाम करणारे घटक, स्थलांतराचे प्रकार, कारणे, स्थलांतराचे परिणाम, तत्त्वे, वगैरे भौगोलिक स्वरूपाचा स्थलांतरावर व स्थलांतराचा भौगोलिक स्वरूपावर होणारा परिणाम.

४) लोकसंख्येची वाढ : लोकसंख्यावाढ मोजण्याची परिमाणे, जन्मदर व मृत्युदर, त्यांवर परिणाम करणारे घटक, विविध भागांतील जन्मदर व मृत्युदर यांचा कल (trend) लोकसंख्यावाढी संबंधींचे सिद्धांत.

५) लोकसंख्या रचना : वय, लिंग, शिक्षण, धर्म, भाषा, वैवाहिक स्थिती, व्यवसाय, आर्थिक दर्जा वगैरे निकषांवर लोकसंख्येची विभागणी करणे. अशी विभागणी अनेक दृष्टीने फायदेशीर ठरते. लोकसंख्यारचनेवर त्या प्रदेशातील भौगोलिक पार्श्वभूमीचा, तसेच लोकसंख्यारचनेचा भौगोलिक पार्श्वभूमीवर होणारा परिणाम अभ्यासला जातो.

६) लोकसंख्येतील साक्षरतेचे प्रमाण : याला विशेष महत्त्व दिले जाते. साक्षरतेचे निकष, जगातील विविध भागांतील साक्षरतेचे प्रमाण, लोकसंख्येची गुणवत्ता व साक्षरता यांचा संबंध.

७) ग्रामीण व नागरी लोकसंख्या : ग्रामीण लोकसंख्या व नागरी किंवा शहरी लोकसंख्या यांची स्वत:ची स्वतंत्र्य वैशिष्ट्ये आहेत. त्यांचा अभ्यास आवश्यक आहे. कारण त्यावरून त्या त्या भागांतील भौगोलिक पार्श्वभूमीशी मानवी समूहांनी केलेले समायोजन अभ्यासता येते. तसेच नागरीकीकरणाची प्रक्रिया, जगातील विविध भागांतील नागरीकीकरणाचा कल अभ्यासणे आवश्यक ठरते.

८) लोकसंख्या नैसर्गिक साधनसंपत्ती आणि तंत्रज्ञानाची प्रगती यांचा संबंध अभ्यासणे (Population - resource relationship) साधनसंपत्तीचा विकास, त्या विकासाचा व लोकसंख्येच्या वाढीचा संबंध, साधनसंपत्तीवरील लोकसंख्येचा भार–अतिरिक्त,निम्न व इष्टतम लोकसंख्या ह्या संकल्पनांचा अभ्यास व विविध प्रदेशांतील लोकसंख्या व साधनसंपत्ती आणि तांत्रिक प्रगती ह्यांच्यातील संतुलन (balance), भौगोलिक स्वरूप, साधनसंपत्ती व तांत्रिक प्रगती व लोकसंख्या यांत योग्य संतुलन निर्माण होण्यासाठी काही लोकसंख्याविषयक धोरणे ठरविणे.(Population policies)

लोकसंख्या भूगोलाचा इतर विषयांशी असलेला संबंध

लोकसंख्याशास्त्र व त्यानंतर निर्माण झालेल्या लोकसंख्या भूगोलाचा विकास खालील शास्त्रांच्या साहाय्याने घडून आला. लोकसंख्या भूगोल हे सामाजिक शास्त्र असल्यामुळे खालील सामाजिक व इतर शास्त्रे ह्यांचा लोकसंख्या भूगौलाच्या विकासाशी घनिष्ट संबंध आहे. बऱ्याच वेळा खालील वर्णन केलेल्या सामाजिक शास्त्रांचे अभ्यासक्षेत्र व लोकसंख्या भूगोलाचे अभ्यासक्षेत्र समान आढळते, तर काही वेळेस त्या सामाजिक शास्त्रांचा व त्यातील तंत्राचा लोकसंख्या भूगोलाचा अभ्यासविषय समृद्ध होण्यास मदत झालेली आढळते. लोकसंख्या भूगोलाच्या विकासात खालील विषयांची फार मोठी मदत झाली आहे.

१) लोकसंख्याशास्त्र २) जीवशास्त्र ३) आनुवंशिकताशास्त्र ४) गणितशास्त्र ५) मानववंशशास्त्र ६) परिस्थितिशास्त्र ७) संख्याशास्त्र ८) अर्थशास्त्र ९) समाजशास्त्र १०) मानसशास्त्र ११) राज्यशास्त्र

वरील सर्व शास्त्रांमध्ये होत असलेल्या लोकसंख्याविषयी संशोधनाने अजूनही लोकसंख्या भूगोलाच्या प्रगतीस मदत होत आहे.

लोकसंख्येची वैशिष्ट्ये, आकडेवारी, महत्त्वाची अंगे, त्यांची अद्ययावत माहिती लोकसंख्याशास्त्राच्या अभ्यासाने उपलब्ध होते, अशी माहिती उपलब्ध झाली, की लोकांनी भौगोलिक पार्श्वभूमीशी केलेले समायोजन अभ्यासण्यास मदत होते. तसेच, लोकसंख्येची वाढ वगैरे घटक अभ्यासताना कुटुंबनियोजनाबद्दलचा लोकांचा दृष्टिकोन वगैरे मानसशास्त्रीय बाजूही विचारात घ्यावी लागते.

लोकसंख्या समस्येचा विचार करताना लोकांच्या संख्येबरोबरच तेथील साधनसंपत्तीचाही विचार करावा लागतो. म्हणजेच अर्थशास्त्राचे साहाय्य घ्यावे लागते. विशिष्ट प्रदेशातील साधनसंपत्तीची उपलब्धता व स्वरूप समजले नाही तर साधनसंपत्ती व लोकसंख्या यांत संतुलन आहे किंवा कसे,हे स्पष्ट होत नाही.कोणत्याही प्रदेशात उत्पादकाची भूमिका लोकच करीत असतात व उपभोक्तेही लोकच असतात. लोकसंख्येचा आकार व रचना यांनुसार उत्पादनाचे स्वरूप ठरते. समाजातील राहणीमान, दरडोई उत्पन्न या आर्थिक चलांचा लोकसंख्यावाढीवर परिणाम होतो. तसेच लोकसंख्यावाढीचा दर,अवलंबिता भार या लोकसंख्याशास्त्रातील घटकांचा आर्थिक विकासावर परिणाम होतो.पुरुषांचे स्थलांतर बहुतांशी आर्थिक परिस्थिती सुधारण्याच्या हेतूने घडून आलेले दिसून येते.विशेषत: विकसनशील देशांमध्ये आर्थिक नियोजनाला सुरुवात झाल्यापासून लोकसंख्येच्या आर्थिक बाजूच्या अभ्यासास अधिक महत्त्व प्राप्त झाले आहे.

आंतरराष्ट्रीय स्थलांतराच्या अभ्यासामध्ये राष्ट्राराष्ट्रांमधील राजकीय संबंध व सरकारी धोरणे विचारात घ्यावी लागतात. विशिष्ट राजकीय रचनेचा, सरकारी धोरणांचा लोकसंख्येच्या विविध अंगांवर परिणाम होतो.उदा., सैबेरियाची प्रगती घडवून आणण्यासाठी रशियामध्ये सक्तीची स्थलांतरे झाली.चीनमध्ये कुटुंबनियोजन सक्तीचे करण्यात आले.

लोकांनी सभोवतालच्या परिस्थितीशी केलेले समायोजन अभ्यासताना विविध मानवी गटांमध्ये असलेली जन्मजात वैशिष्ट्ये (रंग, उंची वगैरे) माहिती असणे आवश्यक असते. ही माहिती जीवशास्त्र व मानववंशशास्त्र यांच्या अभ्यासाने मिळू शकते.

लोकसंख्येच्या विशिष्ट प्रदेशातील केंद्रीकरणामुळे निर्माण होणाऱ्या प्रदूषणसारख्या समस्यांचा अभ्यास करताना परिस्थितिशास्त्राची मदत घ्यावी लागते.

विशिष्ट भौगोलिक परिस्थितीत कोणत्या रोगांचा प्रादुर्भाव जास्त आढळतो, या गोष्टी वैद्यकशास्त्राच्या अभ्यासाने स्पष्ट होतात व त्या प्रदेशातील लोकसंख्यारचनेवर त्याचा झालेला परिणाम अभ्यासता येतो. उदा., उष्ण कटिबंधात पीतज्वर, कुष्ठरोग, मलेरिया वगैरे रोगांच्या जंतूंची वाढ जोरात होते. तसेच डास व माश्या यांचे प्रजनन मोठे असल्यामुळे ह्या रोगांचा फैलावही मोठ्या प्रमाणात होतो. याचा परिणाम लोकांची श्रमशक्ती कमी होण्यावर व मर्त्यता वाढण्यावर होतो.

लोकसंख्याशास्त्र व लोकसंख्या भूगोलात जी आकडेवारी उपलब्ध होते, तिचे विश्लेषण करणे आवश्यक असते. त्यासाठी अनेक संख्याशास्त्रीय तंत्रे व पद्धती वापराव्या लागतात.उदा.,सरासरी जन्मदर ठरविणे,लोकसंख्या घनता ठरविणे वगैरे यासाठी

गणितशास्त्र व संख्याशास्त्र यांचा आधार महत्त्वाचा ठरतो.

१.४ स्वरूप (Nature)

लोकसंख्या भूगोल या विषयाचा विकास अलीकडे झाला असला, तरी लोकसंख्येसंबंधीचा अभ्यास फार पूर्वीपासून चालू आहे.

ख्रिस्तपूर्व ३२१ ते २६९ दरम्यान 'कौटिलीय अर्थशास्त्र' नामक ग्रंथात लोकसंख्येची आर्थिक व शेतीसंबंधात गणती कशी करावी, याचे विवेचन आढळते अकबराच्या काळा 'ऐन-ए-अकबरी' या ग्रंथात लोकसंख्या, उद्योगधंदे वगैरेचा उल्लेख आढळतो. ॲरिस्टॉल, प्लेटो यांच्या लिखाणामध्येही लोकसंख्याविषयी उल्लेख आहेत.

लोकसंख्येच्या शास्त्रशुद्ध अभ्यासास १७ व्या शतकापासून सुरुवात झालेली आढळते. जॉन ग्रॉंट (१६२०-१६७४) ला लोकसंख्या शास्त्राचा जनक म्हणतात. या काळात ग्रँटने लंडन व परिसरातील बाप्तिस्मे व मृत्युदाखले वापरून काही महत्त्वाचे लोकसंख्याविषयक निष्कर्ष काढले. उदा., लंडन शहरात बाप्तिस्म्यांचे दफनांशी गुणोत्तर ११:१२ असते; स्त्रियांच्या मुत्युसंख्येपेक्षा पुरुषांची मुत्युसंख्या जास्त असते, लंडनमध्ये ग्रामीण भागातून दरवर्षी ६००० व्यक्ती येतात वगैरे.

ग्रेगरी किंग, विल्यम् पेटी यांनी ग्रँटचे काम पुढे चालू ठेवले. एडमंड हॅलेसारख्या शास्त्रज्ञाने सरासरी आयुर्मान ही संज्ञा प्रचारात आणली.

१७ व्या शतकात ससूमिल्च या जर्मन अभ्यासकाने मोठा ग्रंथ लिहून त्यात मृत्युसारणी (mortality tables) तयार केली.

१८ व्या व १९ व्या शतकांत डॅनियल, बरनौली, मॉंटियन यांनी लोकसंख्याशास्त्राच्या अभ्यासात भर टाकली. बरनौलीने देवीच्या लशीच्या आकडेवारीचा उपयोग करून काही निष्कर्ष काढले. मॉंटियनने फ्रांसमधील लोकसंख्यावाढीवरील कारणांचा ऊहापोह केला. माल्यस (१७६६-१८३४) व मार्क्स यांनी दिलेले सिद्धांमुळे लोकसंख्याशास्त्राच्या अभ्यासाला जास्त गती आली. जगातील वेगाने वाढणाऱ्या लोकसंख्येचे निरीक्षण करून माल्यसने भूमितिश्रेणी व गणितश्रेणी या संकल्पना मांडल्या व अन्न-पुरवठ्यापेक्षा लोकसंख्या फार वेगाने वाढत असल्यामुळे लोकसंख्या समस्या निर्माण होतात, हे स्पष्ट केले. उलट मार्क्सने विशिष्ट समाज व्यवस्थाच लोकसंख्या समस्या निर्माण होण्यास कारणीभूत ठरते, असा दावा केला.

१९ व्या शतकात वैद्यकशास्त्रातील प्रगतीमुळे मृत्युदर झपाट्याने खाली येऊ लागला. आयुर्मानत वाढ झाली, कित्येक ठिकाणी वृद्धवेतन पद्धत सुरू झाली, या सर्वांमुळे मूर्त्यंताविषयक अभ्यासात वाढ झाली.

१९ व्या शतकाच्या अखेरीस जनन या घटकाबद्दल अभ्यास सुरू झाला.

इंग्लंडमधील १९११ च्या जनगणनेतील जननविषयक प्रश्नांचे विश्लेषण टी. एच. ई. स्टीव्हन्सने केले १८५९ मध्ये डायटेरिसीने जागतिक लोकसंख्येचा अंदाज करण्याचा प्रयत्न केला. विसाव्या शतकात मात्र लोकसंख्याशास्त्राची व्याप्ती वाढली.

१) लोकसंख्या बदलांच्या घटकांचा सुसूत्रपणे अभ्यास होऊ लागला.

२) जनन, मर्त्यता व लोकसंख्येची लिंग-वयोविषयक रचना यांतील परस्पर संबंध शोधण्याचे प्रयत्न सुरू झाले.

कार साँडर्स या लोकसंख्या शास्त्राने 'The Population Problem; A Study in Evaluation' या पुस्तकात लोकसंख्यावाढ व तिच्याशी निगडित प्रश्न मांडले.

या विषयाची जगभर प्रगती करण्यात आणि विकसनशील राष्ट्रांमध्ये लोकसंख्येच्या अभ्यासास उत्तेजन देण्यात युनायटेड नेशन्सचा फार मोठा वाटा आहे. यूनोतर्फे निरनिराळी पुस्तके व पुस्तिकांच्या मालिका प्रसिद्ध केल्या जातात. तसेच या कामासाठी आर्थिक मदत व उत्तेजनही दिले जाते.

लोकसंख्या भूगोल हा कित्येक वर्षे दुर्लक्षित विषय होता. पूर्वी भूगोलाच्या अंतर्गत येणाऱ्या अभ्यासक्षेत्रात या विषयाला स्वतंत्र स्थान नव्हते.

हार्टशोर्न (Hartshorne) व डिकिन्सन (Dickinson) सारख्या भूगोल तज्ज्ञांनीदेखील भूगोलाचे अभ्यासक्षेत्र ठरविताना लोकसंख्या या भूगोलाच्या महत्त्वाच्या अंगाकडे (aspect) दुर्लक्ष केलेले आढळते. आपल्या 'The making of Geography' (भूगोलाची घडण) या प्रसिद्ध पुस्तकात मानवी भूगोलाचा विकास स्पष्ट करताना डिकिन्सनने मानवी भूगोलातील लोकसंख्या या घटकाची भूमिका विचारातदेखील घेतली नाही. जुन्या काळी हेटनर (Hettner) सारख्या भूगोलतज्ज्ञाने लोकसंख्येचा भोवतालच्या भौगोलिक घटकांवर परिणाम होत असतो, हा विचार मांडला; परंतु याबाबतील यापुढे जाऊन काही गंभीर प्रयत्न व लोकसंख्या भूगोल ही नवी शाखा निर्माण करण्याचे प्रयत्न त्याने केले नाहीत, हटिंग्टन व शॉ ह्यांनीसुद्धा त्यांच्या 'मानवी भूगोलाची तत्त्वे' (Principles of Human Geography) या ग्रंथात लोकसंख्येचा प्रत्यक्ष महत्त्वपूर्ण संबंध कोठेच आणला नाही. थोडक्यात, दुसऱ्या महायुद्धापर्यंत लोकसंख्या भूगोल हा विषय दुर्लक्षितच होता. या काळात हा विषय दुर्लक्षित राहण्यास खालील गोष्टी कारणीभूत ठरल्या.

१) दुसऱ्या महायुद्धापूर्वी कित्येक देशांनी जनगणना सुरूच केली नव्हती, जगातील सर्व भागांतील लोकसंख्येची आकडेवारी उपलब्ध नव्हती. त्यामुळे लोकसंख्येचे विश्लेषण करणेच अवघड होते.

२) या काळातील भूगोल प्रादेशिक भिन्नतेवरच भर देत होता.पण अशी भिन्नता

अभ्यासताना लोकसंख्येसारखा सर्वांत महत्त्वाचा घटक विचारात घेतला जात नव्हता.

३) जुन्या काळात प्रादेशिक भूगोल असेच भूगोलाचे स्वरूप होते. निरनिराळ्या प्रदेशांचा माहितिवजा तपशील व तेथील भौगोलिक घटकांची मांडणी, एवढेच अपेक्षित होते. भौगोलिक पार्श्वभूमी, भौगोलिक घटना व माणूस यांतील परस्परसंबंध अभ्यासला जात नव्हता.

४) दुसऱ्या महायुद्धानंतर अनेक अविकसित देश स्वतंत्र झाले. देशातील लोकांच्या विकासासंबंधीच्या आकांक्षा वाढल्या. लोकसंख्या हा घटक कित्येक देशांच्या जलद विकासात अडसर ठरू लागला व त्यामुळे त्या देशाच्या भौगोलिक पार्श्वभूमीच्या व नैसर्गिक संपत्तीच्या संदर्भात लोकसंख्येचा अभ्यास सुरू झाला.

इ. स. १९५३ मध्ये ग्लेन टी. ट्रिवार्था (Trewartha) यांनी लोकसंख्या भूगोलाला एक स्वतंत्र विषय म्हणून स्थान मिळवून दिले. २ एप्रिल, १९५३ रोजी अमेरिकन भूगोलतज्ज्ञांच्या बैठकीत ट्रिवार्था अध्यक्ष होते. आपल्या अध्यक्षीय भाषणात त्यांनी एक वेगळा विचार मांडला व त्यातूनच लोकसंख्या भूगोल या नव्या ज्ञानशाखेचा जन्म झाला.

पदवी पातळीवर लोकसंख्या भूगोल हा विषय आणणारे व त्या दृष्टीने अभ्यासक्रमाची रचना करणारे त्रिवार्थ हेच पहिले भूगोलतज्ज्ञ होते. यानंतर अमेरिकेतील व त्यामागोमाग जगातील अनेक विद्यापीठांमधून हा विषय स्वतंत्र विषय म्हणून शिकविला जाऊ लागला. क्लार्क यांनी या विषयात भर टाकली. लोकसंख्या भूगोलाला एक महत्त्वाचे सामाजिक शास्त्र म्हणून आज मान्यता मिळाली आहे.

फ्रेंच भूगोलतज्ज्ञ व प्राध्यापिका बिजू गार्नियर (१९३६), याशिवाय जॉर्ज डेमको (१९७०), हॅरॉल्ड रोज (१९७०), चंदाना पीटर्स व लार्कीन (१९७९) यांनी लोकसंख्या भूगोलाच्या विविध अंगांवर प्रकाश टाकणारी पुस्तके लिहून हा विषय नंतरच्या काळात समृद्ध केला.

१.४.१ भारतातील लोकसंख्येच्या अभ्यासाचा व लोकसंख्या भूगोलाच्या प्रगतीचा इतिहास

भारतात पहिली जनगणना इ.स. १८७२ मध्ये घेतली गेली. तेव्हापासून दशवार्षिक जनगणनेच्या साहाय्याने लोकसंख्याविषयक माहिती मिळविण्याचे काम सतत चालू आहे. १९३१ पर्यंत भारतातील लोकसंख्यावाढीचा वेग भीतिदायक नसल्यामुळे लोकसंख्येचा प्रश्नाकडे फारसे लक्ष दिले गेले नाही. १९३६ मध्ये लखनौ विद्यापीठाने पहिली भारतीय लोकसंख्या परिषद आयोजित केली. तीमध्ये भारतात कुटुंबनियोजनाची आवश्यकता आहे, हा विचार मांडला गेला. याच सुमारास आडारकरांनी अलाहबाद

विश्वविद्यालयात लोकसंख्येची समस्या हा विषय शिकविण्यास सुरुवात केली. १९३९ साली ग्यानचंद यांनी Indias Teeming Millions हे पुस्तक प्रसिद्ध केले. या पुस्तकात लोकसंख्येचा आर्थिक दृष्टिकोनातून विचार झाला. याच सुमारास अखिल भारतीय कॉंग्रेसने राष्ट्रीय नियोजन समिती (National Planning Committee) नेमली. या समितीने नेमलेल्या उपसमितीने लोकसंख्येचा अभ्यास करून देशाच्या कल्याणाकरिता अपत्यसंख्या मर्यादित ठेवणे म्हणजेच कुटुंबनियोजन कार्यक्रम राबविण्याची आवश्यकता प्रतिपादन केली.

याच काळात प्रा.महालनोबिल व कलकत्याची भारतीय सांख्यिकी संस्था (Indian Statistical Institute) यांनी नमुना सर्वेक्षण (Sample Survey) आयोजित केले.

१९४५ नंतर सी. चंद्रशेखर यांनी कोलकात्त्याच्या अखिल भारतीय स्वास्थ्य आणि सार्वजनिक आरोग्य संस्थेच्या वतीने (All India Institute of Hygiene & Public Health) अनेक संख्याशास्त्रीय संशोधन केली. या संस्थेत बंगालमधील ८००० विवाहित स्थियांचा अभ्यास करून जननविषयक संशोधन केले. या स्त्रियांच्या सामाजिक व आर्थिक परिस्थितीचा त्यांच्या जननावर परिणाम होतो, असे दिसून आले. पुण्याच्या गोखले राज्यशास्त्र व अर्थशास्त्र संस्थेनेही याच सुमारास लोक संख्यांविषयक अभ्यासास सुरुवात केली. १९५६ साली मुंबईमध्ये आंतर-राष्ट्रीय लोकसंख्या अध्ययन संस्था (International Institute of Population Studies) स्थापन झाली.

याशिवाय भारतात कोलकाता, दिल्ली, धारवाड, लखनौ, पुणे, त्रिवेंद्रम, पाटणा, बडोदा व बेंगलोर येथील लोकसंख्या संशोधन केंद्रामधून लोकसंख्येचा अभ्यास होतो.

प्रा. चंदना, प्रा. अगरवाल, प्रा. बी. एन. घोष वगैरे भूगोलतज्ज्ञांनी अलिकडच्या काळात लोकसंख्या भूगोलावर पुस्तके लिहून भारतातील भौगोलिक पार्श्वभूमीचा व लोकसंख्येचा संबंध स्पष्ट करण्याचा चांगला प्रयत्न केलेला दिसून येतो.

१.४.२ लोकसंख्या अभ्यासाचे भूगोल विषयामधी महत्त्व

१) भूगोलात पृथ्वीवरील सर्व प्राकृतिक व सांस्कृतिक घटकांच्या स्वरूपाचा, वितरणाचा अभ्यास केला जातो. माणूस हा पृथ्वीच्या पाठीवरील सर्वांत महत्त्वाचा घटक असल्यामुळे विविध भागांतील लोकसंख्येचे वितरण,वैशिष्ट्ये अभ्यासणे महत्त्वाचे ठरते.

२) अलिकडच्या काळात भूगोलात 'मानवी भूगोल' ह्या विकसित झालेल्या उपशाखेत माणूस हा घटक केंद्रस्थानी मानून, त्याच्या दृष्टिकोनातून पर्यावरणातील इतर गोष्टी अभ्यासल्या जातात. अर्थातच, विविध प्रदेशांतील पर्यावरण अभ्यासताना तेथील लोक, त्यांची वैशिष्ट्ये त्यांची संख्या ह्या गोष्टी प्रथम पाहाव्या लागतात.

३) आधुनिक भूगोलात केवळ प्राकृतिक व सांस्कृतिक घटकांचे स्वरूप व वितरण एवढाच भाग पाहिला जात नाही, तर विशिष्ट प्रदेशातच विशिष्ट प्राकृतिक व सांस्कृतिक पर्यावरण का आढळते, हे पाहिले जाते. म्हणजेच प्रत्येक घटनेमागचा कार्यकारणभाव (Cause-effect relationship) शोधून काढला जातो. उदा., सूचिपर्णी अरण्ये २००० मीटर्सपेक्षा जास्त उंचीवर किंवा थंड कटिबंधात आढळतात, पर्वत उतारावर झिजेचे प्रमाण जास्त असते. कृष्णवर्णीय लोकांची संख्या उष्ण कटिबंधात अधिक आहे. या घटनांमागील कार्यकारणसंबंध अभ्यासला जातो. उदा., कृष्णवर्णीय लोकांना उष्ण कटिबंधातील तीव्र सूर्यकिरण श्वेतवर्णीय लोकांपेक्षा सहजपणे सहन करता येतात.

वरील उदाहरणांवरून एक गोष्ट स्पष्ट होते, की माणूस व पर्यावरण यांतील परस्परसंबंध अभ्यासताना मानवी समूहांची अंगभूत वैशिष्ट्ये माहीत असणेही आवश्यक असते. त्यामुळे मानवाने सभोवतालच्या पर्यावरणाशी केलेले समायोजन लक्षात येते.

थोडक्यात, भूगोलात लोकसंख्येचा अभ्यास महत्त्वाचा ठरतो. याच प्रकारे भौगोलिक घटकांची मानवी समूहांमध्ये काही गुण विकसित होण्यास हातभार लागत असतो. उदा., समुद्रसान्निध्य लाभलेल्या बेटांवरील लोक दर्यावर्दी बनतात, याचे उत्तम उदाहरण म्हणजे इंग्लंड.

मूळ प्राकृतिक पर्यावरणात मानव बदल घडवून नवीन सांस्कृतिक पर्यावरण निर्माण करीत असतो. जगातील विविध भागांतील सांस्कृतिक रूपे (Cultural Landscape) कशी निर्माण झाली, हे बघताना व त्यांची निर्मिती अभ्यासताना त्या प्रदेशातील लोक, त्यांची संख्या व इतर वैशिष्ट्ये लक्षात आली, तर सांस्कृतिक भूरूपे निर्माण होण्यामागची प्रक्रिया स्पष्ट होते. तसेच विविध भागांतील सांस्कृतिक भूस्वरूपांतील फरक अभ्यासताना त्यामागे असलेला लोकांचा दृष्टिकोन, कार्यक्षमता ही वैशिष्ट्ये माहीत असणे आवश्यक असते.

१.४.३ लोकसंख्या भूगोलाच्या अभ्यासाचे विविध दृष्टिकोन (Approaches to the Study of Population Geography)

एखाद्या प्रदेशातील लोकसंख्येचा किंवा त्या प्रदेशाच्या लोकसंख्या भूगोलाचा अभ्यास तीन दृष्टिकोनांतून करता येतो. दृष्टिकोन म्हणजे त्या प्रदेशातील लोक संख्येच्या अभ्यासासाठी अवलंबिलेली पद्धत होय.

अ) सूत्रबद्ध दृष्टिकोन (Systematic Approach)

हा दृष्टिकोन सोपा असून यामध्ये लोकसंख्येचा अभ्यास करताना काही पायऱ्या (Steps) ओळीने पार पाडाव्या लागतात. सर्वसाधारणपणे खालील पायऱ्या महत्त्वाच्या आहेत.

१) ज्या प्रदेशाचा लोकसंख्या भूगोल अभ्यासावयाचा आहे त्या प्रदेशातील लोकसंख्येची माहिती गोळा करणे. (Collection of Data)

२) या माहितीच्या आधारे लोकसंख्येचे वितरण तपासणे, या वितरित लोकसंख्येचे परस्परांशी असलेले संबंध तपासणे.

३) या वितरणामधून आपल्याला आवश्यक असलेली माहिती निवडणे.

४) या माहितीचे पृथ्थकरण करणे.

५) पृथ्थक्करण केलेली माहिती विविध नकाशा–प्रकारांच्या किंवा आलेखाच्या साहाय्याने प्रदर्शित करणे.

६) यामधून जी लोकसंख्या रचना दृष्टोत्पत्तीस येते, तिचे विवेचन करणे.

फायदे

१) अशा रीतीने या पद्धतीप्रमाणे एकूण सहा पायऱ्या पार पाडाव्या लागतात. या पद्धतीचा मुख्य फायदा, म्हणजे एखाद्या छोट्या तसेच फार मोठ्या प्रदेशातसुद्धा ही पद्धती वापरता येते.

२) या पद्धतीमध्ये लोकसंख्येचे वितरण व त्यांचा परस्परांशी संबंध लक्षात घेतला जात असल्यामुळे भूगोलातील वितरण या महत्त्वाच्या संकल्पनेचा योग्य ऊहापोह केला जातो.

३) तिसरा महत्त्वाचा फायदा, म्हणजे नकाशा, आलेख, आकृत्या वगैरे भूगोलाविषयाच्या अभ्यासातील महत्त्वाच्या हत्यारांचा, साहित्यांचा (Tools) योग्य तेथे पुरेसा वापर करता येतो.

या दृष्टिकोनाचे असे काही महत्त्वाचे फायदे असले, तरी या दृष्टिकोनात घटनांचा तटस्थपणे अभ्यास होत असल्यामुळे भविष्यकाळातील लोकसंख्याविषयक घडामोडीचे अंदाज बांधता येत नाही. (Lack of Predictablity)

ब) वर्तणूकविषयक दृष्टिकोन (Behavioural Approach)

लोकसंख्या भूगोलाच्या अभ्यासात वर्तणूकविषयक दृष्टिकोन ही अभ्यासपद्धत सुरू झाल्यानंतर फार मोठा गुणात्मक फरक पडला. एखाद्या प्रदेशातील लोकसंख्येचा अभ्यास करताना. म्हणजेच त्या प्रदेशातील लोकसंख्येची रचना व इतर वैशिष्ट्ये अभ्यासताना, लोकांची संस्कृती तसेच वर्तणूक (behaviour) लक्षात घेणे महत्त्वाचे आहे. हा महत्त्वाचा विचार या अभ्यासपद्धतीत आढळून येतो. मानवाची वर्तणूक आणि त्या वर्तणुकीवर परिणाम करणारे घटक यांमध्ये तपासले जातात. विशेषत: जेव्हा लोकसंख्येचे स्थलांतर, लोकसंख्येचे जन्मप्रमाण वगैरे वैशिष्ट्ये अभ्यासावयाची असतील, तेव्हा लोकांची सर्वसामान्य वर्तणूक (behavioural Pattern) लक्षात घेणे

लोकसंख्या आणि वस्ती भूगोल/१२

आवश्यक असते. लोकांची सर्वसामान्य वर्तणूक लक्षात घेतली, की तीनुसार त्या प्रदेशात विशिष्ट गोष्टींबाबत लोक जे निर्णय घेतात, ती प्रक्रिया लक्षता येते. उदा., विशिष्ट प्रदेशातील लोकसंख्येची वाढ हा घटक अभ्यासताना लोकांचा कुटुंबनियोजनाकडे पाहण्याचा दृष्टिकोन, त्या संबंधात त्यांची विचार करण्याची व निर्णय घेण्याची प्रक्रिया या गोष्टी अभ्यासणे महत्त्वाचे ठरते. त्यामुळे लोकसंख्येची वाढ या घटकाचा सर्व बाजूंनी विचार करता येतो. एवढेच नव्हे, तर भविष्यकाळातील लोकसंख्येच्या वाढीविषयी काही अंदाज वर्तविता येतात. वर्तणूकविषयक दृष्टिकोनात एखाद्या प्रदेशात नैसर्गिक व सांस्कृतिक पार्श्वभूमीपेक्षा त्या प्रदेशातील लोकसंख्या वैशिष्ट्यांवर जास्त भर दिला जातो. या पद्धतीतील महत्त्वाच्या पायऱ्या खालीलप्रमाणे:

१) ज्या लोकसंख्या वैशिष्ट्यांचा अभ्यास आपण करणार आहोत, त्यांच्याशी संबंधित घटक/ गोष्टी शोधून काढणे.

२) परिसराची पार्श्वभूमी आणि लोकांची उद्दिष्टे पाहणे.

३) परिकल्पनेची निर्मिती करणे. (Formulating of Hypothesis)

४) परिकल्पनेची चाचणी घेणे. (Testing of Hypothesis)

५) परिकल्पनेच्या चाचणीनंतर लोकसंख्येची किंवा लोकसंख्येच्या विविध वैशिष्ट्यांची रचना तयार करणे.

६) परिकल्पनेवरून निर्माण केलेल्या लोकसंख्यावैशिष्ट्यांच्या रचनांची प्रत्यक्ष अस्तित्वात असलेल्या रचनांशी तुलना करणे.

७) आपण निर्माण केलेली रचना व प्रत्यक्षात अस्तित्वात असलेली रचना यांच्यातील फरकांचे विवेचन करणे.

वरील सर्व पायऱ्या (Steps) एक सोपे उदाहरण घेऊन स्पष्ट होतील.

उदा., समजा एखाद्या प्रदेशातील स्थलांतर ह्या लोकसंख्यावैशिष्ट्याचा अभ्यास करावयाचा असेल, तर पहिली पायरी म्हणजे स्थलांतर करणाऱ्या लोकांची संख्या त्यांतील पुरुष व महिलांचे प्रमाण. स्थलांतरासाठी वापरण्यात येणारी माध्यमे, (रेल्वे, इतर गाड्या वगैरे) स्थलांतराची वेळ, कायमस्वरूपी की तात्पुरते; अंतर हे सारे संबंधित घटक तपासणे म्हणजेच त्यांची माहिती गोळा करणे.

दुसरी पायरी, म्हणजे त्या प्रदेशातील भौगोलिक पार्श्वभूमी अभ्यासणे व ह्या भौगोलिक घटकांचा स्थलांतर प्रक्रियेशी असणारा संबंध तपासणे. हे करीत असताना, त्या परिसरातील लोकांचे दृष्टिकोन कसे आहेत, त्यांची उद्दिष्टे काय आहेत, या गोष्टींचा मुलाखतपद्धती वगैरे तंत्राचा उपयोग करून अभ्यास करणे.

वरील दोन्ही पायऱ्या पार पाडल्या, की अभ्यासक परिकल्पनांची निर्मिती करू

शकतो. परिकल्पना म्हणजे अंदाजबांधणी (guesswork) किंवा गृहीत कृत्य. ज्यामध्ये स्थलांतर प्रक्रिया व तिचा भौगोलिक पार्श्वभूमीशी असलेला संबंध तपासून काही अंदाज बांधता येतात.

उदा., त्या प्रदेशात विशिष्ट भौगोलिक परिस्थिती लोकांचा शेक्षणिक व आर्थिक दर्जा, लोकांचे दृष्टिकोन व स्थलांतरासाठी उपलब्ध माध्यमे वगैरे गोष्टीची माहिती मिळाल्यावर अभ्यासक काही ठोकताळे मांडू शकतो. उदा., विशिष्ट प्रदेशातील मर्यादित साधनसंपत्तीमुळे नोकरीसाठी सभोवतालच्या नागरी भागात होणारे रोजचे स्थलांतर जास्त आहे, असा जर आपण ठोकताळा बांधला, तर पुढचे काम म्हणजे हा ठोकताळा बरोबर आहे, की नाही, याची चाचणी घेणे. (testing of hypothesis) अर्थात, आपला ठोकताळा बरोबर आहे किंवा नाही, हे तपासण्यासाठी त्या प्रदेशात काही काळ स्थलांतर प्रक्रियेचे प्रत्यक्ष निरीक्षण करावे लागते. प्रत्यक्ष निरीक्षणाने ज्या गोष्टी स्पष्ट होतात किंवा स्थलांतराविषयी जे सत्य उजेडात येते, त्याची आपल्या ठोकताळ्याशी किंवा परिकल्पनेशी तुलना करणे व त्या दोन्हींतील फरकांचे विवेचन करून सत्य स्पष्ट करणे हा शेवटचा भाग महत्त्वाचा ठरतो.

वर्तणूकविषयक पद्धतीत वरील पायऱ्यांप्रमाणे एखाद्या प्रदेशातील लोकसंख्येचा अभ्यास करताना सामाजिक शास्त्रातील काही तंत्रांचीही मदत घ्यावी लागते. उदा., मुलाखतपद्धती. लोकांची निर्णय घेण्याची प्रक्रिया व त्यावर परिणाम घटक, अर्थातच यासाठी निर्णयप्रक्रियेतील (Models) चा अभ्यास करणे महत्त्वाचे ठरते, अर्थातच, या ठिकाणी एक गोष्ट लक्षात ठेवणे आवश्यक आहे, की वर्तणूकविषयक दृष्टिकोनाचा उद्देश, लोकांची संस्कृती व वर्तणूक अभ्यासणे हा नसून लोकांच्या वर्तणुकीमुळे जी विशिष्ट लोकसंख्या रचना निर्माण होते. (Population Pattern/Structure), ती अभ्यासणे हा आहे. किंवा लोकांच्या वर्तणुकीमुळे लोकसंख्यारचना कशी बदलते, हे स्पष्ट करणे हे वर्तणूकविषयक दृष्टिकोनाचे मुख्य काम आहे.

क) व्यवस्थाविषयक दृष्टिकोन (System Approach)

समाजात व आपल्या भोवतालच्या परिसरात जे विविध घटक असतात, ते विविध व्यवस्थेचे भाग आहेत (System), ही गोष्ट निरीक्षणाने आपल्या लक्षात येते. उदा., आपण वाहतूक-व्यवस्था लक्षात घेतली, तर रस्ते, रेल्वेरूळ, स्टेशन-मास्तर, गार्ड, प्रवासी हे या व्यवस्थेचे निरनिराळे घटक आहेत, ही गोष्ट आपल्या लक्षात येते. या घटकांचे परस्परांशी व सभोवतालच्या पर्यावरणाशी विशिष्ट नाते असते. त्या व्यवस्थेच्या उत्तम कार्यवाहीसाठी (funtion) या सर्व घटकांनी आप-आपल्या भूमिका योग्य रीतीने पार पाडणे आवश्यक असते. यांतील एकाही घटकाचे काम बिघडले, तर संपूर्ण व्यवस्थेवर

त्याचा विपरीत परिणाम झाल्याशिवाय राहत नाही. म्हणूनच एखाद्या प्रदेशातील लोकसंख्येचा अभ्यास करताना त्या लोकसंख्येचे विविध व्यवस्थांमध्ये वर्गीकरण करता येते. तसेच त्या समाजात अस्तित्व असणाऱ्या व्यवस्थेमध्ये किती लोक गुंतले आहेत व त्या समाजातील किती व्यक्तींचा समाजातील किती व्यवस्थांशी संबंध आहे, ही गोष्ट विचारात घेणे क्रमप्राप्त ठरते. एखाद्या विशिष्ट पर्यावरणात व्यवस्था व उपव्यवस्था आढळतात. उदा., रेल्वे वाहतूक व्यवस्था ही वाहतूक व्यवस्थेची उपव्यवस्था आहे. याच पद्धतीने व्यवस्था व उपव्यवस्थेचे जाळे लक्षात घेऊन, त्यांचा परस्परांशी व मानव या घटकांशी असणारा संबंध त्यांचे घटक यांचा अभ्यास केला जातो. त्याच्यात लोकसंख्येचे विशिष्ट अंग लक्षात घेतले जाते. पर्यावरणातील व्यवस्थांचे कार्य समजून घ्यावयाचे असेल, तर पर्यावरणातील घटक व ते ज्या व्यवस्थांच्या अंतर्गत कार्यवाहीत झाले आहेत, त्या व्यवस्था समजून घ्यावा लागतात. उदा., स्थलांतर हे लोकसंख्येचे अंग समजून घ्यावयाचे असेल तर स्थलांतर या घटकाशी संबंधित व्यवस्था समजून घ्याव्या लागतात. उदा., स्थलांतर हे लोकसंख्येचे अंग समजून घ्यावयाचे असेल, तर स्थलांतर या घटकाशी संबंधित व्यवस्था व त्यात कार्यान्वित झालेले घटक यांचा अभ्यास करावा लागतो. उदा., खेड्यांकडून शहरांकडे होणारे स्थलांतर, यामध्ये मुख्य घटक म्हणजे स्थलांतर करणारी व्यक्ती होय. याचबरोबर खेड्यातील ज्या व्यवस्थेमुळे त्या व्यक्तीला खेडे सोडावे लागते, ती व्यवस्था. शहरात त्या व्यक्तीला ज्या शैक्षणिक किंवा इतर सामाजिक संस्था नोकऱ्या मिळवून देतात, त्या संस्थांची व्यवस्था, या साऱ्याच व्यवस्थांचा अभ्यास करावा लागतो. व्यवस्था विषयक दृष्टिकोन अंगीकारला, की एखाद्या वस्तुस्थितीमधील अनेक अंगांचा विचार स्पष्ट होतो. उदा., स्थलांतर करणाऱ्या व्यक्तीची खेड्यातील व्यवस्था, तेथे असणारा नोकऱ्यांचा अभाव या गोष्टी जशा लक्षात घ्याव्या लागतात, त्याच पद्धतीने त्याची कुटुंबव्यवस्थाही लक्षात घ्यावी लागते, तो एकत्र कुटुंबाचा, की विभक्त कुटुंबाचा घटक आहे, घरातील आर्थिक मिळकत कशावर अवलंबून आहे, कुटुंबाकडे किती जमीन आहे, कोणत्या आर्थिक पद्धतीत कुटुंबव्यवस्था चालू आहे. या साऱ्या गोष्टी स्पष्ट व्हाव्या लागतात.

व्यवस्थांचा अभ्यास करताना इतर अनेक गोष्टी स्पष्ट होतात. उदा., स्थलांतराचा अभ्यास करताना खेड्याची व्यवस्था, त्यातील कुटुंबव्यवस्था, शहरातील अर्थव्यवस्था, त्यामुळे स्थलांतरित होणारी व्यक्ती या गोष्टी जशा स्पष्ट होतात, तसेच शहर व खेड्यांमधील अंतर, स्थलांतरित व्यक्तींची वर्तणूक यांसारख्या इतरही गोष्टी कमी अधिक स्पष्ट होतात. या गोष्टींचाही व्यवस्थांच्या कार्यांवर परिणाम होत असतो. स्थलांतरित व्यक्तींचे वय, लिंग, शैक्षणिक पात्रता या गोष्टी प्रत्यक्ष व अप्रत्यक्ष परिणाम करीत असतात. व्यक्तीच्या

स्थलांतरामुळे खेड्यांतील व्यवस्था (Rural System) व शहरातील व्यवस्था (Urban System) यांचा परस्परसंबंध व काही नवीन परिणाम दृष्टोत्पत्तीस येतात. उदा., खेड्यातील व्यवस्थेकडून शहरी व्यक्तीकडे स्थलांतरित होणारी व्यक्ती खेड्यातील व्यवस्थेची काही वैशिष्ट्ये आपल्याबरोबर घेऊन येते. शहरी व्यवस्थेतील काही घटक या स्थलांतरित व्यक्तीला समांवून घेण्यास मदत करतात, तर काही घटक विरोध करतात. प्रत्येक व्यवस्थेचा आपल्या घटकांवर विलक्षण प्रभाव असतो किंवा नियंत्रण असते. म्हणूनच स्थलांतर करणारी व्यक्ती खेड्यातील व्यवस्थेच्या नियंत्रणातून जेव्हा पूर्णपणे बाहेर पडते, तेव्हाच ती शहराकडे स्थलांतर करू शकते. खेड्यातील व्यवस्थेचे काही घटक व्यक्तीस स्थलांतरापासून परावृत्त करीत असतात. उदा., कुटुंबाची ओढ, अपुरी शैक्षणिक पात्रता एकत्रित शेतीपद्धती व काही सामाजिक बंधने. परंतु, या नियंत्रणातून मार्ग काढून जेव्हा स्थलांतरित व्यक्ती शहरात येते, तेव्हा शहरातील नवीन व्यवस्थेशी तिला जमवून घ्यावे लागते. या स्थलांतराचा परिणाम ग्रामीण व्यवस्था व शहरी व्यवस्था या दोहोंवरही होत असतो. उदा., खेड्यातील तसेच कुटुंबातील लोकांची संख्या कमी झाल्यामुळे कुटुंबाचे उत्पन्न बदलू शकते. मात्र शहरातील लोकसंख्यावाढीमुळे शहरी व्यवस्थेवर परिणाम होऊन त्याचे वेगवेगळे परिणाम दिसून येतात.

या तीनही दृष्टिकोनांपैकी एकच दृष्टिकोन डोळ्यांसमोर ठेवून बऱ्याच वेळा भागत नाही. तर त्या तीनही दृष्टिकोनांचा तौलनिक विचार करून व त्या तीनही दृष्टिकोनांतील महत्त्वाचे मुद्दे लक्षात घेऊन एखाद्या प्रदेशातील लोकसंख्येचा अभ्यास करावा लागतो.

१.५ लोकसंख्या माहिती गोळा करण्याचे मार्ग (Sources of Population Data)

एखाद्या देशाला म्हणजेच त्या देशातील सरकारला त्या देशातील लोकसंख्येची अद्ययावत माहिती असणे आवश्यक असते. या माहितीच्या आधारे सरकारला अनेक महत्त्वाचे निर्णय घेता येतात. उदा., नवीन नोकऱ्यांची निमिती, पेन्शनर लोकांची संख्या व पेन्शनची तजविजी, सैन्यभरती व कुटुंबनियोजन वगैरे. अर्थातच, यासाठी लोकसंख्येचे अचूक आकडे माहिती असणे आवश्यक ठरते. मात्र, लोकसंख्येची अचूक माहिती मिळविणे जिकरीचे काम असते. लोकसंख्येची माहिती मिळविण्याच्या विविध पद्धती खालीलप्रमाणे:

१.५.१. जनगणना (Census)

जनगणना हा लोकसंख्येची प्रत्यक्ष माहिती मिळविण्याचा मार्ग आहे, (direct source) यामध्ये विविध भागांतील सरकारी नोकर व प्राथमिक शिक्षक, त्यांना नेमून दिलेल्या भागातील घरोघरी फिरून, लोकांशी प्रत्यक्ष संपर्क साधून, माहिती गोळा करतात.

म्हणून याला लोकसंख्येची माहिती गोळा करण्याचा प्रत्यक्ष मार्ग म्हणतात. घरोघरी फिरणारी व्यक्ती आपल्याबरोबर प्रश्नावली घेऊन जाते व त्यात पत्ता, कुटुंबातील प्रमुख व्यक्ती व इतर व्यक्ती, वय, लिंग, शैक्षणिक अर्हता वगैरे गोष्टींची माहिती भरून घेते. अशा रीतीने प्रत्यक्ष भागातून लोकसंख्येची माहिती भरलेल्या प्रश्नावली जमा होतात व देशातील एकूण लोकसंख्येची विविध अंगे त्याच्या विश्लेषणाने स्पष्ट होतात.

आवश्यक ती माहिती उपलब्ध असणे किंवा ती उपलब्ध होणे ही आजच्या कोणत्याही सामाजिक शास्त्रांच्या अभ्यासकासमोरची महत्त्वाची समस्या आहे. विविध सामाजिकशास्त्रांतील तज्ज्ञांनी त्यांच्या विषयाला अनुरूप अशा माहिती गोळा करण्याच्या पद्धती शोधून काढल्या आहेत. लोकसंख्या भूगोल हे सामाजिक शास्त्रच आहे; परंतु या विषयाची व्याप्ती फार मोठी आहे. कारण लोकसंख्येच्या विविध वैशिष्ट्यांच्या संदर्भात असणारी माहिती काळाप्रमाणे बदलणारी असते. याशिवाय, ही माहिती लहान प्रदेशाकरिता किंवा मोठ्या प्रदेशाकरिता गोळा करावयाची, या गोष्टी विचारात घ्याव्या लागतात. कारण त्यानुसार माहिती गोळा करण्याच्या पद्धतीत बदल करावा लागतो. उदा., छोट्या प्रदेशाकरिता घरोघर माणसे पाठवून माहिती गोळा करता येते. मात्र फार मोठ्या प्रदेशाकरता याशिवाय इतर तंत्रांचाही वापर करावा लागतो. कारण एका व्यक्तीस संपूर्ण प्रदेशात फिरून माहिती गोळा करणे अशक्य असते.

जनगणनेद्वारा उपलब्ध होणारी माहिती हा लोकसंख्या भूगोलाच्या दृष्टीने एक महत्त्वाचा व मूलभूत मार्ग आहे. जनगणना म्हणजे स्वयंसेवकांनी घरोघर जाऊन लोकसंख्येची मिळवलेली प्रत्यक्ष माहिती होय. असा स्वयंसेवक प्रत्यक्ष घरी जाऊन, तेथील व्यक्तींशी संवाद साधून, आवश्यक ती माहिती गोळा करतो. सर्व सामान्यपणे हा स्वयंसेवक प्रत्येक घरात कुटुंबप्रमुखाचे नाव, वय, लिंग, शैक्षणिक अर्हता, व्यवसाय, इत्यादी माहिती भरून घेतो. २०११ च्या जनगणनेपासून तर अशा स्वयंसेवकांना संगणक प्रणालीचा वापर करून माहिती गोळा करण्याची सुविधा उपलब्ध करून दिली आहे.

जनगणना बऱ्याच देशांत दर दहा वर्षांनी घेतली जाते. लोकसंख्येचे आकडे बदलत असल्याने दर दहा वर्षांनी जनगणना घेणे आवश्यक ठरते.

जनगणनेच्या प्रश्नावलीचे स्वरूप बदलून लोकसंख्येची इतर वैशिष्ट्येही गोळा करता येतात.

जुन्या काळात जनगणनेची सुरुवात इजिप्तमध्ये, चीन, बॉबिलोनिया, रोम वगैरे ठिकाणी झालेली आढळते. आधुनिक काळात जनगणना हा प्रकार केवळ लोकसंख्येची माहिती गोळा करणे एवढ्यापुरताच मर्यादित न राहता, लोकसंख्येची आकडेवारी गोळा करणे व त्याचा सखोल अभ्यास करणे,ही सर्व प्रक्रिया जनगणनेत अभिप्रेत धरली जाते.

भारतात त्या वेळच्या सरकारने १८६५ मध्ये देशात जनगणना घेण्याचे तत्त्वत: मान्य केले. अशी जनगगणना १८७१ मध्ये घेतली जावी, असे ठरविण्यात आले. १८६५ मध्येच लोकांना द्यावयाचे नमुना प्रश्नसंच व जनगणनेची वेळ, काळ ठरविण्यात आले. प्रत्यक्षात मात्र ही जनगणना १८७२ मध्ये घेण्यात आली तेव्हापासून भारतात दर दहा वर्षांनी जनगणना घेतली जाते. १८७२ नंतर मात्र १८८१ मध्ये दुसरी जगनणना घेण्यात आली. भारतीय जनगणना लोकसंख्या आकडे, शहरी व ग्रामीण लोकसंख्या, स्त्री व पुरुषांचे प्रमाण लोकसंख्येचे वयसापेक्ष प्रमाण, साक्षर व निरक्षर प्रमाण वगैरे अनेक प्रकारची माहिती मिळविते. ही प्रक्रिया जास्तीत जास्त आधुनिक करण्यासाठी व तिची व्याप्ती वाढविण्यासाठी प्रश्न संचात व तंत्रज्ञानात अनेक नवीन बदल तसेच वेळापत्रकात वेळोवेळी बदल केले आहेत. १९०१ पासून खऱ्या अर्थाने शासकीय पातळीवर जनगणना-प्रक्रिया राबविण्यात येत आहे. १९०१ पासून भारतातील जनगणना प्रत्येक शहराचा व १९५१ पासून प्रत्येक खेड्यांचा लोकसंख्या विषयक इतिहास सांगू शकते. भारत सरकारच्या जनगणना विभागाने जगातील प्रगत देशांमधील जनगणना विभागाच्या बरोबरीने स्थान मिळविले आहे.

भारतात २० व्या शतकापूर्वी जो जनगणना कार्यक्रम सुरू होता, त्याचा उद्देश देशातील लोकांमधून सैनिक भरती करणे, लोकांवर करआकारणीसंबंधी निर्णय घेणे व देशातील कामगारशक्ती ठरविणे हा होता. मात्र १९ व्या शतकानंतर ज्या जनगणना घेतल्या गेल्या त्यांच्या वरील उद्देशाशिवाय इतरही काही हेतू होता. उदा., लोकसंख्येचा शैक्षणिक सहभाग, औद्योगिक प्रगतीतील सहभाग, संशोधनातील सहभाग, इ. म्हणून १९ व्या शतकानंतरच्या जनगणना प्रश्नावलीमध्ये शैक्षणिक अर्हता, व्यवसाय वगैरे स्तंभ वाढविलेले आढळतात. जनगणना ही जास्तीत जास्त विश्वासार्ह व अनेक बाजूंनी उपयुक्त असली, तरी आधुनिक जनगणना-प्रक्रियेच्या काही मर्यादा आढळून येतात. झेलेस्की (Zelensky) या शास्त्रज्ञाच्या मते, अप्रगत देशांमध्ये जनगणनेत काही अडथळे येतात. उदा., जनगणनेबद्दल लोकांचे असलेले अज्ञान, जनगणना या प्रक्रियेकडे पाहण्याची संशयी वृत्ती इत्यादींमुळे जनगणना करणाऱ्या स्वयंसेवकाचे काम बिकट होऊन बसते. याशिवाय अप्रगत देशांमधील अशिक्षित लोक निश्चित वय सांगू शकत नाहीत, अप्रगत देशांमधील सर्वच भागांत वाहतुकीच्या सोयी उपलब्ध नसतात. अशा प्रदेशापर्यंत पोहोचणे स्वयंसेवकाला अवघड होते. याशिवाय, अशा अप्रगत देशांकडे जनगणना प्रक्रिया राबविण्यासाठी पुरेसे आर्थिक पाठबळही नसते. या सर्वांचा परिणाम जनगणना-प्रक्रियेवर होऊन अचूक माहिती मिळणे अवघड होते.

अप्रगत देशांनाच या अडचणींना तोड द्यावे लागते, असे नाही, तर कित्येक

वेळा प्रगत देशातील लोकही स्वयंसेवकाला योग्य माहिती पुरवत नाहीत. इंग्लंड सारख्या प्रगत देशात जनगणनेकडे लोकांच्या खासगी आयुष्यात डोकावण्याचा प्रयत्न या दृष्टीने पाहिले जाते.

१.५.२. सर्वेक्षण (Survey)

सर्वेक्षण व जनगणना यांतील फरक अस्पष्ट आहे. संपूर्ण देशातील सर्व लोकसंख्येची सामान्य आकडेवारी म्हणजे जनगणना होय. तर एखादे खेडे, शहर किंवा एखाद्या विशिष्ट भागापुरती लोकसंख्येच्या विशिष्ट वैशिष्ट्याविषयी गोळा केलेली माहिती म्हणजे लोकसंख्येचे सर्वेक्षण होय. सर्वेक्षणातून उपलब्ध झालेली माहिती जनगणनेतील माहितीला पूरक ठरते. अलिकडच्या काळात बऱ्याच देशांत लोकसंख्या वैशिष्ट्यांच्या संदर्भातील माहिती गोळा करण्याकरिता सर्वेक्षण केले जाते. विशिष्ट भागातील जन्मदर, मृत्युदर, स्थलांतरे, बेकारी, आरोग्य, शिक्षण यासंदर्भातील माहिती गोळा करण्यासाठी सर्वेक्षणे केली गेली. सर्वेक्षण करताना लोकांचा दृष्टिकोन समजेल, अशा पद्धतीने प्रश्नावलीमध्ये प्रश्न घातले जातात. अलिकडच्या काळात सर्वेक्षण प्रक्रिया ही फक्त संयुक्त संस्थाने तसेच युरोपातील प्रगत देशांतच राहिली नसून भारतासारख्या विकसनशील देशातही सर्वेक्षण प्रक्रिया राबविली जाते. सर्वेक्षण प्रक्रिया सरकारी खात्यांकडून तसेच खासगी उद्योजकांकडूनही राबविली जाते.

भारतात राष्ट्रीय नमुना सर्वेक्षण (National Sample Survey) चा उदय १९५० मध्ये झाला. ही संस्था स्थापन करण्यामागचा मुख्य उद्देश म्हणजे देशाच्या विविध भागांतून काही विशिष्ट सामाजिक व आर्थिक आकडेवारी गोळा करणे हा होता. ही सर्वेक्षणे नमुना सर्वेक्षणासारखी असतात. ही सर्वेक्षण एका मागोमाग एक क्रमाक्रमाने घेतली जातात. प्रत्येक वेळी घेतलेले सर्वेक्षण हे एखाद्या ठिकाणच्या लोकसंख्येच्या एखाद्या वैशिष्ट्यासाठी घेतले जाऊ शकते. आजपर्यंत झालेली नमुना सर्वेक्षण पाहिली, तर ती खालील वैशिष्ट्यांसंदर्भात माहिती गोळा करण्यासाठी घेतलेली आढळतात. उदा., घरपट्टी उत्पादन, खेड्यातील वस्तूंच्या किंमती, बेकारी, अर्थबेकारी इत्यादी.

याचबरोबर इतर लोकसंख्या वैशिष्ट्यांसाठीही सर्वेक्षण घेतली जातात. सरकारी व खासगी संस्थांकडून केली गेलेली सर्वेक्षण व त्यांचा तपशील हा जनगणनेस पूरक ठरतो. लोकसंख्या भूगोलतज्ज्ञांस लोकसंख्याविषयक अभ्यासासाठी याचा फार उपयोग होतो.

१.५.३. लोकसंख्या नोंदणीपत्रके (Population Registers)

जनगणनेची सुरुवात होण्यापूर्वीपासून लोकसंख्येची किंवा लोकसंख्येच्या विविध वैशिष्ट्यांची नोंद करण्याची पद्धत बऱ्याच देशांत अस्तित्वात होती. चीन जपानसारख्या

पूर्वेकडील देशांत तर नोंदणी पद्धतीची फार मोठी परंपरा आढळते. चीनमध्ये प्रत्येक कुटुंबाला आपल्या कुटुंबातील व्यक्ती, वय वगैरे गोष्टींची नोंद ठेवावी लागते असे. चीनमधील ही पद्धत आसपासच्या देशातही पसरली. जपानने सुद्धा चीनची ही पद्धत स्वीकारली व कुटुंब नोंदणीपत्र के प्रत्येक कुटुंबाकडून ठेवली जाऊ लागली. त्यांना जपानी भाषेत koseki म्हणतात. अशी नोंदणीपत्रके कित्येक हजार वर्षे ठेवल्यचे पुरावे आढळतात.

आधुनिक युगात कित्येक देशांमधून सरकारी खात्यांमध्ये विविध प्रकारची नोंदणीपत्र ठेवलेली आढळतात. उदा., जन्म, मृत्यू, विवाह नोंदणीपत्र, दत्तक व घटस्फोटाची नोंदणीपत्र. नवीन देशात प्रवेश केल्याचे नोंदणीपत्र इ. बऱ्याच देशात यांना लोकसंख्याविषयक नोंदणीपत्रके (Population Register) असे म्हणतात. सं. संस्थानात १९५५ मध्ये वेळोवेळी ठेवल्या गेलेल्या या नोंदणीपत्रकांचा अभ्यास करून महत्त्वाची लोकसंख्या माहिती प्रकाशित करण्यात आली. अशा नोंदणीपत्रकांतून विशिष्ट प्रदेशातील लोकसंख्येचा कायदेशीर अंगांवर प्रकाश पडतो. उदा., घटस्फोट वगैरे लोकसंख्या भूगोलाचा अभ्यास मात्र या नोंदणीपत्रकातील कायदेशीर बाजूपेक्षा लोकसंख्याविषयक माहितीशी जास्त संबंधित असतो. बहुतेक देशांमधून जन्म-मृत्यूची करण्यात येते अशी नोंद केली गेली नाही, तर संबंधित व्यक्ती शिक्षेस पात्र ठरते. अशा प्रकारची नोंदणीपद्धत सक्तीची, कायदेशीर व सातत्याने घडणारी असल्यामुळे अशा नोंदणी पुस्तकांतून मिळणारी माहिती समाधानकारक व खरी असते. अर्थातच देशानुरूप नोंदणीपत्रक ठेवणारे सरकारी अधिकारी किती प्रामाणिक आहेत, तसेच आधुनिक तंत्रांचा त्यांना किती वापर करता आला आहे व यासंदर्भात सरकार त्यांना किती पैसा उपलब्ध करून देते, यावर नोंदणीपत्रकाचा दर्जा व विश्वासार्हता अवलंबून असते. जगातील एकूण लोकसंख्येच्या केवळ निम्म्या लोकसंख्येची जन्म व मृत्यूची नोंद केलेली आढळते. तर विवाह व घटस्फोट संदर्भातील नोंद लोकसंख्येपैकी १/३ लोकसंख्यापुरत्याच आढळतात. भारतात कुटुंबातील जन्म व मृत्यूची नोंद करणे प्रत्येक कुटुंबप्रमुखावर सक्तीचे आहे. मोठ्या शहरांमधून अशी नोंदणीपत्रके नगरपालिका, महानगरपालिका ठेवतात, तर लहान गावात तलाठी कार्यालयात ठेवतात. स्वातंत्र्यानंतर भारतातील जन्म व मृत्यूची नोंद करण्याच्या कार्याला अधिक गती आली.

१.५.४ राष्ट्रीय कुटुंब आरोग्य पाहणी आकडेवारी (National Family Health Survey)

राष्ट्रीय कुटुंब आरोग्य पाहणी ही मोठ्या प्रमाणामध्ये तसेच अनेक फेऱ्यांमध्ये घेतली जाणारी, भारताच्या सर्व भागांतील कुटुंबांची नमुना प्रतिनिधिक पाहणी असते.

अशी पहिली पाहणी सन १९९२-९३ मध्ये घेण्यात आली आणि तेव्हापासून अशा तीन फेऱ्यांमध्ये पाहणी करण्यात आली आहे. या पाहणीमध्ये प्रजननक्षमता, बालमृत्यू, कुटुंबकल्याण पद्धतीचा वापर, माता आणि बाल आरोग्य, प्रजनन आरोग्य, आहार, रक्तक्षय, आरोग्य स्तर आणि कुटुंबनियोजन सेवा यांचा अंतर्भाव असतो. प्रत्येक पाहणीमध्ये खालील दोन उद्देश असतात. अ) आवश्यक माहिती संकलित करून ती आरोग्य आणि कुटुंबकल्याण मंत्रालय, आणि इतर संदस्यांना कुटुंबकल्याणाबाबत धोरण ठरविणे आणि योग्य कार्यक्रम आखणे यासाठी पुरविण्यात येते ब) आरोग्य आणि कुटुंबकल्याण यांतील उद्‌भवणारे प्रश्न यासाठी आवश्यक माहिती उपलब्ध करून देणे. भारत सरकारच्या आरोग्य आणि कुटुंबकल्याण मंत्रालयाने (MOMF) आंतरराष्ट्रीय लोकसंख्या शास्त्र संस्थेला (IIPS) या कामासाठी प्रमुखपद दिले असून पाहणी साठी आवश्यक तांत्रिक सल्ला देणे आणि पाहणीमध्ये जरूर तो समन्वय ठेवणे ही प्रमुख कामे करावी लागतात. आय. आय. पी. एस. या संस्थेने क्षेत्रिय स्तरावरील विविध संस्थांशी संपर्क आणि समन्वय ठेऊन पाहणी निर्दोष व्हावी यासाठी सहकार्य करते. राष्ट्रीय कुटुंब आरोग्य पहाणी संस्थेच्या अखत्यारित येणाऱ्या एक किंवा अधिक राज्याच्या पहाणीची जबाबदारी अशा एकेका क्षेत्रीय संस्थेला देण्यात आलेली असते.

अमेरिकेतील ओ.आर.सी. मॅक्रो आणि अशा इतर संस्था राष्ट्रीय कुटुंब पाहणी मधील विशिष्ट प्रश्नाबद्दल तांत्रिक साहाय्य करतात. या बहुस्तरीय पाहणीसाठी लागणारा निधी हा यू.एस.ए.आयडी, डी.एफ.आय.डी, बिल आणि मेलिंडा गेट्स फ ाउंडेशन युनिसेफ , यु एन.एफ.पी.ए. आणि आरोग्य आणि कुटुंबकल्याण मंत्रालय, भारत सरकार यांचेकडून उपलब्ध करून देण्यात येतो.

१.५.५. जिल्हा स्तरीय, कुटुंब आणि सुविधा पाहणी (District Level Household Survey - Data)

वर सांगितल्याप्रमाणे भारत सरकारच्या आरोग्य आणि कुटुंबकल्याण मंत्रालयाने आंतरराष्ट्रीय लोकसंख्याशास्त्र संस्था ही समन्वयक संस्था आहे. ही संस्था जिल्हास्तरीय कुटुंब आणि सुविधा पहाणी करून माहिती संकलित करते. तिसऱ्या फेरीच्या पाहणीमध्ये भारतातील सर्व राज्यांत मिळून ६११ जिल्ह्यांच्या पाहणीचा समावेश होता. एकएका जिल्ह्यातील सुमारे १००० ते १५०० कुटुंबाच्या पाहणीमध्ये समावेश करण्यात आला होता. तिसऱ्या फेरीच्या पाहणीमध्ये (डीएलएचएस) कुटुंबनियोजन, माता आणि बाल आरोग्य, प्रत्येक लग्न झालेल्या स्त्रिया आणि वयात आलेल्या मुली यांचे प्रजनन आरोग्य, जिल्हा स्तरावर उपलब्ध असलेल्या माता आणि बाल आरोग्य सुविधांच्या उपयोगा संबंधीची माहिती यांचा समावेश होय. याशिवाय डीएलएचएस नवजात बालकाची

काळजी, जन्मानंतर ४८ तासांत घ्यावयाची काळजी, प्रजनन आणि बाल आरोग्य काळजी, आशा या संस्थेचा प्रजनन आणि बाल आरोग्य याबाबत सहभाग तसेच सुरक्षा योजना (JSY) या बाबत संपूर्ण माहिती पुरविण्यात येते. आरोग्य संस्थाचा उपयुक्तता पाहणी करून प्राथमिक आरोग्य केंद्र, त्याची उपकेंद्र, आरोग्य केंद्रे आणि जिल्हा रुग्णालये यांची पाहणी केलेल्या गावासाठी कितपत फायदा होतो हे पाहणे. राष्ट्रीय ग्रामीण आरोग्य मिशन (NRHM) अंतर्गत अधिक सुविधा पुरविणे व वाढविणे यांबाबत उपयोगिता एकक ठरविणे (DLHS) -३ चे उद्देश होते. सध्याची पहाणीची तिसरी फेरी असून या पूर्वी १९९८-९९ आणि २००२-०४ या साली पाहणी करण्यात आली.

(IIPS) ही संस्था पाहणीसाठीचा कार्यक्रम पद्धती, आवश्यक उपकरणाचा विकास करते. पाहणीसाठी सॉफ्टवेअर तयार करणे आणि क्षेत्रीक पाहणी पथकाचे प्रशिक्षण आणि पाहणीचा व्यवस्थापन आणि सर्वेक्षण ही कामे करते. या पाहणीमुळे शासनाला सध्या अस्तित्वात असलेले आरोग्य आणि कुटुंबकल्याण कार्यक्रमामध्ये अधिक सुविधा आणि उत्तम सेवा देणे शक्य होईल.

१.५.६. इतर साधने (Other Sources)

या प्रमुख साधनांशिवाय इतर काही साधनांचा उपयोग लोकसंख्या माहिती गोळा करण्यासाठी होतो. उदा., सरकारी संस्थांनी ठेवलेली स्थलांतरविषयक माहिती, निवेदने, विविध सरकारी संस्थांनी तयार केलेली भाषाविषयक माहिती (Linguistic Reports) आज जगामध्ये काही देश स्थलांतरविषयक नोंदी वेळोवेळी प्रकाशित करत असतात. सरकारी व खासगी नियतकालिकांमधून व शैक्षणिक नियतकालिकांमधून प्रसिद्ध होणाऱ्या माहितीचा लोकसंख्या भूगोलाच्या अभ्यासकाला उपयोग होतो. या पद्धतीचा सर्वांत मोठा फायदा म्हणजे अगदी अलिकडची माहिती उपलब्ध होऊ शकते. जेव्हा अनेक देश ब्रिटिश साम्राज्याचे घटक होते, तेव्हा ब्रिटिश राज्याकर्त्यांनी त्या सर्व भागांतील भाषाविषयक दाखले किंवा नोंदी तयार केल्या होत्या. म्हणजे कोणत्या भागात कोणकोणत्या भाषा बोलल्या जातात, प्रमुख भाषा कोणती, उपभाषा कोणत्या, या भाषा बोलणाऱ्यांची संख्या किती वगैरे त्या काळात तयार केलेले हे भाषाविषयक अहवाल आजही लोकसंख्येचे विश्लेषण करताना उपयोगी पडतात. ब्रिटिश साम्राज्याच्या अशा घटक विभागांमध्ये भारताचाही समावेश होतो.

२ लोकसंख्येची वैशिष्ट्ये

(Population Dynamics)

२.१ प्रास्ताविक (Introduction)
२.२ लोकसंख्या वितरणाची वैशिष्ट्ये (Characteristics of Population Distribution)
२.३ लोकसंख्या वितरणावर व घनतेवर परिणाम करणारे घटक (Factors influencing distribution and Density of population)
२.४ जागतिक व भारतीय लोकसंख्या वितरण व वाढ (Population Growth and distribution in world and India)
२.५ लोकसंख्यारचना (Composition of Population)

२.१ प्रास्ताविक (Introduction)

कोणत्याही देशाची लोकसंख्या ही इतर नैसर्गिक उत्पादक घटकांइतकीच महत्त्वाची असते. लोकसंख्यशवाढ व आर्थिक प्रगती यांचाही अत्यंत घनिष्ट संबंध असतो. कारण कोणत्याही देशाची आर्थिक प्रगती ही उत्पादनासाठी लागणारे नैसर्गिक उत्पादक घटक व ते वापरले जाण्यासाठी लागणारी लोकसंख्या यांवर अवलंबून असते. पुरेशी लोकसंख्या नसेल, तर उत्पादनाचे सर्वच घटक वापरले जाणार नाहीत आणि तेवढ्या प्रमाणात एकूण उत्पादनात घट होईल. या दृष्टीने उत्पादनाचा एक घटक म्हणून लोकसंख्येचे महत्त्व आहे, म्हणूनच प्रथमतः मानवी भूगोलात लोकसंख्येचा अभ्यास महत्त्वाचा ठरला. मात्र आजच्या काळात लोकसंख्येचा अभ्यास करणारे एक स्वतंत्र शास्त्र लोकसंख्या भूगोल रुपाने अभ्यास दिशा अधिक स्पष्ट करीत आहे.

मानव आपल्या ज्ञानाच्या बळावर सभोवतालच्या पर्यावणातून गरजा भागविण्यासाठी सतत प्रयत्नशील असतो. आर्थिक, सामाजिक व राजकीय दृष्ट्या

लोकसंख्येची वैशिष्ट्ये / २३

जगात काही मानवसमूह अगदी प्रबळ झाले आहेत. तर काही मानवसमूह अगदीच दुर्बळ राहिले आहेत. उत्पादनक्षमता व उपभोग क्षमता यांचा संबंध लोकसंख्या प्रमाणाशी असतो.

लोकसंख्या वितरणावर परिणाम करणारे घटक, वितरणाच्या अभ्यासाची गरज, घनतेचे प्रकार या गोष्टी वितरणाच्या अभ्यास महत्त्वाच्या आहेत. भारतीय लोकसंख्या हा सुद्धा एक महत्त्वाचा अभ्यास विषय आहे. २०११ च्या शिरगणतीत भारताची लोकसंख्या १२१ कोटी होती. गेल्या दहा वर्षांत भारताची लोकसंख्या २१ कोटीने वाढली. संयुक्त राष्ट्रसंघाच्या २०११ च्या आकडेवारीनुसार जगातील लोकसंख्येच्या १७.५% लोक भारतात आहेत. चीनमध्ये जगाच्या १९.२४% इतके लोक आहेत.

२.१.१. लोकसंख्या वितरणाच्या अभ्यासाची गरज (Need of Population Distribution Study)

मानवी संपदेचे पृथ्वीवरील वितरण नैसर्गिक संपदेप्रमाणेच असमान आहे. लोकसंख्येचे वितरणही भौगोलिक संज्ञा आहे. स्थान व क्षेत्र यांच्याशी वितरणाचा संदर्भ असतो. कोणत्या प्रदेशात किती लोक राहतात, तसेच कोणते प्रवेश दाट लोकसंख्येचे आहेत, कोणते प्रदेश विरळ लोकसंख्येचे आहेत, याचा बोध वितरणाचा अभ्यासातून होतो.

लोकसंख्येचे वितरण जगात खूपच असमान आहे. या असमान वितरणाचा परिणाम राजकीय आर्थिक, सामाजिक, इत्यादी अंगांवर होत असतो. लोकसंख्येच्या बळावर अनेक देश आज राजकीय दृष्टीने प्रबळ होऊ पाहात आहेत. चीन, मध्यपूर्वेतील देश लोकसंख्येमुळे प्रगती करून नैसर्गिक अडचणी व सांस्कृतिक मागासलेपणावर मात करू पाहात आहेत. ऑस्ट्रेलिया, इटली यांसारख्या देशांतील परिस्थिती वेगळी आहे. या देशांना आपला आर्थिक विकासाचा वेग कायम ठेवण्यासाठी कामगार इतर देशातून मागवावा लागतो. व्हिएतनामसारखा देशात लोकसंख्येच्या बळावर अमेरिकेसारख्या प्रबळ शक्तीशी कित्येक वर्षे युद्ध खेळू शकला, तर १९६२ च्या भारत-चीन युद्धात चीनची जास्त लोकसंख्या हे भारताच्या पराभवाचे एक कारण ठरले. १९४७ नंतर भारतातील गोऱ्यांच्या कमी लोकसंख्येमुळे इंग्रजांना भारत देशावर राज्य करणे अवघड होऊन बसले. एकंदर वरील सर्व गोष्टींचा विचार केला, तर लोकसंख्येच्या वितरणातील विषमता हाच घटक परिणामकारक ठरतो आणि म्हणूनच भविष्यातील विकासयोजना, राजकीय डावपेच,विकास वेग या सर्व गोष्टींसाठी लोकसंख्या वितरणाचा अभ्यास महत्त्वाचा ठरतो.

२.२. लोकसंख्या वितरणाची वैशिष्ट्ये (Characteristics of Population Distribution)

लोकसंख्या वितरणाची ठळक वैशिष्ट्ये पुढीलप्रमाणे सांगता येतील.

१) पृथ्वीच्या पृष्ठभागापैकी ७१% भाग सागराने आणि २९% भाग जमिनीने व्यापलेला आहे. या २९% भूभागापैकी ३०% भागावर कायम स्वरुपी वस्ती आहे.

२) जागतिक लोकसंख्येपैकी सुमारे ६०.११% लोकसंख्या एकट्या आशिया खंडात असून ती ३०% पेक्षा जास्त भूभाग व्यापते.

३) उत्तर, मध्य, दक्षिण अमेरिकेने जगाच्या ३१%क्षेत्रफळाची भूमी व्यापली असून तेथे फक्त १३.४२ % लोक राहतात.

४) आफ्रिकेने जगाच्या २२.२ % क्षेत्रफळ व्यापले असून त्यात १५.६९ % लोक राहतात.

५) जागतिक क्षेत्रफळाच्या ४% प्रदेशात म्हणजे युरोपात सुमारे १०.२४ % लोक राहतात.

६) आशियातील सुमारे ३२.०६ % व जागातील १९.२४ % लोकसंख्या एकट्या चीनमध्ये आहे.

२.३.१. लोकसंख्या वितरणावर व घनतेवर परिणाम करणारे घटक (Factors influencing distribution and Density of population)

लोकसंख्या-वितरण असमान आढळते. स्थळ काळानुसार वितरणातील विषमतेची कारणे बदलत जातात. वितरणावर परिणाम करणाऱ्या घटकांबद्दल भूगोल तज्ज्ञांत आजही एकमत नाही. वितरणावर केवळ नैसर्गिक घटकांचाच परिणाम होतो, असे म्हणणे एकतर्फी होईल. साधारणतः मानवी जीवनाच्या दृष्टीने आवश्यक घटकांची जेथे मुबलकता असते. सर्वसाधारण आर्थिक विकासास जेथे वाव असतो, तेथे लोकसंख्यावाढ वेगाने होते. शेती, कारखानदारी, वाहतूक व व्यापार या गोष्टींना अनुकूल परिस्थिती असली म्हणजे पर्यावरणाची पोषण क्षमता वाढते व जास्त लोक सामावून घेतले जातात. त्याचबरोबर मानवी आरोग्याला वितरणात महत्त्व आलेले असते. शीत व उष्ण वाळवंटी क्षेत्रात पर्यावरणाच्या प्रतिकूलतेमुळे व आर्थिक विकासाला वाव नसल्याने लोकसंख्येची घनता कमी असते. लोकसंख्या वितरणावर परिणाम करणाऱ्या घटकांचे पाच प्रकारांत वर्गीकरण करता येते.

अ) ऐतिहासिक घटक

ब) भौगोलिक घटक

क) आर्थिक व सामाजिक घटक

ड) राजकीय घटक

इ) लोकसंख्याशास्त्रीय घटक

अ) ऐतिहासिक घटक (Historical factors)

विशिष्ट काळात विशिष्ट घटकांचा लोकसंख्या वितरणावर तात्पुरता अथवा कायमस्वरूपी प्रभाव असतो. त्यात प्रशासन, अधिकार, साम्राज्य, कायदा यांचा समावेश होतो. स्थलांतरित शेतीनंतर मानवाने स्थायी शेतीची कला अवगत केली व सुपीक नद्यांच्या खोऱ्यांत पाणी उपलब्ध असलेल्या ठिकाणी तो स्थिरावला. त्याच ठिकाणी मानवी संस्कृती विकसित झाली. अनुकूल भौगोलिक क्षेत्रात स्वतः वर्चस्व प्रस्थापित करून तो मानवी गट प्रबळ बनला. सांस्कृतिक भिन्नतेची कारणे अशा ऐतिहासिक घटकांतून प्रकट झाली. पूर्वी भारतात अनेक परकीय लोकांची राज्ये होती. राज्यकर्ते अनेक धर्मांचे, जातींचे व वेगवेगळ्या वंशांचे होते. अशी ऐतिहासिक व संस्कृतिक भिन्नता समाज-एकतेचे प्रश्न निर्माण करते. सरकारने शेतीविषयक धोरणात बदल करून कुटुंबातील मोठ्या मुलास शेतीचा संपूर्ण हक्क देऊ केला. त्यामुळे अनेक आयरिश लोकांना आपला शेतीवरील मालकी हक्क गमवावा लागला व त्यामुळे हजारो आयरिश लोक अमेरिका खंडात उपजीविकेसाठी स्थलांतरित झाले. रशियात सुद्धा महायुद्धामुळे व दडपशाहीमुळे स्लाव्ह लोक इतरत्र स्थलांतरित झाले. हिटलर बरोबरच्या मतभेदामुळे अनेक जर्मन लोक जर्मनी सोडून गेले. दुसऱ्या महायुद्धानंतर ज्यू लोकांसाठी इस्त्राइल हा स्वतंत्र देश निर्माण झाल्याने जगभर विखुरलेले ज्यू इस्त्राइलमध्ये एकत्र आले. आणि त्याचा परिणाम लोकसंख्या वितरणावर झाला. पूर्व पाकिस्तानातून अनेक लोक निर्वासित म्हणून भारतात आले आखातातील युद्धजन्य परिस्थितीमुळे अनेक आशियाई लोक त्यांच्या देशांत परत आले.

राज्यसंस्थेतील बदल, युद्धे, अत्याचार, यादवी, सार्वजनिक असुरक्षितता यांचा ही लोकसंख्येवर परिणाम होतो. प्राचीन काळापासून सुरक्षित ठिकाणी स्थलांतरे झाल्याची अनेक उदाहरणे आहेत. १५व्या शतकानंतर अनेक जुन्या जगातील लोकांनी नव्या जगातील भूमीकडे धाव घेतली. सुरुवातीस कोलकात्याला ईस्ट इंडिया कंपनीची स्थापना झाली, अनेक लोकांनी कोलकात्याकडे धाव घेतली आणि भारतातील एक दाट लोकवस्तीचे महानगर अस्तित्वात आले. १६व्या व १७व्या शतकांत आफ्रिकेतील लोकांना गुलामांच्या व्यापारामुळे मोठ्या प्रमाणात स्थलांतर करावे लागले. १८ व्या व १९व्या शतकांत इंग्रजांच्या वसाहतीतील मळ्याच्या शेतीमध्ये काम करण्यासाठी अनेक भारतीयांना श्रीलंका, फिजी, मॉरिशस, मला या इत्यादी ठिकाणी नेण्यात आले होते. या

ही गोष्टींचा परिणाम वितरणावर झालेला दिसून येतो.

ब) भौगोलिक घटक (Geographical factors)

ऐतिहासिक घटकांबरोबरच भौगोलिक घटकही लोकसंख्या वितरणावर परिणाम करतात. भूरचना, प्रदेशाची भूशास्त्रीय घडण, हवामान, भौगोलिक स्थान, जल संपदा, मृदा, जंगले, खनिजे या भौगोलिक घटकांचा लोकसंख्या वितरणाशी निकटचा संबंध असतो.

लोकसंख्येच्या जागतिक वितरणाचा विचार केला, तर ८०% लोकसंख्या २०° ते ६०° उत्तर अक्षवृत्त या पट्ट्यात केंद्रित झालेली आढळते. केवळ १० % लोकसंख्या दक्षिण गोलार्धात राहते. युरोप व आशिया या दोन खंडांत जगाच्या लोकसंख्येच्या सुमारे ७५ % लोक राहतात. जगातील १/३ लोकसंख्या किनाऱ्या, पासून ५०० कि.मी. च्या प्रदेशात राहते. किनारपट्ट्या, खंडाचे किंवा बेटाचे निमुळते भाग लोकसंख्या केंद्रीकरणास चालना देतात.

समुद्रसपाटीपासूनची उंची जसजशी वाढत जाते, तसतशी लोकसंख्येची घनता कमी होत जाते. जगातील ८० % लोकसंख्या समुद्रसपाटीपासून ४०० मीटरपेक्षा कमी उंचीच्या प्रदेशात राहते. लोकसंख्या वितरणावर पुढील भौगोलिक घटकांचा विशेष परिणाम होतो.

१) भूमिस्वरूपे (Topographical featuers) : उंचीनुसार भूपृष्ठ रचनेचे तीन प्रकार
पडतात. साधारणतः समुद्रसपाटीपासून जास्त उंचीचा जो ओबडधोबड तीव्र उताराचा भाग असतो. त्याला पर्वतीय प्रदेश असे म्हणतात. त्यापेक्षा कमी उंचीचा, परंतु समुद्रसपाटीपेक्षा उंच जो माथ्याकडे सपाट भाग असतो, त्याला पठारी प्रदेश असे म्हणतात. समुद्रसपाटीजवळचा कमी उंचीचा सखल प्रदेश असतो, त्याला मैदानी प्रदेश समजले जाते.

अ) पर्वत (Mountain) : लोकसंख्या केंद्रीकरणात पर्वतीय प्रदेश अनुकूल व प्रतिकूल
अशा दोन्ही ही भूमिका बजावत असतात. ५००मी. पेक्षा जास्त उंचीच्या पर्वतीय प्रदेशात लोकसंख्या अधिक विरळ होत जाते. पर्वतीय प्रदेश तीव्र उताराचे असतात. त्यामुळे पर्वतीय प्रदेशातील जमिनीची धूप जलद गतीने होते. हे प्रदेश खडकाळ व निकृष्ट जमिनीचे बनतात. मात्र पशुपालन वन व्यवसाय या प्रदेशात महत्त्वाचे ठरतात. असे व्यवसाय ज्या पर्वतीय प्रदेशात केले जातात, त्या ठिकाणी लोकसंख्या घनता तुलनेने दाट असते. पर्वतीय प्रदेशाच्या दुर्गमतेमुळे मोठमोठ्या उद्योगांची तेथे शक्यता कमी असते. याचाही परिणाम कमी लोकसंख्या असण्यावर होतो. पीकवाढीसाठी आवश्यक असणारा अनुकूल

कालावधी पर्वतीय प्रदेशात अत्यंत अल्प असतो. त्यामुळे दीर्घकालीन पिके व पिकांचे विविध प्रकार घेणे पर्वतीय प्रदेशात शक्य होत नाही. समुद्रसपाटीपासून जसजसे उंच जावे, तसतसे हवेतील प्राणवायूचे प्रमाण कमी होत जाते. त्यामुळे अती उंच प्रदेशात मानव वस्ती करीत नाही. दळणवळणाच्या साधनांचा अभाव व पाणीपुरवठ्याची कमतरता यांमुळे लोकवस्ती विरळ आढळून येते.

याउलट, थंड हवेची ठिकाणे, पर्यटन केंद्रे, सूर्याभिमुख उतार झऱ्याची उगमस्थाने आणि खाणकाम केंद्रे डोंगराळ प्रदेशात असूनही ती लोकसंख्येस आकर्षित करतात.

आशिया खंडात पर्वतामुळे प्रतिरोध प्रकारचा पाऊस मोसमी काळात पडतो, म्हणून हे पर्वत वरदान ठरतात. पर्वतीय प्रदेशात दऱ्यांमध्ये व्यवसाय केंद्रित झालेले असतात. वाहतूक मार्गही तेथूनच जातात. युरोपातील आल्पस् व उत्तर अमेरिकेतील रॉकी पर्वत यांची उत्तम उदाहरणे आहेत. जल विद्युतनिर्मितीची केंद्रे हा सुद्धा पर्वतीय प्रदेशातील लोकसंख्या आकर्षणाचा महत्त्वपूर्ण घटक आहे. या पर्वतीय प्रदेशात नद्यांचा उगम होतो. तीव्र उतारावरून पाणी गतीने वाहते. या गती शील पाण्याचा उपयोग करुन विद्युतजनित्रे फिरविली जातात व त्या ठिकाणी विद्युतनिर्मिती केंद्रे निर्माण होतात. आणि अशा ठिकाणी नोकरीची मिळणारी संधी विचारात घेऊन लोक त्या ठिकाणी आकर्षित होतात.

हिमालय, अँडीज, पेरू, तिबेट येथील पर्वतारोहण करणारे लोक उंचीवरील जीवनाशी परिचित असतात. युरोपातील पर्वत लहान आकाराचे आहेत. तेथे १५०० मी.च्या आतच जास्तीत जास्त वस्त्या आहेत. ॲपेलेशियन पर्वतात सपाट भाग मानवाने वस्तीसाठी निवडले आहेत. विषुववृत्तीय प्रदेशात ३००० मीटर्सच्या आतच वस्त्या आढळतात.

आजच्या धकाधकीच्या यांत्रिक युगात आरोग्यादायी पर्यावरणामुळे पर्वतीय शिखराची ठिकाणे आरोग्यधामे बनली आहेत. आणि लोक त्या उंचीच्या जागेवरही रमलेले दिसून येत आहेत.

ब) पठारे (Plateaus) : पठारी प्रदेश म्हणजे जास्त उंचीची मैदाने होत. साधारणतः लोकवस्तीस ती अनुकूल ठरत असली, तरी पठारे कोणत्या हवामान विभागात आहेत, त्यानुसार तेथील लोकसंख्या कमी-अधिक दाट आढळते. दख्खनचे पठार हे मोसमी हवामान विभागात असल्याने दाट लोकवस्तीचे आहे. तर अरेबियाचे पठार, तिबेट गोबीचे पठार, विषम हवामान अत्यंत कमी पाऊस यांमुळे तेथे लोकवस्ती खूपच कमी आढळून येते. दख्खनचे पठार, आफ्रिकेचे पठार येथे जमिनी सुपीक आहेत. भारतातील काळ्या कापसाच्या मातीचा पट्टा यातच मोडतो. विहिरी, कालवे, तलाव, सरोवरे यांच्या साहाय्याने

जलसिंचन होते. विविध पिके काढता येतात. वाहतूक मार्गाचा विकास याचबरोबर कोळसा, लोखंड, तांबे इत्यादी खनिज संपत्तीच्या उपलब्धतेमुळे लोकसंख्या खाणकामाकडे वळली व खाणकाम केंद्राजवळ केंद्रित झाली. भारतातील छोटा नागपूर पठार हे त्याचे उत्कृष्ट उदाहरण आहे. या गोष्टींचा विचार करता लोकसंख्येची घनता पठारी प्रदेशात जास्त असलेली दिसून येते. तरी पण पठारी प्रदेशातील भूगर्भजल पातळी खूपच खोल गेलेली असते. त्यामुळे पाणीपुरवठा ही समस्या निर्माण होते व त्याचा लोकसंख्या वितरणावर अनिष्ट परिणाम होतो.

क) मैदाने (Plains) : बहुतांश मैदाने ही नदी खारे, त्रिभूज प्रदेश यांनी तयार झालेली दिसून येतात. गंगा, सिंधु, ब्रह्मपुत्रा, इरावती, होहँगहो, मिसिसिपी, नाईल, यांगत्से ही जगातील काही महत्त्वाची नद्यांची खोरी मैदाने आहेत. मैदान-प्रदेश सपाट असल्याने वाहतूक जाळे निर्माण होते. व्यापार वाढतो. एका ठिकाणाहून दुसऱ्या ठिकाणी मालाची व विचारांची देवाण-घेवाण जलद होते. भारतातील गंगेच्या मैदानात रेल्वे व रस्ते वाहतुकीचे जाळे निर्माण झालेले दिसते. मैदानी प्रदेशात नद्या आपल्या पहिल्या व दुसऱ्या टप्प्यातून वाहून आणलेला गाळ पसरवितात. या प्रदेशात मोठ्या प्रमाणात गाळाचे संचयन होऊन सुपीक मातीचे थर तयार झालेले आहेत. या ठिकाणी शेतीसाठी कृत्रिम खतांची गरज नसते. कालवे, विहिरी यांच्या साहाय्याने शेतीसाठी जलसिंचन होते. वर्षातून दोन ते तीन पिके शेतीतून घेतली जातात. आलटून पालटून पिके व पिकांची विविधता यांमुळे उत्पादन जास्त मिळते. शेतमालाचे उत्पादन जास्त असल्याने त्यावर आधारित उद्योगधंदे, वाहतूक, व्यापार दळणवळण यांचा ही विकास होतो. म्हणून जगातील जास्तीत जास्त लोकसंख्या मैदानी प्रदेशात आढळते.

२) प्रदेशाची भूशास्त्रीय घडण (Geological Formation)

लोकसंख्या वितरणावर जे भौगोलिक घटक परिणाम करतात, त्यांत प्रदेशाची भूशास्त्रीय घडण हा घटकही खूप महत्त्वाचा आहे. भूशास्त्रीय घडणीत खडकप्रकार, खडकाचे स्वरूप ह्या अतिशय महत्त्वाच्या गोष्टी आहेत. खडकांच्या प्रकारावर त्यांची पाणी धारण करण्याची क्षमता अवलंबून असते. ज्या प्रदेशाची घडण जलधारक खडकाने झाली असेल, अशा प्रदेशात भूगर्भ पाण्याची पातळी जास्त खोल नसते व सुलभतेने पाणी मिळण्याची शक्यता असते. अशा ठिकाणी पाण्याच्या उपलब्धतेमुळे शेती व उद्योग, पशुपालन यांना वाव मिळतो. लोक अशी ठिकाणे वस्तीसाठी निवडतात व ज्या प्रदेशाची निर्मिती सच्छिद्र खडकाने झालेली नसते. अशा ठिकाणी जमिनीत पाणी सुरू शकत नाही व त्यामुळे भूगर्भ पाण्याचे प्रमाण खूपच कमी असते. कोकणातील बराच भाग जांभ्या खडकाचा बनलेला असून, हा खडक जलधारक नसल्याने बऱ्याच भागात

मानवी वस्ती नाही. याशिवाय प्रदेशाची भूशास्त्रीय घडण व घरबांधणी साहित्याची उपलब्धता यांचाही निकटचा संबंध असतो. ज्या ठिकाणी घरबांधणी साहित्य सुलभतेने उपलब्ध असते, अशा ठिकाणी मानवी वस्ती वाढते. खडक मऊ असेल, तर मृदानिर्मिती जलद होते. अशा ठिकाणी मातीचा थर जाड असतो व मातीचा कसही चांगला आढळतो. ज्या ठिकाणी खडक कठीण असेल, त्या ठिकाणी मृदानिर्मितीचा वेग कमी असतो व त्या ठिकाणी शेतीयोग्य जमीन कमी प्रमाणात निर्माण होते. बसाल्ट खडकापासून तयार होणारी मृदा जलद तयार होते व तिची उत्पादनक्षमताही जास्त असते. लॅटेराईट खडकापासूनची मृदा अधिक काळाने बनते व तिची उत्पादनक्षमताही कमी असते. त्यामुळे बेसाल्ट खडक-प्रदेशात लोकवस्ती जास्त आढळते.

३) हवामान (Climate)

एखाद्या ठिकाणच्या हवेतील वेगवेगळ्या घटकांचे दीर्घकाळ निरीक्षण करून जो सारांश काढला जातो, त्याला हवामान असे म्हणतात. तापमान, पर्जन्य, आर्द्रता वारे, इत्यादी हवेतील घटक मानवी जीवनावर परिणाम करीत असतात. लोकसंख्या वितरणावर परिणाम करणाऱ्या इतर घटकांपेक्षा पर्जन्य व तापमान हे घटक खूपच महत्त्वाचे आहेत.

अ) तापमान (Temperature) : हवेतील तापमान या घटकाचा परिणाम केवळ मानावावरच होत नाही, तर वनस्पती, प्राणी, जमीन, इत्यादी गोष्टीवरही तापमानाचा परिणाम होतो. साधारणतः १० ते १३^0 से. हे तापमान मानवी जीवनास आदर्श मानले जाते. त्यापेक्षा जास्त व कमी तापमान मानवी जीवनावर अनिष्ट परिणाम करते. तापमानाच्या परिणामांचा अभ्यास करताना सूर्यपासून मिळणाऱ्या उष्णतेचा काळ व तीव्रता या दोन गोष्टीचा विचार करावा लागतो. ध्रुवापासून विषुववृत्ताकडे गेल्यास सूर्यकिरणांचा कालावधी व तीव्रता वाढत गेलेली दिसते. त्यामुळे तापमानही वाढलेले दिसून येते.

अधिक तापमानात मानवाची कार्यक्षमता घटते. त्यामुळेच विषुववृत्तीय प्रदेशातील लोक आळशी बनलेले दिसून येतात. याउलट अति शीत प्रदेशातही मानवी जीवनाचा विकास होत नाही. विशिष्ट तपामानाची गरज मानवाला असते. त्यामुळे अतिशीत प्रदेशात हवामान मानवी जीवनावर अनिष्ट परिणाम करते. त्याचप्रमाणे त्याचा परिणाम वनस्पती वाढीवरही होतो.

ब) पर्जन्य (Rainfall) : पर्जन्य प्रमाण हाही घटक मानवी जीवनावर परिणाम करणारा खूपच महत्त्वाचा घटक आहे अति पर्जन्य व अल्प पर्जन्य प्रदेश मानवी जीवनाच्या दृष्टीने कमी महत्त्वाचे ठरतात. पाऊस किती पडला, यापेक्षा तो किती व कोणत्या काळात पडला, या गोष्टीला मानवी जीवनाच्या दृष्टीने महत्त्व आहे. कमीतकमी कालावधीत जास्त पाऊस पडला, तर ते पाणी जमिनीत सुरू शकत नाही. जमिनीत न मुरता पाणी

उताराच्या दिशेने वाहून जाते व भूगर्भजल पातळीवर अशा पर्जन्याचा कमी परिणाम होतो. मात्र पाऊस वर्षभराच्या कालावधीत विभागून पडला, तर पिकांनाही त्याचा उपयोग होतो आणि भूगर्भजल पातळीवरही त्याचा चांगला परिणाम होतो.

पर्जन्य काळात परिणामकारक पर्जन्य ही संकल्पना खूपच महत्त्वाची असते. वेगवेगळ्या पिकांना जर पर्जन्याचा उपयोग होऊन त्यांच्या वाढीस मदत होत असेल, तर त्याला परिणामकारक पर्जन्य असे म्हटले जाते. या शिवाय प्रदेशातील खडकांचे किंवा जमिनीचे विदारण तीव्र पर्जन्याने होऊ शकते व विदारणामुळे त्या जमिनीची उत्पादनकक्षमता घटते. या सर्व गोष्टींचा परिणाम लोकसंख्या वितरणावर होतो.

एकंदर तापमान व पर्जन्य या दोन घटकांच्या संयुक्त परिणामातूनच इंग्लंड जपानसारख्या देशातील हवामान आदर्श बनले आहे.

थोडक्यात, अति पर्जन्य आणि उष्णता, अत्यल्प पर्जन्य, अतिथंड प्रदेश, मानवी जीवनाच्या व कार्यक्षमतेच्या दृष्टीचे निरुपयोगी ठरतात. म्हणूनच विषुववृत्तीय उष्ण व दमट हवामान विभाग, ध्रुवीय टुंड्रा हवामान प्रदेश, सहारा, कलहारी उष्ण वाळवंटी प्रदेश विरळ लोकवस्तीचे दिसून येतात. याउलट, २५° ते ६५° अक्षवृत्ताचा पट्टा जास्त लोकसंख्या असलेला दिसतो.

मोसमी हवामान भूमध्य सागरी हवामान, पश्चिम युरोपीय हवामान, इत्यादी विभाग पीकवाढीच्या दीर्घ कालावधीमुळे व मानवी कार्यक्षमता यासाठी सुसह्य हवामानामुळे येथे लोकसंख्येची घनता जास्त असलेली दिसून येते.

४) भौगोलिक स्थान (Geographical location) : भौगोलिक स्थान हा लोकसंख्या वितरणावरील परिणाम करणारा आणखी एक मूलभूत घटक आहे. हवामान, मृदा, जलसंपदा हे घटक स्थानावरच अवलंबून असतात. खंडार्गत व किनारी असे स्थानाचे दोन प्रकार पडतात. जर एखादा देश खंडाच्या अंतर्गत भागात वसलेला असेल व त्या देशाला अजिबात किनारपट्टी नसेल, तर अशा देशाचे स्थान खंडार्गत स्थान (Continental location) आहे, असे म्हटले जाते. व अशा देशाला खंडांतर्गत देश असे म्हणतात. अशा प्रकारचे स्थान अनेक दृष्टींनी गैरसोयीचे असते.

१) खंडांतर्गत भागातील हवामान विषम असते. म्हणजेच कमाल व किमान तपमानांत जास्त फरक असतो. दिवसा तापमान जास्त, तर रात्री कडाक्याची थंडी पडते. हवामानातील हे बदल सामान्य मानवी प्रकृतीला सहन होणारे नसतात.

२) सर्वसाधारणपणे खंडातर्गत भागात पर्जन्यप्रमाण कमी आढळते. कारण समुद्राकडून येणारे बाष्पयुक्त वारे किनारपट्टीवर पाऊस आणतात व खंडाच्या अंतर्गत भागात येतात, तेव्हा कोरडे झालेले असतात. पुरेशा पावसाअभावी या भागात शेतीची

प्रगती होऊ शकत नाही. शेतीप्रमाणेच पाण्याची गरज काही उद्योगधंद्यांतही असते. थोडक्यात, पाण्याअभावी शेती व उद्योगधंदे यांची प्रगती मंदावते.

३) काही विशिष्ट प्रकारचे उद्योग खंडांतर्गत देश चालवूच शकत नाहीत. उदा., मच्छीमारी व्यवसाय, मिठागरे, काही विशिष्ट रासायनिक कारखाने वगैरे.

४) खंडांतर्गत देशाला आपल्या आंतरराष्ट्रीय व्यापारासाठी शेजारील देशांवर अवलंबून राहावे लागते, जेव्हा अशा देशांचे शेजारील देशांशी असलेले संबंध बिघडतात, तेव्हा या देशाचा आंतरराष्ट्रीय व्यापार ठप्प होतो.

५) खंडातर्गत स्थानाचा जड उद्योगांच्या प्रगतीवर ही विपरीत परिणाम होतो. कारण जड कच्चा माल व पक्का माल यांची आयात-निर्यात जलमार्गाने करणे फायद्याचे असते.

वरील समस्यांमुळे खंडांतर्गत भागातील लोकसंख्या व लोकसंख्येची घनता कमी आढळते. उदा., भारताच्या पश्चिम व पूर्व किनारपट्टीवरील लोकसंख्येची घनता भारताच्या खंडांतर्गत दख्खनच्या पठारावरील घनतेपेक्षा जास्त आहे. तिबेटच्या पठारावरील लोकसंख्येची घनता कमी आहे. रशियातील सैबेरियाचा भाग खूपच कमी लोकसंख्या घनतेचा आहे. संयुक्त संस्थानातील मध्य व पश्चिमेकडील वाळवंटी भागात लोकसंख्येची घनता दर चौ.कि.मी.ला २ ते ५ इतकी कमी आहे. सहारा वाळवंटाच्या खंडांतर्गत भागात तर लोकसंख्येची घनता अतिशय कमी आहे. ग्रीनलंडच्या भागातही खूपच कमी लोक राहतात.

याउलट जो देश समुद्राच्या पाण्याने वेढलेला आहे व ज्या देशाला दंतुर किनारा लाभलेला आहे, अशा देशात दंतुर किनाऱ्यामुळे समुद्राचे पाणी बेटांमधून आतवर जाते व देशाचा कोणताच भाग किनाऱ्यापासून दूर राहत नाही ग्रेट ब्रिटन व जपान या देशांना मोठा दंतुर किनारा अनेक दृष्टींनी उपयोगी ठरला आहे.

१) समुद्राजवळ हवा सम असते. म्हणजेच तपामानातील बदल कमी असतात अशी हवा मानवी जीवनाला उपयोगी असते.

२) समुद्रकिनारी पडणारा भरपूर पाऊस यामुळे शेती व इतर व्यवसायांना चालना मिळते.

३) दतुर किनाऱ्यावर खाड्या आढळतात व अशा खाड्यांमधून संरक्षित बंदरे तयार करता येतात. त्यामुळे देशाचा आंतरराष्ट्रीय व्यापारवाढीस लागतो.

४) मच्छीमारी व्यवसाय, मीठ-उत्पादन, विशिष्ट प्रकारचे रासायनिक उद्योग, जहाजबांधणी उद्योग यांची निर्मिती समुद्र किनाऱ्यावरच होऊ शकते.

५) बंदरामुळे शहरे तयार होऊन त्या ठिकाणी व्यापार केंद्रे, आरामगृहे, व्यापारी

कचेऱ्या, उपहारगृहे वगैरे तृतीयक व्यवसायवाढीस लागतात.

वरील सर्व कारणांमुळे किनापट्टीवर किंवा समुद्र सान्निध्याचे स्थान (Insular Location) असलेल्या देशांमध्ये लोकसंख्येचे केंद्रीकरण आढळते. उदा., जपानच्या किनारपट्टीवर लोकसंख्येची घनता जास्त आहे. तसेच चीनची पूर्व किनारपट्टी, इंग्लंड व इतर युरोपिय देशांच्या पश्चिम किनारपट्ट्यांवर लोकसंख्येचे केंद्रीकरण आढळते, आशिया खंडात इंडोनेशियातोल लोकसंख्येची घनता सर्वाधिक आहे. कारण इंडोनेशियाला समुद्रांतर्गत स्थान लाभले आहे.

५) जलसंपदा (Water-resource)

पाणी हे सर्व सजीवांचे जीवन आहे. कोणत्याही प्राणी किंवा वनस्पती पाण्याशिवाय जगू शकत नाही. मानवाला पिण्यासाठी पाणी आवश्यक असतेच, याशिवाय घरगुती वापरातही त्याला पाण्याची गरज भासते. प्राचीन काळापासून मानव पाण्याच्या शोधात आहे. ज्या ठिकाणी बारमाही पाणी उपलब्ध आहे, अशा ठिकाणी मानव आपली कायम वस्ती करण्याचा प्रयत्न करीत असतो. जनावरेही पाण्यावर जगतात, जनावरांसाठी पाणी व चारा उपलब्ध असलेल्या ठिकाणी पशुपालकांची संख्या वाढत जाते. त्याचा परिणाम लोकसंख्या घनता वाढण्यावर होतो. याशिवाय शेतीसाठी ही पाण्याची गरज असते. ज्या ठिकाणी उपलब्ध पाणी पुरेसे असते. अशा ठिकाणी शेती व्यवसायाची भरभराट होऊन उत्पादनात वाढ होते. पर्यायाने, त्या ठिकाणी शेतीवर उपजीविका करणाऱ्यांच्या संख्येत वाढ होते. पर्यायाने, त्या ठिकाणी शेतीवर उपजीविका करणाऱ्यांच्या संख्येत वाढ होऊन लोकसंख्या घनतेत वाढ झालेली दिसून येते. मोठमोठे उद्योगधंदे पाणी उपलब्ध असलेल्या ठिकाणाजवळ उभारले जातात. अनेक लोक या उद्योगातील श्रमिक म्हणून कार्यरत होतात व या ठिकाणची लोकसंख्या वाढलेली निदर्शनास येते. वाहतूक क्षेत्रात तर जलसंपदा महत्त्वाची भूमिका बजावते. जलवाहतूक कमी खर्चाची असते, त्यामुळे आंतरराष्ट्रीय व अंतर्गत व्यापाराला चालना मिळते. संधीच्या उपलब्धतेमुळे लोक तिकडे जातात व लोकसंख्येत भर पडते. पर्वतीय प्रदेशात जल-विद्युत निर्मिती करणे हा एक जलसंपदेचा महत्त्वापूर्ण उपयोग आहे. ज्या ठिकाणी जल-विद्युतप्रकल्प विकसित होतात, अशा ठिकाणी लोकसंख्येची घनता आपोआपच वाढते.

नद्यांच्या काठी शेतीसाठी पाणी उपलब्ध झाले, उत्पादित मालावर प्रक्रिया करण्यासाठी उद्योगधंदे विकसित झाले, त्यातून नद्यांच्या काठी लोकसंख्या आकर्षित झाली; व नद्यांच्या काठी संस्कृती केंद्रे वाढीस लागली. एकंदर जगातील बरीच मोठी शहरे नदीकाठी विकसित झालेली दिसतात.

६) मृदा (Soil)

मूळ खडकावर वातावरणातील निरनिराळे घटक परिणाम करतात. त्यामुळे मूळ खडक कुजतो, फुटतो व त्याचे बारिक कणांत रूपांतर होते किंवा विदारण होते या मृद् कणांच्या संचयनाला माती असे म्हणतात. प्राकृतिक रचना, खडकाचा प्रकार, हवामान; वनस्पती यांचा संयुक्त परिणाम मृदेच्या गुणधर्मावर होत असतो. जेथे या घटकांचा परिणाम अनुकूल होतो, त्या ठिकाणी जमिनीची निर्मिती होऊन शेतीचा विकास होतो. चेस्टनट, रेगुर हे मृदेचे शेतीस योग्य प्रकार असल्याने अशा मृदा प्रदेशात लोकसंख्या दाट असते. गाळाची जमीन, ज्वालामुखीय जमीन सर्वांत सुपीक समजली जाते. अर्थात, तेथे पाण्याचीही उपलब्धता असावी लागते. याउलट पर्वतीय जमीन, वाळवंटी जमीन, खारी क्षारयुक्त जमीन शेतीस अयोग्य असल्याने उत्पादकता मर्यादित असते. यामुळे लोकसंख्या विरळ आढळते. अशा भागांत हवामान व इतर नैसर्गिक घटकही प्रतिकूल असल्यास तेथील लोकसंख्येची घनता खूपच कमी असते.

७) जंगले (Forests)

''वृक्षवल्ली आम्हा सोयरी वनचरे'' या काव्यपंक्तीतच वृक्षाचे महत्त्व मानवी जीवनात किती आहे, हे तुकाराम महाराजांनी पूर्वीच पटवून देण्याचा प्रयत्न केला आहे.

खऱ्या अर्थाने, वनस्पती जीवनाचे सूक्ष्म निरीक्षण करूनच मानवाला शेतीचे आकलन झाले. प्राथमिक अवस्थेत मानव वनस्पती-प्राणी यांच्या सान्निध्यातच राहिला. घर बांधणी साहित्य, जळण इत्यादी गोष्टींसाठी मानव जंगलावर अवलंबून असतो. ज्या ठिकाणी जंगलाची वाढ दर्जा चांगला असतो, अशा ठिकाणी जहाजबांधणीसारखे व्यवसाय विकसित होतात. अशा प्रदेशाकडे लोक धाव घेतात. याशिवाय लाकूड, डिंक, लाख, औषधी वनस्पती इत्यादी उत्पादने आजही वनस्पतींकडून प्राप्त होतात. प्राणिजीवनही वनस्पत्ती-सान्निध्यात समृद्ध असते. पर्यावरण संतुलन राखण्याची सर्वांत मोठी जबाबदारी वनस्पती पार पाडत असतात. तापमान, पर्जन्य आर्द्रता या घटकांवर वनस्पतींचा अनुकूल परिणाम होतो. तसेच वनस्पतींमुळे जमिनीचे धूपही रोखली जाते. जमिनीला सेंद्रिय द्रव्याचा पुरवठा वनस्पतीतूनच होतो. या सर्व कारणांमुळे एकूण क्षेत्रफळाच्या ३३% क्षेत्र वनस्पती खाली असणे आवश्यक असते. एकंदर या सर्व गोष्टींचा परिणाम लोकसंख्या-वितरणावर झालेला दिसून येतो. ज्या ठिकाणी वनस्पती-जीवन समृद्ध असते, अशा ठिकाणी लोकसंख्येची घनता अधिक असते.

मात्र विषुववृत्तीय झाडांची वाढ दाट व जलद गतीने होत असल्याने, शेती पिके घेणे अशा ठिकाणी अवघड बनते. त्यामुळे लोकसंख्येचे घनता कमी आढळते.

८) खनिजे (Minerals)

विविध खनिजांचा शोध आणि उपयुक्तता जसजशी वाढत गेली, तसतसा हा घटक लोकसंख्या-वितरणावर परिणाम करू लागला. खनिजसाठा हा मुळात नैसर्गिक घटक आहे. परंतु खनिजे मिळविण्याच्या तंत्राचा वापर करून उत्पादन वाढविण्याची क्षमता यामुळे या घटकाचा समावेश आर्थिक घटकातही केला जातो. मध्य पूर्वीतील देश तेल-उत्पादने मिळविण्यात अग्रेसर आहेत. यामुळे तेथे लोकसंख्येची घनता जास्त आहे. युरोपात कोळसा उपलब्धतेमुळे लोक खाणकाम व्यवसायात गुंतले आहेत. ऑस्ट्रेलियातील हिऱ्यांचे उत्पादन आणि ऑस्ट्रेलियातील वाळवंटी प्रदेशातील कालगुर्डी या सोन्याच्या खाणीजवळ जास्त लोकसंख्या एकवटलेली आढळते. औद्योगिक क्रांतीनंतर उद्योगधंदे वाढले. नवीन तंत्र व यंत्र यामुळे अनेक खनिजांचा शोध लागला, व मानवी वस्त्या अशा भागात वाढत गेल्या. प्रथम लोह, पोलाद, तांबे, कोळसा ज्या ठिकाणी सापडते. अशा ठिकाणी वस्त्या वाढल्या. आधुनिक काळात मात्र त्यांचे स्वरूप बदलून वेगवेगळ्या खनिज साठ्यांच्या जागांभोवती लोकवस्ती वाढली. कारण खनिजे उद्योगांना पोषक असतात. या संपत्तीवर राष्ट्राचा आर्थिक व्यापारी विकास अवलंबून असतो. म्हणूनच ज्या ठिकाणी खनिजसंपत्ती जास्त असते, अशा ठिकाणी लोकवस्ती व लोकंसंख्येची घनता जास्त असते.

अंटार्क्टिका खंड गेल्या शतकापर्यंत प्रतिकूल पर्यावरणामुळे निर्मनुष्य भूभाग होता. तथापि, तेथे कोळसा, तांबे, युरेनिअम, खनिज तेल असल्याची जाणीव झाल्यापासून या ठिकाणी आठ देशांनी कायमचे संशोधन तळ उभारले आहेत. त्यात भारतही सहभागी आहे.

क) आर्थिक व सामाजिक घटक (Economic and Social factors)

लोकसंख्या वितरणावर परिणाम करण्याच्या दृष्टीने ऐतिहासिक व भौगोलिक घटकांइतकेच आर्थिक व सामाजिक घटक ही महत्त्वाचे आहेत. हे घटक मानवनिर्मित असतात व ते मानवाशी संबंधित असतात. त्यामुळे लोकसंख्या-वितरणावर त्याचा जास्तीत जास्त परिणाम होतो. एखाद्या प्रदेशाच्या आर्थिक विकासावर लोकांचा दृष्टिकोन व त्यांच्या अपेक्षा याचा मोठा परिणाम होतो. लोकांचा दृष्टिकोन व अपेक्षांप्रमाणे भौगोलिक प्रदेशाचे महत्त्व बदलते व त्याचा लोकसंख्या-वितरणावर परिणाम होतो, दृष्टिकोन योग्य व अपेक्षा उच्च असतील, तर तो प्रदेश जास्त लोकांना सामावून घेऊ शकतो. उदा. याउलट, जर दृष्टिकोन अयोग्य व अपेक्षा कमी ठेवल्या, तर प्रदेश आर्थिकदृष्ट्या अविकसित राहून खूपच कमी लोकसंख्या सामावून घेऊ शकतो.

अर्थव्यवस्थेच्या स्वरूपावरही लोकसंख्येचे वितरण अवलंबून असते.

अर्थव्यवस्था जर मुख्यतः प्राथमिक स्वरूपाच्या व्यवसायावर अवलंबून असेल, तर तुलनात्मकदृष्ट्या कमी लोकांना सामावून घेऊ शकते. त्या मानाने द्वितीय, तृतीय स्वरूपाचे व्यवसाय जास्त लोकांना सामावून घेऊ शकतात. प्राथमिक स्वरूपाच्या व्यवसायांतही तुलनात्मदृष्ट्या शेती–व्यवसाय लोकसंख्येची जास्त घनता सामावून घेऊ शकतो. याउलट जंगल व्यवसाय, खाणकाम, मासेमारी, इ. इतर प्राथमिक स्वरूपाचे व्यवसाय तुलनात्मकदृष्ट्या कमी लोकांना व्यवसाय पुरवू शकतात.

शेती व्यवसायातही शेती कोणत्या प्रकारची आहे, यावर लोकसंख्येचे वितरण अवलंबून असते. शेती जर स्थलांतरित प्रकारची शेतीही कमी लोकांना सामावून घेते. तसेच विस्तृत प्रकारची शेतीही कमी लोकसंख्येस सामावून घेते. तुलनात्मकदृष्ट्या सखोल शेती जास्त लोकांना अन्न व व्यवसाय देऊ शकते. शेतीचे जसजसे यांत्रिकीकरण होत जाते, तसतशी शेतीतील मजुरांची आवश्यकता कमी होते व शहराकडे स्थलांतर करतात व शहरीकरण झपाट्याने होऊ लागले. याचा ही लोकसंख्या वितरणावर परिणाम होतो. तसेच जिराईत शेतीपेक्षा बागाईत शेती जास्त लोकांना सामावून घेऊ शकते.

द्वितीय स्वरूपाच्या व्यरसायांपैकी उद्योगधंदे जर लहान व जुन्या उत्पादन पद्धती वापरत असतील, तर ते तुलनात्मकदृष्ट्या कमी लोक सामावून घेऊ शकतात. याउलट, नवीन पद्धतीचे मोठे उद्योग जास्त लोकांना सामावून घेऊ शकतात.

तृतीय श्रेणीचे व्यवसायही मोठ्या प्रमाणात व्यवसायनिर्मिती करून अधिक लोकसंख्येला आधारभूत होऊ शकतात. अनेक आर्थिक व्यवसायांना जेथे वाव असतो, तेथे लोकसंख्येची घनता जास्त असते व जेथे एक किंवा दोनच व्यवसायच शक्य आहेत, तेथे लोकसंख्येची घनता खूपच कमी असते.

उत्पादनांच्या सुधारित पद्धतींमुळे जास्त घनता शक्य होते. तसेच पूर्वी वापरात नसलेले प्रदेश उत्पादन पद्धती सुधारल्यामुळे नव्या परिस्थितीत जास्त महत्त्वाचे होतात व जास्त लोकसंख्या सामावून घेऊ शकतात. अनेक वेळा पूर्वीच्या व्यवस्थेतील सोयीची स्थाने नव्या व्यवस्थेत गैरसोयीची होतात व त्यांची लोकसंख्या सामावून घेण्याची क्षमता कमी होते. इंग्लंडमधील औद्योगिक क्रांतीपूर्वीचे लोकसंख्या वितरण हे औद्योगिक क्रांतीनंतरच्या वितरणापेक्षा खूपच भिन्न आहे.

दळणवळणाच्या सुलभतेच्या लोकसंख्यावितरणावर परिणाम होतो. सपाट सखल प्रदेशात, तसेच, किनारी प्रदेशात वाहतूक सुलभ असल्याने लोकसंख्या घनता जास्त असते. उदा.,गंगेचे मैदाने युरोपचा किनारी प्रदेश, याउलट दळणवळणाच्या अडचणींमुळे डोंगराळ प्रदेशात लोकसंख्येची घनता कमी असते. दळणवळणाच्या सुलभतेमुळे नदीकाठी लोकसंख्याघनता जास्त असते. उदा., गंगेच्या काठावरील दाट वस्ती, ऱ्हाईनच्या

काठावरील लोकसंख्येची दाट घनता.

सामाजिक एकजिनसीपणाचा लोकसंख्येचा वितरणावर परिणाम होतो. साधारणतः एका धर्माचे व जातीचे लोक एकत्र राहणे पसंत करतात. समाज जर एकजिनसी नसेल, म्हणजे अनेक धर्म व जातींमध्ये विभागाला असेल, तर त्याच्या वसाहती विखुरलेल्या असतात व अशा प्रदेशाची लोकसंख्या घनता तुलनेने कमी असते. याउलट समाज जर एकजिनसी असेल, म्हणजे एका जाती-धर्माचा असेल तर लोकसंख्येची घनता तुलनेने जास्त असते.

काही अर्थव्यवस्थांमध्ये श्रमशक्तीला अनन्यसाधारण महत्त्व असते. उदा., शेती व्यवसाय शेतीमध्ये काही विशिष्ट काळात जास्त श्रमिकांची आवश्यकता असते. उदा., छावणी व काढणीच्या वेळी. या काळांमध्ये अनेक वेळा श्रमिकांची कमतरता जाणवते यावर उपाय म्हणून आपल्याच कुटुंबातून पुरेसा श्रमिक पुरवठा उपलब्ध झाल्यास परावलंबित्व व अनिश्चितता कमी होते. यामुळेच शेती व्यवसायातील अनेक कुटुंबे एकत्र कुटुंबपद्धतीची व मोठी असतात. अशा प्रदेशात लोकसंख्येची घनता जास्त असते.

सामाजिक सुरक्षिततेचाही लोकसंख्या वितरणावर परिणाम होतो. ज्या विभागात सामाजिक सुरक्षिततेचे प्रश्न नसतात, तेथे लोकसंख्येची घनता जास्त असते. त्याउलट सामाजिक सुरक्षितता ज्या प्रदेशात कोलमडलेली असते. तिथे लोकसंख्या विरळ असते.

ड) राजकीय घटक (Political Factors)

राजकीय घटकांचाही अनेक वेळा लोकसंख्येच्या वितरणावर परिणाम होतो. उदा., पूर्वाश्रमीच्या रशियातील वैशिष्ट्यपूर्ण राजकीय व्यवस्थेमुळे मोठ्या प्रमाणावर लोकांचे सैबेरियात स्थलांतर करणे शक्य झाले. त्यामुळे तेथील लोकसंख्येचे वितरण बदलले. युरोपातील पोलंड या देशाची सीमा अनेक वेळा बदलल्याने पोलिश व जर्मन लोकांचे मोठ्या प्रमाणात स्थलांतर झाले. दुसऱ्या महायुद्धानंतर जर्मनीचे पूर्व व पश्चिम असे दोन भाग झाल्याने अनेक जर्मनांनी स्थलांतर केले. १९४७ साली भारतीय द्वीपकल्पाची भारत व पाकिस्तानात विभागणी झाल्याने अनेक लोकांनी स्थलांतर केले. अशा तऱ्हेची राजकीय कारणाने झालेल्या स्थलांतराची अनेक उदाहरणे देता येतील. आणि या स्थलांतराचा परिणाम लोकसंख्या स्त्री वितारणावर झालेला दिसून येतो.

इ) लोकसंख्या शास्त्रीय घटक (Demographic factors)

लोकसंख्या स्त्री वितरणावर काही लोकसंख्याशास्त्रीय घटकांचाही परिणाम होतो. त्यांतील दोन सर्वांत महत्त्वाचे घटक, म्हणजे लोकसंख्येची नैसर्गिक वाढ व स्थलांतर, जन्मदर व मृत्युदर यांतील फरकाला नैसर्गिक वाढ असे म्हणतात. मोठा जन्मदार व कमी मृत्युदर यांतील फरक जास्त असेल, म्हणजेच नैसर्गिक वाढ जास्त असेल, तर

लोकसंख्येची घनता जास्त असते व घनतेच्या वाढीचा दरही जास्त असतो. उदा., अविकसित देशांमध्ये जन्मदर अजून जास्त असूनही मृत्युदर झपाट्याने कमी होऊ लागला आहे. त्यामुळे लोकसंख्येची नैसर्गिक वाढ खूपच जास्त आहे. यामुळे आधीच घनता जास्त असलेल्या देशांमध्ये लोकसंख्यावाढीचा दर जास्त आढळतो. याउलट विकसित देशांमध्ये जन्मदर व मृत्युदर दोन्ही कमी व साधारणसारखे असल्यामुळे लोकसंख्येच्या नैसर्गिक वाढीचा दर खूपच कमी आहे. त्यामुळे आधीच लोकसंख्या विरळ असलेल्या देशांच्या लोकसंख्यावाढीचा दरही नगण्य आहे. या सर्वांचा सध्याच्या लोकसंख्येच्या वितरणावर व भविष्यकालीन लोकसंख्या स्त्री वितरणावरही परिणाम होत राहतो.

लोकसंख्या स्त्री वितरणावर परिणाम करणारा दुसरा लोकसंख्याशास्त्रीय घटक म्हणजे स्थलांतर होय. लोकसंख्या घनता जास्त व आर्थिक विकासाची शक्यता कमी असलेल्या प्रदेशातून लोकसंख्येची घनता कमी व आर्थिक विकासाची शक्यता जास्त असलेल्या प्रदेशाकडे स्थलांतर होते. यामुळे आर्थिक दृष्ट्या अविकसित विभागातील लोकसंख्येची घनता थोड्या प्रमाणात कमी होऊन, आर्थिक विकासाची संधी जास्त असलेल्या प्रदेशाची लोकसंख्या घनता काही प्रमाणात वाढते. उदा., भारताची लोकसंख्या घनता जास्त असून तुलनेने विकासाच्या संधी मर्यादित होणाऱ्या देशांत भारतातील लोकांनी स्थलांतर केले. यामुळे मध्यपूर्वेतील लोकसंख्या घनता काही प्रमाणात वाढली. या तऱ्हेचे दुसरे उदाहरण, म्हणजे युरोपातून अमेरिकेत झालेल्या स्थलांतराचे देता येईल. कोलंबसाने अमेरिकेचा शोध लावल्यानंतर त्या प्रदेशातील अतिशयच कमी लोकसंख्या घनता व अमर्याद साधनसंपत्ती व त्यामुळे उपलब्ध असलेल्या अमर्याद आर्थिक विकासाच्या संधी यांमुळे तुलनेने लोकसंख्येची अधिक घनता व मर्यादित आर्थिक विकासाची संधी असलेल्या युरोपमधून अनेक लोकांनी मोठ्या प्रमाणात स्थलांतर केले. अशा तऱ्हेच्या स्थलांतरामुळे दोन्ही विभागांच्या लोकसंख्येच्या वितरणावर परिणाम झालेला दिसून येतो.

सध्याचे लोकसंख्येचे वितरण पुढील वितरणावर परिणाम करते. उदा., सध्या अविकसित देशांमध्ये लोकसंख्या घनता जास्त आहे; व त्यांचा नैसर्गिक वाढीचा वेग ही जास्त आहे. याउलट विकसित देशांची घनता कमी असून, त्यांचा नैसर्गिक वाढीचा वेग ही कमी आहे, या परिस्थितीचा भविष्य काळातील वितरणावर परिणाम होणे अटळ आहे.

२.३.२. लोकसंख्येची घनता (Density of Population)

'लोकसंख्या भूगोल' ही भूगोल शास्त्राची खूपच अलिकडची शाखा आहे. ही शाखा स्वतंत्रपणे अभ्यासण्याच्या अगोदर लोकसंख्या वितरणाची गुंतागुंत सोडविण्याचा

अनेकांनी प्रयत्न केले. त्यासाठी अनेक संख्याशास्त्रीय पद्धतीही वापरण्याचा प्रयत्न झाले. लोकसंख्या भूगोलाच्या अभ्यासात लोकसंख्यात वितरण व लोकसंख्येची घनता यांचे पृथक्करण समजून घेणे खूपच महत्त्वाचे आहे. कारण लोकसंख्येच्या इतर गुणांचा संबंध या दोन गोष्टींशी असतो. एखाद्या प्रदेशात कार्यरत झालेल्या नैसर्गिक घटकांच्या एकत्रित परिणामांची ही पावती असते.

लोकसंख्येची घनता ही कल्पना १८३७ मध्ये प्रथमतः हेन्री डी हार्नेस (Henry D. Harness) याने आयर्लंडमध्ये रेल्वेचे नकाशे तयार करताना वापरली. परंतु त्या वेळी त्याचा हेतू भिन्न होता. किती प्रदेशात किती लोक राहतात, ही संकल्पना घनतेत दडलेली आहे. त्यात भूभाग व लोकसंख्या यांचे गुणोत्तर प्रमाण महत्त्वाचे असते. हे लोकसंख्या केंद्रीकरणाचे माप आहे. लोकसंख्या घनता ही भूभाग व लोकसंख्या या गोष्टींशी निगडित असते.

घनता काढताना अंशस्थानी एकूण लोकसंख्या व छेदस्थानी एकूण भूभाग घेतला जातो. हया गुणोत्तराचे उत्तर म्हणजे त्या विशिष्ट प्रदेशाची लोकसंख्या घनता होय. ही घनता दर चौ. कि. मी. किंवा दर चौ. मैलामागे काढली जाते. थोडक्यात, असे म्हणता येईल, की –

$$\text{लोकसंख्येची घनता} = \frac{\text{एकूण लोकसंख्या}}{\text{एकूण क्षेत्रफळ}}$$

या गुणोत्तराचे येणारे उत्तर म्हणजे लोकसंख्येची घनता होय. एक चौ. कि. मी. प्रदेश सरासरी किती लोकांच्या वाट्याला येतो, हे यावरून दाखवले जाते.

लोकसंख्येच्या घनतेवरून लोकसंख्येचे वितरण समजते. विरळ लोकसंख्येचे प्रदेश, मध्यम लोकसंख्येचे प्रदेश, दाट लोकसंख्येचे प्रदेश, अशी विभागणी करता येते. नैसर्गिक घटकांची अनुकूलता असणाऱ्या ठिकाणी जर लोकसंख्येची घनता योग्य असेल, तर अशा ठिकाणी विकासयोजना सहज राबविता येतात. एकंदर विकासाला कितपत संधी आहे. या गोष्टीचा अंदाजघेणे सोपे होते. नवीन वाहतूक मार्गाचे नियोजन करताना त्या विशिष्ट प्रदेशातील लोकसंख्या घनतेचा विचार करावा लागतो. घनतेमुळे एखाद्या प्रदेशातील लोकसंख्या नैसर्गिक घटकांच्या मानाने किंवा पोषणक्षमतेपेक्षा जास्त आहे. की कमी आहे. याची कल्पना येते. मानव व जमीन यांचे प्रमाण लक्षात येते, व त्यातील कमी–जास्त पणाही लक्षात येतो. आरोग्यविषयक, व्यापारविषयक, सामाजिक आणि आर्थिक योजनेत लोकसंख्येची घनता महत्त्वाची भूमिका बजावत असते. थोडक्यात, लोकसंख्येची घनता प्रगतीची अनुकूलता व प्रतिकूलता दर्शक असते. ज्या ठिकाणी उपलब्ध नैसर्गिक साधनसंपत्ती पुरेशी असते व लोकसंख्या घनताही पुरेशी असते, तेथे

प्रगती करणे शक्य असते. विकासात अशा ठिकाणी वाव मिळतो. मात्र जर नैसर्गिक संपत्तीच्या तुलनेने लोकसंख्या घनता जास्त असली, तर ती परिस्थिती स्थलंतराला पूरक ठरते.

इ. स. १९७२ च्या आकडेवारीनुसार जगाची लोकसंख्या ३७८ कोटी होती. लोकसंख्येची सर्वांत जास्त घनता इंडोनेशियात दर चौरस किलो मिटरला २४० होती. भूभागाचा ७०% प्रदेश निर्जन असून जगातील एकूण लोकसंख्येपैकी ७७% लोकसंख्या १०% भूभागावर आढळते.

१९८१ प्रमाणे चीन व भारत या देशांत लोकसंख्या सर्वांत जास्त असली, तरी लोकसंख्येची घनता मात्र पश्चिम युरोपात सर्वांत जास्त आहे, कारण युरोपातील देशांचे क्षेत्रफळ कमी असल्याने घनता जास्त आहे. नेदरलँडसारखे काही देशा आकाराने महाराष्ट्रापेक्षाही लहान असल्यामुळे तेथील लोकसंख्येची घनता खूपच जास्त आहे.

जगातील विविध भागांतील लोकसंख्येची घनता

क्र.	**खंड**	**क्षेत्र (शे.प्रमाण)**	**एकूण लो.सं. शी.शे. प्रमाण**	**लो.सं.घनता प्रती चौ.किमी.**
१.	आशिया	३६.४	६०.११	४७
२.	आफ्रिका	२२.२	१५.६९	१२
३.	उ. अमेरिका	१७.७	०८.०	१३
४.	द. अमेरिका	१३.३	४.५२	११
५.	ऑस्ट्रेलिया व न्यूझीलंड	०६.६	०५	१.५
६.	युरोप	०३.७	१०.२४	६२

लोकसंख्येचे एकंदरीत वितरण फारच विषम आहे. पूर्वीचा सोव्हिएत रशियासह आशिय खंडाची लोकसंख्या जगाच्या एकूण लोकसंख्येच्या निम्म्यापेक्षा जास्त आहे. घनतेच्या बाबतीत आशिय खंडाचा क्रमांक युरोप खंडानंतर लागतो. आशिया खंडाचे क्षेत्र फक्त ३६.४% आहे. परंतु आशियाची लोकसंख्या ६०.११% आहे. याउलट ३१ % क्षेत्रफळ असलेल्या अमेरिका खंडात फक्त १३.४२ % जगाची लोकसंख्या आहे.

२.४ जागतिक व भारतीय लोकसंख्या वितरण व वाढ (Population Growth and distribution in world and India)

२.४.१. जागतिक लोकसंख्यावाढ (World Population Growth)

पाच लक्ष वर्षांपासून मानवजात अस्तित्वात आहे. सुरुवातीच्या काळात मानवाची उपजीविका शिकार, मासेमारी व कंदमुळे गोळा करणे यांवर होत होती. यामुळे लोकसंख्येची घनता व वाढही अतिशय कमी होती. संपूर्ण इंग्लंडमध्ये पाषाणयुगात २५० माणसे असावीत, असा अंदाज आहे साधारण, दहा हजार वर्षांपूर्वी मानव शेती करु लागला व जनावरे पाळू लागला. यामुळे लोकसंख्येत थोडी वाढ होऊ लगली. याचे महत्त्वाचे कारण, म्हणजे अन्नपुरवठ्यात झालेली सुधारणा, नवपाषाणयुगापासून १६५० पर्यंत जगाची लोकसंख्या अत्यंत संथ गतीने वाढत होती. उदा., भारताची लोकसंख्या इ. स. पू. ३०० मध्ये दहा कोटी होती आणि इ. स. १६५० मध्येही दहा कोटीच होतो. याचा अर्थ असा होतो, की २००० वर्षांत भारताच्या लोकसंख्येत वाढ झाली नाही. परंतु पुढील ३४० वर्षांत मात्र भारताची लोकसंख्या आठपट झाली. १६६५ पर्यंत जागातिक लोकसंख्यासुद्धा साधारण स्थिर होती. परंतु या काळात खूप वेळा लोकसंख्येत चढ-उतार होत असत. शांततेच्या व चांगल्या पिकांमुळे आलेल्या सुबतेच्या काळात लोकसंख्या थोडी वाढे. पण साथी, युद्धे व दुष्काळ यामुळे लोकसंख्या कमी होत असे. मृत्युदर जास्त असल्याने जमातींना किंवा टोळ्यांना स्वतःचे अस्तित्व टिकविण्याकरीता जीवशास्त्रीयदृष्ट्या जेवढे शक्य असेल, तेवढे जास्तीत जास्त प्रजोत्पादन करणे आवश्यक होते. त्याच काळात, 'अष्टपुत्रा सौभाग्यवती भव'सारखी अधिक जननाला उत्तेजन देणारी मूल्याधिष्ठित संस्कृती अस्तित्वात आली. इतिहासपूर्व काळात जगात मुख्यतः तीन लोकवस्तीचे विभाग होते.

१) भूमध्य समुद्राभोवतालचा प्रदेश

२) दक्षिण, नैर्ऋत्य व पूर्व आशिया

३) मध्य अमेरिका

या तीन विभागांतील संस्कृती शेतीप्रधान, व्यापारी व शहरांमध्ये एकवटलेली होती. या विभागांमध्ये लोकवस्ती दाट होती. उत्तर युरोप, उत्तर आशिया, सहारा वाळवंटाच्या दक्षिणेकडील आफ्रिका खंडाचा भाग, ऑस्ट्रेलिया, न्यूझीलंड, उत्तर व दक्षिण अमेरिकेचा बराचसा भाग या विभागांतील संस्कृती ग्रामीण व आर्थिक व्यवस्था आदिवासी प्रकारची होती. मध्य आशियात भटक्या लोकांच्या वसाहती होत्या संयुक्त राष्ट्रसंघाने केलेल्या अंदाजाप्रमाणे चीन, भारत, मेसोपोटेमिया (इराक), इराण, इजिप्त या देशांतील लोकसंख्येत मध्ययुगात फार कमी वाढ झाली. पश्चिम व दक्षिण युरोपातील लोकसंख्येतही या काळात कमी वाढ झाली या काळाच्या शेवटी मात्र दक्षिण, मध्य व पूर्व युरोपाच्या पश्चिम भागातही लोकसंख्या वाढू लागली.

भारत – लोकसंख्या वैशिष्ट्ये

जनगणना वर्ष	लोकसंख्या	लोकसंख्या बदल		स्त्रियांचे प्रमाण दर १०००	घनता प्रती वष चौ.कि.मी.	आयुर्मान	जन्मदर	मृत्युदर	नागरिकी –करर्ण	साक्षरता
१९०१	२३८,३९६,३२७	–	–	९७२	७७	–	–	–	१०.८५	५.३५
१९११	२५२,०९३,३९०	+१३,६९७,०६३	+५.७५	९६४	७९	२२.९	४८.१	४२.६	१०.२९	५.९२
१९२१	२५१,३२१,२१३	–७७२,१७७	–0.३१	९५५	८१	२०.0	४८.१	४८.६	११.१८	७.१६
१९३१	२७८,९७७,२३८	+२७,६५६,०२५	+११.00	९५०	९०	२६.८	४६.४	३६.३	१२.00	९.५०
१९४१	३१८,६६०,५८०	+३९,६८३,३४२	+१४.२२	९४५	१०३	३१.८	४५.२	३१.२	१३.८६	१६.१०
१९५१	३६१,०८८,०९०	+४२,४२०,४८५	+१३.३१	९४६	११७	३२.१	३९.९	२७.४	१७.३०	१८.३३
१९६१	४३९,२३४,७७१	+७७,६८२,८७३	+२१.५१	९४१	१४२	४१.२	४१.७	२२.८	१७.९८	२८.३
१९७१	५४८,१५९,६५२	+१०८,९२४,८८१	+२४.८०	९३०	१४२	४५.0	४१.२	१९.0	१९.८७	३४.४५
१९८१	६८३,३२९,०९७	+१३५,१६९,४४५	+२४.६६	९३४	२२१	५३.५	३६.0	१४.८	२४.३०	४३.५७
१९९१	८४६,४२१,०३९	+१६३,०९१,९४२	+२३.८७	९२७	२६१	५८.६	३१.0	११.0	२७.८०	५२.२१
२००१	१,०२८,७३७,४३६	+१८२,३१६,३९७	+२१.५४	९३३	३२४	६२.५६	२६.00	९.00	२८.५३	६४.३२
२०११	१,२१०,८५४,९७७	+१८२,११७,५४१	+१७.६८	९४०	३८२	६२.२१	२३.00	५.४	३१.१६	७४.०४

भारत लोकसंख्या घनता (नकाशा क्र.२.१)

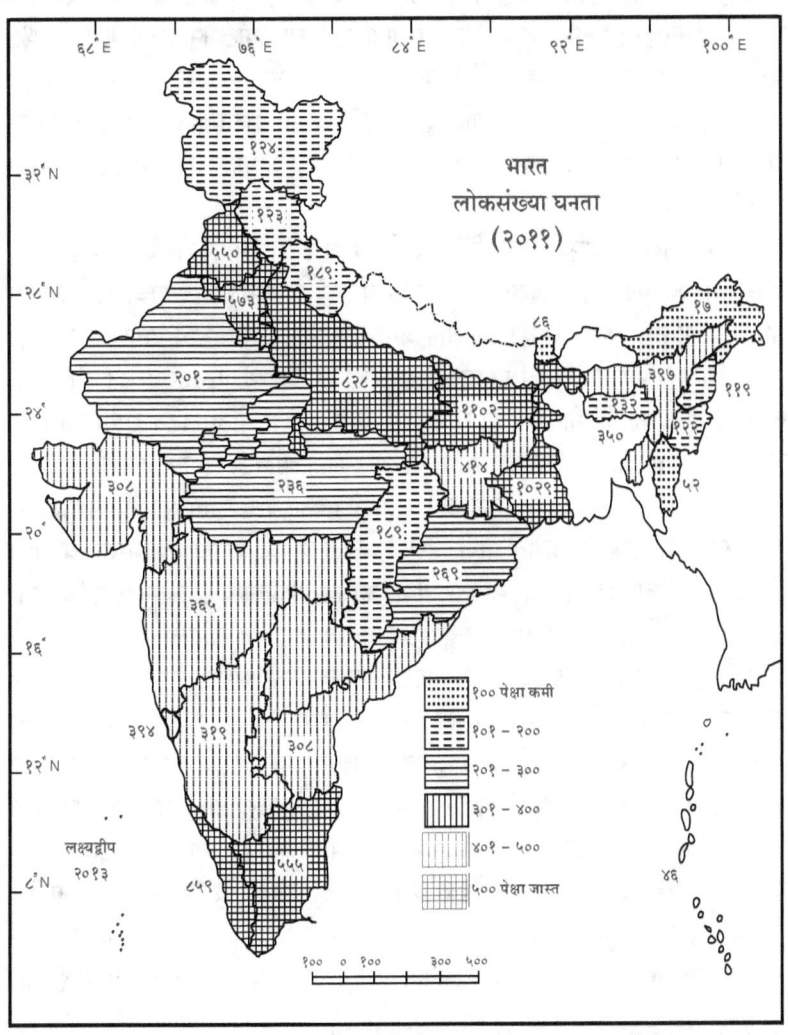

भारत
लोकसंख्या घनता
(२०११)

१००० पेक्षा कमी
१०१ – २००
२०१ – ३००
३०१ – ४००
४०१ – ५००
५०० पेक्षा जास्त

लक्षद्वीप
२०१३

इ. स. १६५० ते १९०० या कालखंडातील जगाच्या लोकसंख्येविषयी कार सॉंडर्स व विलकॉक्स यांनी अंदाज केले होते. १६५० ते १९२० या काळात विकसित देशांची लोकसंख्या मागासलेल्या देशांच्या लोकसंख्येपेक्षा झपाट्याने वाढत गेली. १६५० मध्ये एकूण जगाच्या लोकसंख्येशी विकसित देशांच्या लोकसंख्येचे शेकडा प्रमाण २१ होते. १९२० मध्ये ते वाढून ३४ झाले. त्यानंतर मात्र मागासलेल्या देशांची लोकसंख्या झपाट्याने वाढल्यामुळे विकसित देशांच्या लोकसंख्येचे जागतिक लोकसंख्येशी शेकडा प्रमाण ३० झाले.

नैसर्गिक वाढीमुळे जगाची लोकसंख्या वाढते. नैसर्गिक वाढीत दोन घटक असतात.१)जन्मदर २)मृत्युदर यांपैकी जन्मदर वाढल्याचे पुरावे नाहीत.याचा अर्थ मृत्युदरा मध्ये फार मोठ्या प्रमाणात घट झाल्याने जगाची लोकसंख्या मोठ्या प्रमाणात वाढली.

मानवी संस्कृतीच्या विकासाच्या प्रत्येक टप्प्यामध्ये मृत्युदरात घट होत गेली आहे. प्राचीन काळी अस्तित्व टिकविण्यासाठी मानवाला मोठी लढत द्यावी लागली. हवामान, जंगली प्राणी, दुष्काळ, साथी यांच्या विरुद्ध झगडावे लागले. शेतीचा विकास झाल्यामुळे भटके जीवन सोडून मानवावने वसाहती केल्या याच सुमारास शेती, पशुपालन, व्यापार इ. व्यवसाय विकसित झाले. परंतु दुष्काळ व युद्धे यांमुळे लोकसंख्यावाढीचा वेग कमी राहिला. १६५० नंतर मानवी जीवन अधिक शांततामय झाल्यानंतर व विशेषतः १७५० नंतर औद्योगिक क्रांतीमुळे लोकसंख्यावाढीचा वेग वाढू लागला. प्रथम युरोपमध्ये व नंतर इतर पाश्चिमात्य देशांमध्ये औद्योगिक व शेती सुधारणांमुळे अन्न व इतर जीवनावश्यक वस्तूंची ने-आण सुसह्य झाली. विशेषतः इ. स. १८०० पासून व्यापार वाढू लागला. लोकांचे राहणीमान सुधारले. विशेषतः सार्वजनिक व वैयक्तिक आरोग्य व स्वच्छता यांत जाणवण्याजोगी सुधारणा झाली. वैद्यकीय क्षेत्रातील शोधांमुळे साथीच्या रोगांचे उच्चाटन झाले. मृत्युदर कमी होऊन आयुर्मान वाढले मृत्युदर कमी झाला, पण जन्मदर कमी न झाल्याने लोकसंख्या वेगाने वाढू लागली. औद्योगिक समाजातील कुटुंबामध्ये मुले ही उत्पन्नाची साधने न राहता जबाबदारी व खर्चाची बाब वाढू लागली यामुळे पश्चिमात्य देशांत जन्मदर घटू लागला व लोकसंख्या वाढीचा वेग कमी झाला.

२.४.२. अलिकडच्या काळातील लोकसंख्यावाढ

जगाची लोकसंख्या १९५० ते ६० या दशकात ४९६ दशलक्षाने वाढली. तर १९६० ते ७० या दशकात ६५० दशलक्षाने वाढली.१९७३ मध्ये जगाची एकूण लोकसंख्या ३.८ अब्ज होती.तर १९९२ मध्ये ती ५.४अब्ज झाली,जगाच्या लोकसंख्येत साधारण एका वर्षात ७६ दशलक्ष लोकांची वाढ होते.म्हणजेच दररोज जगाची लोकसंख्या २ लक्षाने वाढते.याचा अर्थ,दर ताशी जगाची लोकसंख्या ८६६६

वाढते. म्हणजेच जगाची लोकसंख्या दरवर्षी दरहजारी २० ने वाढते याचा अर्थ जागतिक सरासरी वाढीचे वार्षिक प्रमाण शेकडा २ आहे.जागतिक लोकसंख्यावाढीचा हा दर अधिक वाढण्याचीच जास्त शक्यता आहे.कारण विकसनशील देशांमधील मृत्युदर कमी होण्याची शक्यता अधिक असून,जन्मदर मात्र त्याच गतीने खाली जाण्याची शक्यता खूपच कमी आहे.जन्मदर व नैसर्गिक वाढीचा दर यानुसार जगातील देशांचे दोन गट पडतात.

गट १ : युरोपातील देश, उत्तर अमेरिका ऑस्ट्रेलिया, जपान, रशिया व अर्जेंटिना या देशांचे जन्मदर दर हजारी १२ ते २२ मध्ये आहेत व लोकसंख्येची नैसर्गिक वाढ शेकडा ०.०२ व १.२ यामध्ये आहे.

गट २ : यामध्ये दरहजारी २२ पेक्षा जास्त जन्मदर असणारे देश येतात. या देशातील नैसर्गिक वाढीचा वेग शेकडा १.५ ते २ या दरम्यान आहे. सर्वसाधारणपणे नैसर्गिक वाढीचा दर शेकडा २ पेक्षा जास्त असेल तर ती वाढ स्फोटक मानली जाते. चीनचा अपवाद वगळता इतर विकसनशील देशांच्या लोकसंख्यावाढीचे दर स्फोटक या सदरात मोडतात. यामुळे या देशांच्या लोकसंख्या २० ते ३५ वर्षांत दुप्पट होतात. या देशांमध्ये मृत्युदरही दरहजारी १४ ते २५ च्या दरम्यान आहे. म्हणजे, मृत्युदर खाली येण्यास अजून वाव आहे. परंतु जन्मदर ही त्याच गतीने खाली न असल्यास या आर्थिकदृष्ट्या अविकसित देशांमध्ये अधिकच स्फोटक परिस्थिती निर्माण होईल. जन्मदर जास्त असल्यामुळे या विकसनशील देशांत लहान मुलांचा भार जास्त आहे. या विकसनशील देशांची लोकसंख्या मोठी व लोकसंख्यावाढीचा दर जास्त असल्यामुळे जगाच्या लोकसंख्येच्या ७०% लोकसंख्या या देशांमध्ये आढळते.

एकूण जागतिक लोकसंख्यावाढीवर स्थलांतरचा प्रत्यक्ष परिणाम काहीही होत नाही. परंतू, स्थलांतराचे अप्रत्यक्ष परिणाम लोकसंख्यावाढीवर होऊ शकतात. उदा., ज्या प्रदेशातून स्थलांतर होते, त्या प्रदेशातील लोकसंख्येचे स्त्री-पुरुष गुणोत्तर व्यस्त होते व त्याचा जन्मदरावर व एकूण लोकसंख्यावाढीवर परिणाम होऊ शकतो. उदा., केरळ राज्याचा जन्मदर कमी होण्याची जी अनेक कारणे आहेत, त्यांपैकी एक कारण म्हणजे पुरुषांचे मोठ्या प्रमाणावर स्थलांतर झाले आहे. स्थलांतर हे तरुण लोकांचे व बऱ्याच वेळा पुरुषांचे होत असल्यामुळे ज्या प्रदेशात स्थलांतर होते, त्या प्रदेशाचा जन्मदर व लोकसंख्यावाढीचा दर वाढण्याची शक्यता असते.

साधनसंपत्तीचा तुटवडा असणाऱ्या प्रदेशांतून साधनसंपत्तीची विपुलता असलेल्या प्रदेशात स्थलांतर झाल्यास त्या स्थलांतरित समूहाचा जन्मदर वाढण्याची शक्यता असते.

जुन्या जगातून नव्या जगात जेव्हा स्थलांतर झाले, तेव्हा नव्या प्रदेशात साधनसंपत्तीची विपुलता असल्यामुळे जन्मदर व लोकसंख्यावाढीचा वेग वाढला.

२.४.३. विकसनशील आणि विकसित देशांतील लोकसंख्यावाढीच्या समस्या

विकसनशील व विकसित देशांतील जन्मदर, मृत्युदर व लोकसंख्यावाढीचे दर वेगवेगळे असल्यामुळे दोन्हींसमोर अनेक समस्या उभ्या राहिल्या आहेत.

अविकसित देशांमध्ये लोकसंख्यावाढीचा जास्त दर हा विकासाचा दर व लोकसंख्यावाढीचा दर साधारण सारखा झाल्यामुळे कित्येक दशकांच्या प्रयत्नानंतर ही लोकांच्या राहणीमानात फारसा फरक पडलेला नाही. जन्मदर जास्त असल्यामुळे लहान मुलांचे प्रमाण या देशांत जास्त असते. यामुळे अवलंबन भार जास्त असतो. त्यामुळे दरडोई उत्पन्न कमी असते. तसेच अशा लोकसंख्येच्या शिक्षणावर, पोषणावर व त्यांना वैयक्तिक सोयी उपलब्ध करण्यावर समाजाला खूपच खर्च करावा लागतो. त्यामुळे विकासाला खूपच थोडी साधनसंपत्ती उपलब्ध होते. विकसनशील देशांत मृत्युप्रमाण जास्त असल्याने व आयुर्मान कमी असल्यामुळे अनुभवी प्रौढ लोकांचा समाजाला पुरेसा लाभ मिळत नाही. त्याचा विकास गतीवर विपरीत परिणाम होतो.

याउलट विकसित देशांमध्ये लोकसंख्यावाढीचा दर कमी असल्याने देशांतर्गत बाजारपेठ मर्यादित राहते व विकासाला बंधने पडतात. तसेच विकासाची गती टिकविण्यासाठी व वाढविण्यासाठी आवश्यक तेवढे मनुष्यबळ देशातल्या देशात उपलब्ध होत नाही. याचाही आर्थिक विकासावर विपरीत परिणाम होतो. या देशांत जन्मदर कमी असल्यामुळे श्रमशक्तीची वाढ मर्यादित असते. त्यामुळे श्रमिकांचा तुटवडा जाणवतो. मृत्युदर कमी असल्यामुळे व आयुर्मान जास्त असल्यामुळे समाजातील तरुण लोकांचे प्रमाण कमी व म्हाताऱ्या लोकांचे प्रमाण जास्त असते. त्यामुळे उत्पादकांचे प्रमाण कमी व अवलंबितांचे प्रमाण जास्त होते. याचाही विकासाच्या गतीवर विपरीतपरिणाम होतो. शिवाय या वयस्कर लोकांची काळजी घेण्यासाठी समाजाला निवृत्तिवेतन, आरोग्य-सुविधा, वृद्धाश्रम, इ. व खूप खर्च करावा लागतो. यामुळे विकासाच्या गतीवर मर्यादा पडतात.

२.४.४. भारतातील लोकसंख्यावाढ

लोकसंख्यावाढीचा भीतिदायक दर ही भारतापुढील सर्वांत महत्त्वाची समस्या झाली आहे. लोकसंख्यावाढीचा वार्षिक दर २.१० % असला, तरी एकूण लोकसंख्या मोठी असल्यामुळे लोकसंख्येत होणारी एकूण वाढ ही फारच मोठी गंभीर समस्या आहे. भारताचे क्षेत्रफळ एकूण जगाच्या क्षेत्रफळाच्या २.४% आहे. मात्र, जगाच्या एकूण लोकसंख्येच्या १७.५% लोकसंख्या भारतात आहे.

भारतीय लोकसंख्या वाढ

इ. सन	भारताची लोकसंख्या कोटी दर (शे. प्रमाण)	दशकातील वाढीचा घनता	लोकसंख्या (प्रति चौ.कि.मी)
१९०१	२३.६	–	७७
१९११	२५.२	५.७५	७९
१९२१	२५.१	०.३१	८१
१९३१	२७.९	११.०	९०
१९४१	३१.८	१४.२२	१०३
१९५१	३६.१	१३.३१	११७
१९६१	४३.९	२१.५१	१४२
१९७१	५४.८	२४.८०	१४२
१९८१	६८.५	२४.६६	२२१
१९९१	८४.३	२३.८७	२६१
२००१	१००.०	२१.५४	३२४
२०११	१२१.०	१७.६८	३८२

गेल्या ११० वर्षांत भारताची लोकसंख्या जवळजवळ पाचपट वाढली. शतकाच्या पहिल्या दशकात जन्मदर व मृत्युदर दोन्ही जास्त व समान असल्यामुळे वाढीचा दर फारच कमी होता. दुसऱ्या दशकात तर साथींमुळे (प्लेग, मलेरिया, हिवताप) देशाची लोकसंख्या कमी झाली. त्यानंतर स्वातंत्र्यापर्यंतच्या तीन दशकांमध्येही वाढीचा वेग १० ते १५% च्या दरम्यान होता. स्वातंत्र्यानंतर झालेल्या अन्न पुरवठा व वैद्यकीय सुविधा यांधील सुधारणांमुळे देशाचा मृत्युदर झपाट्याने खाली येऊ लागला. पण जन्मदर मात्र मात्र त्या गतीने कमी झाला नाही. यामुळे या चार दशकांमध्ये लोकसंख्यावाढीचा दर २० ते २५% राहिला. त्यामुळे या काळात देशाची लोकसंख्या दुपटीपेक्षा जास्त वाढली.

भारतातील जन्मदर, मृत्युदर व सरासरी आयुर्मान मर्यादा (१९०१–२०११)

इ. सन	जन्मदर	मृत्युदर	आयुर्मान मर्यादा
१९०१–११	४८.१	४२.६	२२.९
१९११–१२	४८.१	४८.६	२०.०
१९२१–३१	४६.४	३६.३	२६.८

इ. सन	जन्मदर	मृत्युदर	आयुर्मान मर्यादा
१९३१-४१	४५.२	३१.२	३१.८
१९४१-५१	३९.९	२७.४	३२.१
१९५१-६१	४१.७	२२.८	४१.२
१९६१-७१	४१.२	१९.०	४५.०
१९७१-८१	३६.०	१४.८	५३.५
१९८१-९१	३१.०	११.०	५८.६
१९९१-२००१	२६	९.०	६२.५६
२००१-२०११	२२	५.४	६२.२१

विसाव्या शतकातील पहिल्या दशकात हजारी ४८ इतका जास्त जन्मदर होता. या दशकामध्ये मृत्युदरही ४२.६ इतका जास्त असल्यामुळे सामान्य भारतीयांचे आयुर्मान २२.९ इतके कमी होते. प्लेग, कॉलरा, मलेरिया, इन्फ्लूएंझा, इ. साथींमुळे विसाव्या शतकाच्या दुसऱ्या दशकात जन्मदर जरी तेवढाच जास्त राहिला असला तरी मृत्युदर ४८.६ इतका वाढल्यामुळे लोकसंख्येत घट झाली व आयुर्मानातही २० वर्षे इतकी घट झाली. वरील साथीचे रोग आटोक्यात आणल्यामुळे तिसऱ्या दशकात परिस्थितीत थोडी सुधारणा झाली. या दशकात जन्मदर थोडा कमी होऊन ४६.४ इतका झाला. मात्र मृत्युदर झपाट्याने कमी होऊन ३६.३ आला, त्यामुळे भारतीयांचे आयुर्मान २६.८ वर्षे इतके वाढले. यानंतरच्या दोन दशकांत हेच कल कायम राहिले. १९४१-५१ या दशकात जन्मदर कमी झाला व ३९.९ वर स्थिरावला.

तर मृत्युदर आणखी कमी होऊन २७.४ इतका झाला व आयुर्मान ३२.१ इतके वाढले स्वातंत्र्यनंतर अन्नपुरवठ्यात व वैद्यकीय सेवांमध्ये प्रयत्नपूर्वक सुधारणा करण्यात आल्या. याचे पर्यवसान, मृत्युदर झपाट्याने कमी होण्यात झाले. स्वातंत्र्यनंतरच्या पहिल्या दशकात जन्मदर थोडा वाढला (४१.७) परंतु मृत्युदर आणखी कमी झाल्यामुळे (२२.८) भारतीयांचे आयुर्मान वाढून ४१.२ वर्षे झाले.

स्वातंत्र्यानंतरच्या दुसऱ्या शतकात जन्मदर जवळ जवळ तोच राहून मृत्युदर मात्र हजारी १९ इतका कमी झाला व त्यामुळे भारतीयांचे सरासरी आयुर्मान ४५ वर्ष इतके वाढले. हे कल पुढील दोन दशकांत तसेच चालू राहून १९८१-९१ या दशकात जन्मदर हजारी ३१.७ इतका कमी झाला. परंतु, मृत्युदर दर हजारी १२ इतका कमी झाल्यामुळे भारतीयांचे आयुर्मान ५९.६ वर्षे झाले १९९१-२००१ या काळात भारतीयांचे आयुर्मान ६२.५६ वर्षे होते मात्र २००१-२०११ या काळात हे आयुर्मान विकास होऊन ही

अपघात व इतर कारणाने ६२.२१ वर्षे म्हणजे थोडे कमी झालेले दिसते.

स्वातंत्र्यानंतर भारताचा लोकसंख्येत झालेल्या वाढीचे प्रत्यक्ष आकडे पाहिले असता देशासमोरील लोकसंख्या समस्येचे गांभीर्य लक्षात येईल. स्वातंत्र्यानंतरच्या पहिल्या दशकात भारताची लोकसंख्या ७.८ कोटीने वाढली. १९८१-९१ या दशकात ही वाढ १५.२ कोटी झाली. या दशकात भारतातील घटक-राज्यांपैकी उत्तर प्रदेशची लोकसंख्या २.५७ कोटीने बिहारची १.६७ कोटीने व महाराष्ट्राची १.२५ कोटीने वाढली.

भारत लोकसंख्यावाढ (नकाशा क्र.२.२)

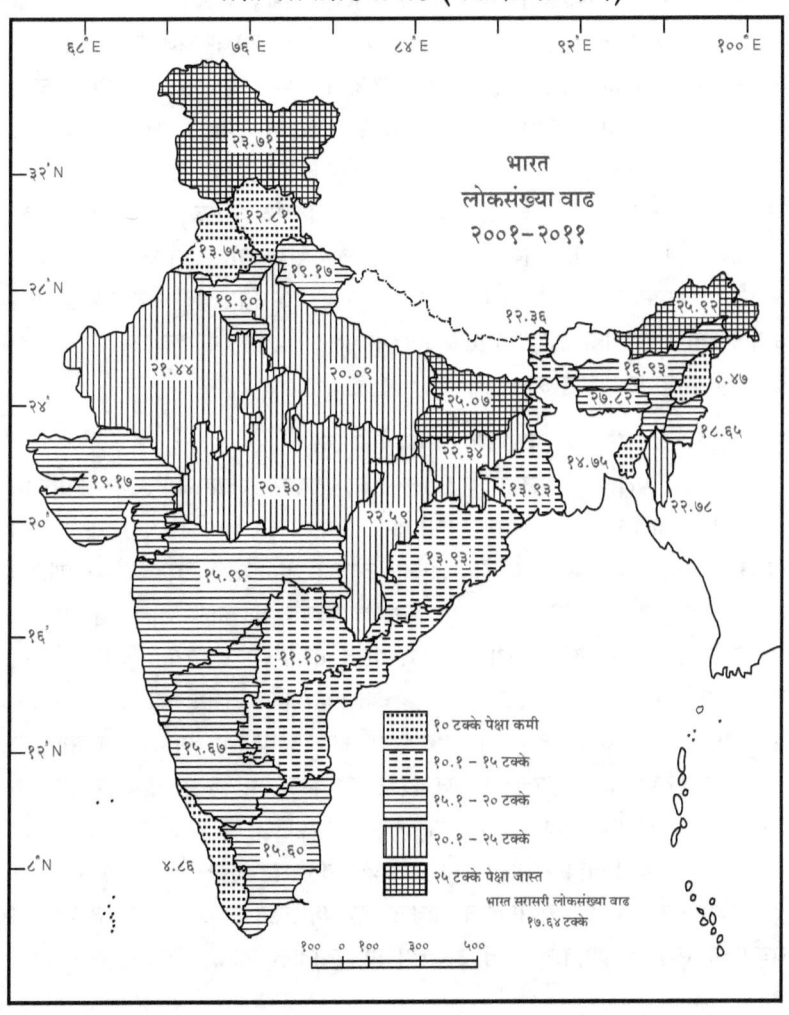

२.५. **लोकसंख्येची रचना** (Composition of Population)

लोकसंख्या रचनेच्या विविध अंगांपैकी लोकसंख्येची वयोरचना, लिंगरचना, आर्थिक विभागणी इत्यादी घटक लोकसंख्या भूगोलाच्या अभ्यासकांच्या दृष्टीने महत्त्वाचे असतात. त्याचबरोबर वैवाहिक स्थिती, शैक्षणिक पातळी व धार्मिक रचना या गोष्टीही महत्त्वाच्या आहेत.

२.५.१. वयोरचना (Age Composition)

सामाजिक शास्त्राच्या अभ्यासकाला लोकसंख्येच्या वयोरचनेचा अभ्यास करणे महत्त्वाचे असते; कारण समाजाची शैक्षणिक संस्था, वैद्यकीय सेवा, इत्यादी बद्दलची गरज व श्रमशक्तीचा पुरवठा लोकसंख्येच्या वयोरचनेवरच अवलंबून असतात. लोकसंख्येतील मतदारांची संख्या, वयोवृद्ध माणसांची संख्या, सैन्य भरतीस योग्य लोकांची संख्या, इ. अंगांचा अभ्यासही सामाजिक स्वास्थाच्या दृष्टीने आवश्यक असतो. लोकसंख्येचे अचूक किंवा विश्वासार्ह प्रक्षेपण करण्यासाठी लोकसंख्येच्या वयोरचनेची नितांत गरज असते. आयुर्विमा, निवृत्तिवेतन, वृद्धाश्रमांची गरज, शैक्षणिक संस्था, वैद्यकीय संस्था या संबंधीचे नियोजन करण्यासाठी लोकसंख्येच्या वयोरचनेची आवश्यकता असते. वयोमान व मर्त्यता यांचाही जवळचा संबंध असतो. एकूण लोकसंख्येतील अवलंबितांचे प्रमाणही वयोमानावर अवलंबून असते. विवाहप्रमाण व जन्मदर यांवरही वयोरचनेचा परिणाम होत असतो.

२.५.१.१. वयोरचनेवर परिणाम करणारे घटक

जनन, मर्त्यता, स्थलांतर युद्धे इत्यादींचा लोकसंख्येच्या वयोरचनेवर परिणाम होतो. जननप्रमाणाचा वयोरचनेवर परिणाम होतो. अमेरिकेत १९०० ते १९४५ या काळात लोकसंख्येच्या वयोमानात जी वाढ झाली, त्याला जननघट हा घटकही कारणीभूत होता. विकसित देशांमध्ये १९४० पर्यंत वयोरचनेत जे बदल झाले, ते मुख्यतः जननपातळीतील बदलामुळे झाले. अविकसित देशांमध्येही मर्त्यता कमी होऊन, जननपातळी कमी न झाल्यामुळे लोकसंख्येच्या वयोरचनेत विशेष बदल झाले नाहीत. परंतु दक्षिण अमेरिकेत १९३० ते १९६० या काळात मर्त्यता वेगाने कमी झाली व त्यामुळे १४ वर्षांखालील मुलांचे प्रमाण ४१ टक्क्यांवरून ४५ % झाले. वरील उदाहरणे जनन व मर्त्यता यांचा लोकसंख्येच्या वयोरचनेशी असलेला संबंध स्पष्ट करतात.

स्थलांतरही लोकसंख्येची वयोरचना बदलत असते. लोक देश सोडून गेले, तर १५ वर्षांखालील व ६० वर्षांपुढील लोकांचे प्रमाण वाढते. याउलट, १५ ते ५९ वर्षे वयोगटातील व विशेषतः १५ ते ३५ वर्षे या वयातील लोकांचे प्रमाण कमी होते.

याशिवाय एकूण लोकसंख्येत स्त्रियांचे प्रमाण वाढते. याउलट, लोक देशात आले, तर १५ ते ५९ वर्षे या वयातील व विशेषतः पुरुषांचे प्रमाण वाढते या उलट, १५ वर्षांखालील व ६० वर्षांपेक्षा जास्त वयातील लोकांचे प्रमाण कमी होते व एकूण लोकसंख्येतील स्त्रियांचे प्रमाणही कमी होते.

युद्धांचाही लोकसंख्येच्या वयोरचनेवर परिणाम होतो. युद्धामुळे मनुष्यहानी खूप होते व त्यामुळे मर्त्यता वाढते. युद्ध चालू असताना सैनिक आपल्या पत्नीपासून विभक्त असतात. त्यामुळे जन्मदर कमी होतो. युद्धे थांबली की जन्मदर बऱ्याच वेळा वाढतो. दुसऱ्या महायुद्धाच्या काळात अमेरिकेच्या सैन्यदलातील अनेक पुरुष आपल्या कुटुंबापासून दूर युद्ध भूमीत होते. दुसरे महायुद्ध संपल्यानंतर ते त्यांच्या कुटुंबात परत आले. यामुळे या काळात अमेरिकेतील जन्मदर एकदम वाढला व त्या देशात अपत्य जन्माची लाटच आली. अशा तऱ्हेने युद्धामुळे मर्त्यता आणि जनन अचानक वाढतात व कमी होतात. या बदलांचे लोकसंख्येच्या वयोरचनेवर परिणाम होतात व त्यांचे परिणाम नंतर कित्येक वर्षे जाणवत राहतात.

२.५.१.२. जागतिक लोकसंख्येची वयोरचना

इ. स. १९८० मध्ये जागतिक लोकसंख्येचे सरासरी वय २२.४ वर्षे होते. विकसित देशांतील लोकसंख्येचे सरासरी आयुर्मान जास्त असल्यामुळे तेथील लोकसंख्येचे सरासरी आयुर्मान १९८० मध्ये ३१.४ वर्षे इतके होते. याउलट अविकसित देशांत लोकसंख्येचे सरासरी आयुर्मान तुलनेने फारच कमी म्हणजे १९.८ वर्षे होते. लोकसंख्येतील जनन व मर्त्यता दोन्ही कमी झाल्या, की लोकसंख्येतील कमी वयोगटातील लोकांचे प्रमाण कमी होऊन, प्रौढ वयोगटातील लोकांचे प्रमाण वाढते. यामुळे लोकसंख्येच्या सरासरी आयुर्मानात वाढ होते. जागतिक स्तरावर विचार केला, तर आफ्रिकेत आयुर्मान सर्वांत कमी म्हणजे १७.६ वर्षे इतके होते. याउलट, सर्वांत जास्त आयुर्मान युरोपखंडामध्ये ३३ वर्षे इतके होते. आयुर्मानाशी जननदर व मृत्युदर दोन्ही ही व्यस्त प्रमाणात असतात. जेथे जन्मदर व मृत्युदर जास्त असतात. तेथे लोकसंख्येचे आयुर्मान कमी असते. याउलट लोकसंख्येचे जन्मदर व मृत्युदर कमी असतात. तेथे आयुर्मान जास्त असते.

१९८० मध्ये एकूण जागतिक लोकसंख्येपैकी ३५.६ % लोकसंख्या १५ वर्षे वयापेक्षा कमी वयाची होती. हे प्रमाण विकसित देशांमध्ये २३ % व अविकसित देशात ४० % होते. बरेचसे विकसित देश लोकसंख्या संक्रमणाच्या तिसऱ्या टप्प्यात (जेव्हा जन्मदर व मृत्युदर दोन्हीही कमी असतात.) पोहोचले आहेत. याउलट अविकसित देश संक्रमणाच्या दुसऱ्या टप्प्यात (जेव्हा जन्मदर जास्त व मृत्युदर कमी असतो) असल्यामुळे लोकसंख्या झपाट्याने वाढत असते. सन २०१३ मध्ये जागतिक पातळीवर सरासरी

आयुर्मान ७१ वर्षे झाले. मात्र हे वाढण्यात विकसित देशांची आरोग्यविषयक कामगिरी महत्त्वाची ठरली आहे.

आफ्रिका, मध्य अमेरिका, नैर्ऋत्य व आग्नेय आशियातील अविकसित देशांतील एकूण लोकसंख्येच्या ४० % पेक्षा जास्त लोक १५ वर्षे वयापेक्षा कमी वयाचे आहेत. याउलट उत्तर अमेरिका, युरोप, ऑस्ट्रेलिया, न्यूझीलंड, जपान, रशियाचा काही भाग या विकसित विभागांत हे प्रमाण ३० % पेक्षा कमी आहे.

२.५.१.३. अवलंबन भार

लोकसंख्येच्या वयोरचनेवरून अवलंबन-भार काढता येतो. अवलंबन-भार म्हणजे मुले अधिक म्हातारी माणसे व कार्यक्षण लोक यांचे गुणोत्तर होय. अवलंबन-भार पुढील सूत्राने काढता येतो.

$$\text{अवलंबन भार} = \frac{\text{१५ वर्षांखालील मुलांची संख्या + ६० वर्षे वयापेक्षा जास्त वय असलेल्या वृद्धांची संख्या}}{\text{१५ ते ५९ वर्षे वयातील कार्यक्षम लोकसंख्या}}$$

एकूण जागतिक लोकसंख्येच्या सरासरी अवलंबन भार ७०.६ % इतका आढळतो अविकसित देशांमध्ये हा भार याहून जास्त असतो व विकसित देशांच्या बाबतीत हा भार जागतिक सरासरीपेक्षा कमी असतो. अविकसित देशांसाठी अवलंबन-भार १९८० मध्ये ७७.८ %इतका होता. याउलट, विकसित देशांसाठी ५२.६ %इतका होता. आफ्रिका खंडात अवलंबन-भार सर्वांत जास्त म्हणजे ९३.४% व उत्तर अमेरिकेत सर्वांत कमी म्हणजे ५०.७ %इतका होता. हा अवलंबन-भार त्या विभागाच्या जनन व मर्त्यता पातळीच्या कलावर अवलंबन-भार असतो. यामुळेच, द. अमेरिका व आशिया या खंडाच्या लोकसंख्येचा अवलंबन-भार सरासरीपेक्षा जास्त असून, युरोप व ऑस्ट्रेलिया न्यूझीलंड यांचा अवलंबन-भार सरासरीपेक्षा कमी होता. अविकसित देशांच्या लोकसंख्येत १५ वर्षे वयापेक्षा कमी वयाच्या लोकांचे प्रमाण जास्त असते व वृद्ध लोकांचे प्रमाण कमी असते. यावरून असे दिसते की मोठ्या अवलंब-भाराचा संबंध जास्त जन्मदराशी असतो. भविष्यकाळात या देशांचे जन्मदर कमी होण्याची शक्यता असल्यामुळे अवलंबन-भारही कमी होण्याची शक्या आहे. याउलट विकसित देशाच्या लोकसंख्येत १५ वर्षांपेक्षा कमी वयाच्या लोकांचे प्रमाणे कमी असल्यामुळे अवलंबनभारही कमी असतो. या देशांतील जन्मदर व मृत्युदर भविष्यकाळात यापेक्षाही कमी होण्याची शक्यता असल्यामुळे या देशांतील लोकसंख्येत वृद्धांचे प्रमाण याहून जास्त होण्याचीच शक्यता आहे. भारतातील जन्मदर अजूनही तुलनेने जास्त व त्यामानाने

मृत्युदर खूपच कमी झालेला असल्यामुळे भारताच्या लोकसंख्येचा अवलंबन-भार जास्त आहे. भारतात १९८० मध्ये ३९.२ % लोकसंख्या १५ वर्षे वयापेक्षा कमी वयाची होती, तर फक्त ३ % लोकसंख्या ६५ वर्षे वयापेक्षा जास्त वयाची होती. यामुळे भारतातील लोकसंख्येचा अवलंबन-भार ७३.६ इतका जास्त होता. भारताचा सरासरी जन्मदर २०११ साली २३.०० होता, तर मृत्युदर दरहजारी ५.४ इतका होता. भविष्यकाळात भारताचा जन्मदर कमी होण्याची शक्यता असल्यामुळे अवलंबन-भार ही कमी होईल.

भारतातील वयोरचना (१९०१ - २०११)

वर्ष	वयोगट ०.१४ वर्षे	वयोगट १५-६० वर्षे	वयोगट ६० वर्षांपुढील
१९०१	३८.१	५६.८	५.१
१९११	३७.८	५६.९	५.२
१९२१	३८.६०	५६.०	५.४
१९८१	३८.५	५६.४	५.१
१९४१	३९.१	५५.२	५.७
१९५१	३७.५	५६.९	५.६
१९६१	३७.५	५६.९	५.६
१९७१	४२.०	५२.०	६.०
१९८१	३९.७	५४.१	६.२
१९९१	३७.८	५५.५	६.७
२००१	३७.३	५५.८	६.९
२०११	३३.०	५९.४	७.६

२.५.२. लोकसंख्येची लिंग-रचना (Sex Composition)

लोकसंख्येचे लिंगविभाजन हेही लोकसंख्या भूगोलाच्या अभ्यासाचे महत्त्वाचे अंग आहे. लोकसंख्येच्या लिंगविभाजनाचा विवाह-प्रमाण व जन्मदर यांवर प्रत्यक्ष व श्रमशक्तीच्या पुरवठ्यावर अप्रत्यक्ष परिणाम होत असतो. लोकसंख्येत पुरुषांचे प्रमाण स्त्रियांपेक्षा जास्त असेल, तर मुलींचे विवाहाचे वय कमी होते. यामुळे पती व पत्नी यांच्या वयांतील अंतरात वाढ होते. यामुळे विधवांची संख्या वाढण्याची शक्यता असते. स्त्रियांचे लग्नाचे वय कमी झाले, तर जन्मप्रमाण वाढते व त्यामुळे लोकसंख्या वाढू लागते. ज्या समाजात पुरुषाचे प्रमाण जास्त, तेथील मृत्युदर जास्त आढळतो व स्त्रियांचे प्रमाण जास्त, तेथील मृत्युदर सामान्यतः कमी असतो. देशाच्या लोकसंख्येत जर स्त्रियांचे

प्रमाम कमी असेल, तर वेश्याव्यवसाय, गुप्तरोग, इ. सामाजिक समस्या उभ्या राहतात. स्त्रियांचे समाजातील स्थान, श्रमशक्तीतील स्त्रियांचा सहभाग वगैरे गोष्टी एकूण लोकसंख्येतील स्त्रियांच्या प्रमाणावरून ठरतात.

२.५.२.१.लिंग–रचनेवर परिणाम करणारे घटक

लोकसंख्येतील स्त्री–पुरुष प्रमाणावर जनन, मर्त्यता व स्थलांतर यांचा परिणाम होत असतो. याशिवाय युद्धे, दुष्काळ वगैरे आपत्तींमुळेही लिंग–रचना बदलते. स्त्रियांच्या समाजिक दर्जावरूनही लिंग रचना बदलते.

नवजात बालकांचे लिंग गुणोत्तर

सर्वसाधारणपणे मुलगे मुलींपेक्षा जास्त जन्माला येतात. हे प्रमाण १००० मुलींमागे १०५० ते १०६० मुलगे इतके असते. मुलांची मर्त्यता पहिल्या चार वर्षांत जास्त असते. कारण जैविकदृष्ट्या मुलांपेक्षा मुलींमध्ये रोगप्रतिकारशक्ती जास्त असते. चार वर्षांच्या आसपास लिंग गुणोत्तर समान होते. ५ ते १५ या वयोगटात अविकसित देशांमध्ये औषधपाण्याचा अभाव व कुपोषण यांमुळे मुलींची मर्त्यता जास्त असते. तसेच १५ ते ३५ या वयोगटात अविकसित देशांमध्ये मुलींच्या बाबतीत प्रसूतिसंबंधित मर्त्यता जास्त असते. त्यामुळे लोकसंख्येतील मुलींचे प्रमाण आणखीनच कमी होते. अविकसित देशांत एकूण लोकसंख्येमध्ये म्हणूनच पुरुषांचे प्रमाण जास्त व स्त्रियांचे प्रमाण कमी असते. याउलट विकसित देशांमध्ये योग्य उपचार व आहारामुळे स्त्रियांमध्ये मर्त्यता कमी असते. त्यामुळे एकूण लोकसंख्येत पुरुषांपेक्षा स्त्रियांचे प्रमाण जास्त असते. भारतातील १९०१च्या स्त्री–पुरुष गुणोत्तराची तुलना केली असता असे दिसून येते, की आर्थिक विकासाचा फायदा फक्त पुरुषांना मिळाला व एकूण लोकसंख्येत पुरुषांचे प्रमाण वाढले असाच कल अनेक अविकसित देशांत दिसून येतो. यामुळेच, स्त्री–पुरुष गुणोत्तर हा विकासपातळी मोजण्यासाठी निर्देशांक किंवा मानदंड म्हणून वापरला जातो.

सर्वच वयोगटांत स्त्रियांपेक्षा पुरुषांचे मृत्युदर अधिक असतात. नवजात बालकाचे गुणोत्तर हे मातांचे वय व बालकाचा जन्मक्रमांक याच्याशी निगडित असतो. प्रथम क्रमांकाच्या बालकाचे लिंग गुणोत्तर जास्त असते व पुढील क्रमांकाच्या बालकांचे लिंग गुणोत्तर कमी कमी होत जाते.

२.५.२.२. मृत व्यक्तींचे लिंग गुणोत्तर

सर्वच वयोगटात स्त्रियांपेक्षा पुरुष अधिक मृत्यू पावतात. अर्भक मृत्यूमध्येही पुरुष अर्भकाचे मृत्यू अधिक असतात. विकसित देशांत स्त्रियांचे आयुर्मान पुरुषांच्या आयुर्मानापेक्षा जास्त असते. याउलट परिस्थिती अविकसित देशांत आढळते. वैद्यकीय

सेवांचा अभाव, कुपोषण यांमुळे ५ ते १५ वर्षे वयोगटात व प्रसूतिसंबंधीच्या मर्त्यतेमुळे १५ ते ३५ वर्षे या वयोगटात स्त्रियांची मर्त्यता पुरुषांपेक्षा जास्त असते. या सर्वांमुळे अविकसित देशांमध्ये पुरुषांपेक्षा स्त्रियांचे आयुर्मान कमी असते.

२.५.२.३. स्थलांतरितांचे लिंग गुणोत्तर

स्थलांतरितांमध्ये स्त्री-पुरुषांची संख्या समान नसते. विशेषतः आर्थिक कारणांमुळे होणाऱ्या व लांब अंतराच्या स्थलांतरामध्ये पुरुषांचे प्रमाण खूपच जास्त असते. उदा., अर्जेंटिनामध्ये १९१४ साली एकूण लोकसंख्येपैकी स्थलांतरीताचे प्रमाण ३० % होते. त्या वेळी एकूण लोकसंख्येचे स्त्री-पुरुष गुणोत्तर १००० पुरुषांमागे ५८५ स्त्रिया एवढे होते. त्यानंतर अर्जेंटिनात होणाऱ्या स्थलांतरितांचा ओघ कमी झाल्यामुळे १९७२ साली हेच गुणोत्तर १०१० स्त्रिया १००० पुरुषांमागे असे झाले. भारतातही शहरातील जागेच्या टंचाईमुळे व शहरातील महागड्या राहणीमानामुळे खेड्याकडून शहराकडे होणाऱ्या स्थलांतरात पुरुषांचे प्रमाण जास्त असते. यामुळेच २०११ मध्ये मुंबईसारख्या महानगरात स्त्री-पुरुष गुणोत्तर ८३२ स्त्रियांमागे १००० पुरुष होते तर उपनगरात ते ८५७ स्त्रिया १००० पुरुषामागे इतके होते.

२.५.२.४. विकसित व अविकसित देशांतील लिंगरचना

जगाच्या एकूण लोकसंख्येमध्ये स्त्रियांपेक्षा पुरुषांचे संख्या जास्त आढळते. यामुळे १९८० मध्ये जगाच्या लोकसंख्येसाठी स्त्री-पुरुष गुणोत्तर ९९३ स्त्रियांमागे १०००पुरुष इतके होते. जन्मतः एकूण अपत्यांमध्ये मुलग्यांचे प्रमाण मुलींपेक्षा जास्त असल्यामुळे असे स्त्री-पुरुष गुणोत्तर आढळत असावे. युरोप, उत्तर अमेरिका व आफ्रिका या खंडाच्या लोकसंख्येमध्ये पुरुषांपेक्षा स्त्रियांचे प्रमाण जास्त आहे. अर्थात, याला कारणे मात्र वेगवेगळी आहेत. युरोपमध्ये व रशियात महायुद्धामुळे अनेक देशांतील पुरुष मोठ्या संख्येने मारले गेल्यामुळे आणि विकासाचा फायदा स्त्री-पुरुषांना समान मिळून, स्त्रियांचे आयुर्मान वाढल्यामुळे एकूण लोकसंख्येत पुरुषांपेक्षा स्त्रियांचे प्रमाण वाढले. उत्तर अमेरिकेत गतिमान जीवनाचा परिणाम म्हणून अपघातात मरणाऱ्या पुरुषांचे प्रमाण खूपच जास्त असल्यामुळे व स्त्रियांना मिळणाऱ्या समान वागणुकीमुळे त्यांचे आयुर्मान वाढल्यामुळे एकूण लोकसंख्येत स्त्रियांचे प्रमाण जास्त आहे. आफ्रिकेतील विविध टोळ्यांमधील युद्धांमुळे अनेक पुरुष मोठ्या प्रमाणावर मारले जातात. त्यामुळे एकूण लोकसंख्येत स्त्रियांचे प्रमाण जास्त आढळते.

याउलट दक्षिण अमेरिका, आशिया व ऑस्ट्रेलिया न्यूझीलंड या विभागांतील लोकसंख्येमध्ये पुरुषांचे प्रमाण स्त्रियांपेक्षा जास्त आढळून येते. भारतात स्त्रियांना मिळणाऱ्या असमान वागणुकीमुळे स्त्रियांची मर्त्यता जास्त आढळते. व यामुळेच एकूण

लोकसंख्येत पुरुषांचे प्रमाण जास्त आहे. याउलट द. अमेरिका व ऑस्ट्रेलिया न्यूझीलंड यांच्या लोकसंख्येत स्थलांतरितांचे प्रमाण जास्त असल्यामुळे व स्थालंतरितांमध्ये स्त्रियांपेक्षा पुरुषांचे प्रमाण जास्त असल्यामुळे एकूण लोकसंख्येतही पुरुषांचे प्रमाण जास्त आढळते.

लोकसंख्येचे स्त्री-पुरुष गुणोत्तर ह्या लोकसंख्येच्या अंगाचा विचार केला असता, विकसित व अविकसित देशांमधील फरक लोकसंख्येच्या इतर अंगांइतका भिन्न आढळत नाही. आर्थिकदृष्ट्या सर्वांत विकसित उत्तर अमेरिका व आर्थिकदृष्ट्या अविकसित आफ्रिका या दोन्ही प्रदेशांमध्ये वर उल्लेखिलेल्या वेगवेगळ्या कारणांमुळे स्त्रियांचे प्रमाण पुरुषांपेक्षा जास्त आहे.

२.५.२.५. भारताच्या लोकसंख्येची लिंग-रचना

भारतातील लोकसंख्येच्या स्त्री-पुरुष गुणोत्तरामध्ये पुरुषांचे प्रमाण नेहमीच जास्त आढळून आले आहे. १९०१ साली १००० पुरुषांमागे ९७२ स्त्रिया होत्या. त्यानंतर सतत हे प्रमाण कमी होत जाऊन १९९१ साली १००० पुरुषांमागे ९२९ स्त्रिया होत्या. २००१ मध्ये भारतातील १००० पुरुषांमागे स्त्रियांचे प्रमाण ९३३ होते. मात्र २०११ मध्ये स्त्रियांच्या सामाजिक विकासातून शैक्षणिक सुधारणामुळे हे प्रमाण १००० पुरुषांमागे ९४० स्त्रिया इतके झाले.

जगाच्या इतर भागांप्रमाणे भारतातही नवजात बालकांमध्ये मुलांचे प्रमाण जास्त आहे. भारतात अंदाजे ९३७ मुलींमागे १००० मुले जन्माला येतात, विकसित देशांमध्ये ० ते ४ वर्षे या वयोगटातील मुलांच्या अधिक मर्त्यतेमुळे ४ वर्षे वयाच्या सुमारास मुलगे व मुली यांचे प्रमाण साधारण सारखे होते. भारतात मात्र मुलांची मर्त्यता जास्त असली, तरी मुलांचे व मुलींचे प्रमाण सारखे होत नाही. बालमृत्यूमध्येही भारतात मुलींचे प्रमाण मुलांपेक्षा जास्त असते. तसेच प्रजोत्पानक्षम वयातही स्त्रियांची मर्त्यता पुरुषांपेक्षा जास्त असते. मुलींच्या संगोपनाकडे होणाऱ्या दुर्लक्षामुळे लहान मुलींची मर्त्यताही जास्त असते. तसेच, प्रसूतीसंबंधीची मर्त्यता स्त्रियांमध्ये जास्त असल्यामुळेही स्त्रियांचे सर्वसाधारण आयुर्मान कमी असते. औषधोपचार वेळीच न मिळाल्यामुळे साथीच्या रोगांत दगावणाऱ्यांमध्येही स्त्रियांचे प्रमाण जास्त असल्यामुळे एकूण लोकसंख्येतील त्यांचे प्रमाण कमीच असते.

भारतात स्त्री-पुरुष गुणोत्तर, शहरी व ग्रामीण भागात वेगवेगळ्या धर्मांच्या लोकांमध्ये, वेगवेगळ्या समाजगटांत व वेगवेगळ्या भागांत वेगवेगळे आढळून येते. शहरी भागांमध्ये स्त्रियांचा मोठ्या प्रमाणात तुटवडा होता. या तुटवड्याचे मुख्य कारण शहराकडे येणाऱ्या स्थलांतरितांमध्ये पुरुषांचे प्रमाण खूपच जास्त असते. या स्थलांतरावर

भारतातील स्त्रियांचे प्रमाण (नकाशा क्र.२.३)

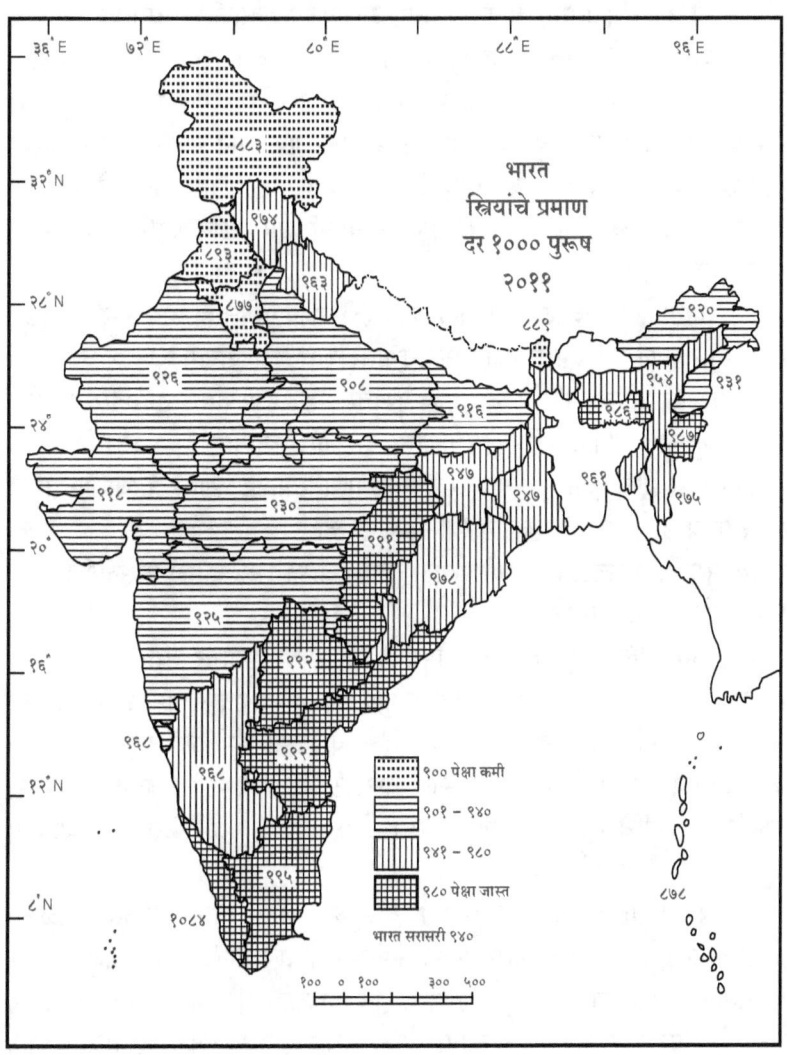

भारत
स्त्रियांचे प्रमाण
दर १००० पुरूष
२०११

१०० पेक्षा कमी
१०१ – १४०
१४१ – १८०
१८० पेक्षा जास्त

भारत सरासरी १४०

ग्रामीण भागातील व्यवसायाची कमी संधी व तुलनेने शहरातील व्यवसायांची विविधता व विपुलता, तसेच शहरी जीवनांचे आकर्षण यांचा परिणाम होतो. ग्रामीण भागातील लोकसंख्येच्या जमिनीवरील वाढत्या भारामुळे लोकांना शहराकडे व्यवसायासाठी धाव घेणे आवश्यक होते. परंतु शहरातील महागाई व राहण्याच्या जागेचा तुटवडा, यामुळे बरेच वेळा फक्त पुरुषच शहराकडे येऊ शकतात व त्यांची कुटुंबे ग्रामीण भागातच राहतात. ग्रामीण भागातील एकत्र कुटुंबपद्धतींमध्ये पुरुषाला एकट्याने शहरात जाणे फारशा अडचणींशिवाय शक्य होते. या सर्वांमुळे ग्रामीण भागाकडून शहरी भागाकडे होणाऱ्या स्थलांतरात पुरुषांचे प्रमाण जास्त राहते व त्याचा परिणाम म्हणून शहरी भागाचे स्त्री-पुरुष गुणोत्तर वाढते.

भारतातील वेगवेगळ्या धार्मिक गटांचे स्त्री-पुरुष गुणोत्तरही भिन्न असते. १९७० मध्ये भारतातील ख्रिश्चनांचे स्त्री-पुरुष गुणोत्तर १००० पुरुषांमागे ९६८ स्त्रिया असे होते. याउलट, शीख धर्मीयांचे स्त्री-पुरुष गुणोत्तर दरहजार पुरुषांमागे ८६० स्त्रिया इतके होते. हिंदूंच्या बाबतीत स्त्री-पुरुष गुणोत्तर दरहजार पुरुषांमागे ९६० म्हणजे अंदाजे राष्ट्रीय सरासरीइतके होते. मुस्लिमांचे स्त्री-पुरुष गुणोत्तर कमी, म्हणजे दरहजार पुरुषांमागे ९२२ स्त्रिया इतके होते. ख्रिश्चनांचे स्त्री-पुरुष गुणोत्तर स्त्रियांची मर्त्यता कमी असल्यामुळे जास्त असावे. याउलट, स्त्रियांची मर्त्यता तुलनेने जास्त असल्यामुळे मुस्लिमांचे स्त्री-पुरुष गुणोत्तर कमी असावे.

भारतातील अनुसूचित जमातींमधील स्त्री-पुरुष गुणोत्तर सरासरी स्त्री-पुरुष गुणोत्तरापेक्षा जास्त, म्हणजे दर हजार पुरुषांमागे ९९२ स्त्रिया इतके जास्त होते. पुरुषांची मर्त्यता जास्त व ख्रिश्चन धर्माच्या प्रसारामुळे स्त्रियांची मर्त्यता कमी असल्यामुळे अनुसूचित जमातीत स्त्री-पुरुष गुणोत्तर जास्त असावे. याउलट, स्त्रियांची मर्त्यता जास्त असल्याने, अनुसूचित जातींचे स्त्री-पुरुष गुणोत्तर सरासरीपेक्षा कमी, म्हणजे दरहजार पुरुषांमागे ९३२ स्त्रिया इतके होते.

भारताच्या वेगवेगळ्या विभागांत स्त्री-पुरुष गुणोत्तर भिन्न आढळते. केरळ या दक्षिणेकडील राज्याच्या लोकसंख्येत स्त्री-पुरुष गुणोत्तर सर्वांत जास्त म्हणजे दरहजार पुरुषांमागे १०८४ स्त्रिया असे २०११ मध्ये होते. याउलट, हरियाणा या राज्यात २०११ मध्ये स्त्री-पुरुष गुणोत्तर सर्वांत कमी, म्हणजे दरहजार पुरुषांमागे ८७७ स्त्रिया इतके कमी होते. या खालोखाल जम्मू काश्मिर राज्यांत दरहजार पुरुषांमागे ८८३ स्त्रिया, अरुणाचल प्रदेशात दरहजारत पुरुषांपेक्षा ८६१ स्त्रिया, केरळमध्ये जनन व मर्त्यतेची प्रमाणे भारतातील इतर राज्यांपेक्षा कमी आहेत. विशेषतः, स्त्रियांची मर्त्यता तुलनेने कमी आहे. केरळमध्ये तुलनेने वैद्यकीय सेवा चांगल्या उपलब्ध असल्यामुळेही मर्त्यता कमी आहे.

सर्व देशाचा विचार केला असता असे दिसते, की दक्षिण भारतात स्त्री-पुरुष गुणोत्तर उत्तर भारतापेक्षा जास्त आहे. अनुसूचित जमातींची वस्ती असलेल्या मध्य भारताचे स्त्री -पुरुष गुणोत्तरही जास्त आहे. वायव्य भारतामध्ये पंजाब, हरियाणा, पश्चिम उत्तर प्रदेश राजस्थान व वायव्य मध्य प्रदेश या विस्तृत पट्ट्यात स्त्री-पुरुष गुणोत्तर कमी आहे. अरुणाचल प्रदेश या ईशान्य भारताच्या भागातही स्त्री-पुरुष गुणोत्तर कमी आहे. तसेच, मोठ्या प्रमाणावर शहरीकरण झालेल्या भागातही स्त्री-पुरुष गुणोत्तर कमी आहे. अनुसूचित जमातींचे स्त्री-पुरुष गुणोत्तर जास्त असल्याला पुरुषांमधील अधिक मर्त्यता कारणीभूत आहे, हे आपण पाहिलेच आहे. वायव्य भारतात स्त्री-पुरुष गुणोत्तर कमी असण्यास स्त्रियांना मिळणारी कमी दर्जाची वागणूक व स्थलांतरितांमध्ये असलेले पुरुषांचे जास्त प्रमाण या दोन गोष्टी कारणीभूत आहेत. ईशान्य भारतात सैन्यदलाच्या मोठ्या अस्तित्वामुळे स्त्री-पुरुष गुणोत्तर कमी आहे. तसेच जास्त नागरिकीकरण झालेल्या भागात स्थलांतरितांमध्ये पुरुषांचे प्रमाण जास्त असल्यामुळे स्त्री-पुरुष गुणोत्तर कमी आहे. यावरून असे दिसते, की भारतातील स्त्री-पुरुष गुणोत्तरातील प्रादेशिक-भिन्नता ही मुख्यतः स्थलांतरितांमध्ये असलेले स्त्री-पुरुष प्रमाण व स्त्री-पुरुष मर्त्यतेतील फरक यांमुळे आहे.

भारतातील लिंग गुणोंत्तर

वर्ष	स्त्री-पुरुष गुणोत्तर (प्रती १००० पुरुषांमागे)
१९०१	९७२
१९११	९६४
१९२१	९५५
१९३१	९५०
१९४१	९४५
१९५१	९४६
१९६१	९४१
१९७१	९३०
१९८१	९३४
१९९१	९२७
२००१	९३३
२०११	९४०

२.५.३. लोकसंख्या आर्थिक रचना (Economic Composition of Population)

लोकसंख्येची आर्थिक रचना अनेक दृष्टींनी महत्त्वाची असते. लोकसंख्येच्या अनेक अंगांवर किंवा चलांवर लोकसंख्येतील आर्थिक घटकांचा प्रत्यक्ष व अप्रत्यक्ष परिणाम होत असतो. उदा., देशातील लोकांचे राहणीमान हा अनेक प्रकारच्या आर्थिक घटकांचा परिपाक असतो. लोकसंख्येतील कार्यक्षम गट, त्यातील लोकांचे प्रमाण, नोकऱ्यांमधील वेतन-पातळी, लोकांची क्रियाशक्ती या सर्व घटकांच्या एकत्रित परिणामावरून राहणीमानाची पातळी ठरते. लोकसंख्येची आर्थिक रचना समजली, तर लोकसंख्येतील अमनेक घडामोडीची उकल होते. उदा., देशात होणारे स्थलांतर, देशाबाहेर जाणाऱ्या लोकांचे प्रमाण, कुपोषण समस्या, त्यामुळे वाढणारा मृत्युदर, बेरोजगारी, इत्यादी.

लोकसंख्या भूगोलाच्या अभ्यासकाला लोकसंख्येची आर्थिक रचना ठरविण्यापूर्वी विविध घटकांशी संबंधित आर्थिक आकडेवारी गोळा करावी लागते. या कामात अनेक अडचणी येतात. महत्त्वाची अडचण म्हणजे, अनेक देशांत अद्ययावत आर्थिक आकडेवारीच उपलब्ध नसते. श्रमशक्तीचा पुरवठा, व्यवसायरचना, विविध प्रकारच्या व्यवसायांत गुंतलेले लोक, बेकारांची संख्या, अर्धबेकार, नोकऱ्यांतील स्त्रियांचे प्रमाण, नफ्याची वाटणी वगैरे महत्त्वाच्या गोष्टींच्या संदर्भात बऱ्याच देशांत अद्ययावत आकडेवारीचे सर्वेक्षण करण्याच्या संकल्पना, पद्धती यांत एक वाक्यता आढळत नाही. त्यामुळे अशा पद्धतीने तयार केलेल्या आर्थिक रचनेमुळे जगातील विविध भागांचा तुलनात्मक अभ्यास शक्य होत नाही. तिसरी अडचण म्हणजे, बऱ्याच देशांमधील आर्थिक आकडेवारी ही परिपूर्ण व पूर्ण विश्वासार्ह नसते. कित्येक विकसनशील देशांमध्ये आजही विविध व्यवसायात गुंतलेल्या लोकसंख्येचा निश्चित आकडा मिळत नाही.

लोकसंख्येची आर्थिक रचना करताना विविध निकष वापरता येतात. त्यांतील महत्त्वाचे निकष म्हणजे, आर्थिकदृष्ट्या फायदेशीर व कार्यक्षम लोकसंख्या आणि फायदेशीर नसलेली व अकार्यक्षम लोकसंख्या, व्यवसायप्रकार, दर्जा व त्यावरून केलेले लोकसंख्येचे विभाजन, विविध व्यवसाय, त्यांची उपयुक्तता व त्यांत गुंतलेल्या लोकांची संख्या.

आर्थिकदृष्ट्या उत्पादक लोकसंख्या म्हणजे उत्पादनप्रक्रियेत प्रत्यक्ष गुंतलेल्या लोकांची संख्या होय. ज्यांचा उत्पादनप्रक्रियेत प्रत्यक्ष सहभाग नाही. त्यांना अनुत्पादक किंवा अकार्यक्षम लोकसंख्या म्हणतात.

एखाद्या देशातील लोकसंख्येचा ढोबळ कार्यक्षमता दर म्हणजे आर्थिकदृष्ट्या

उत्पादक अशा व्यवसायात गुंतलेल्या लोकांचे एकूण लोकसंख्येशी असलेले शेकडा प्रमाण होय. याच संदर्भात, देशातील अवलंबन भार काढणे ही आवश्यक ठरते. अवलंबन-भार म्हणजे १५वर्षांपर्यंतची मुले अधिक साठीच्या वरचे वृद्ध लोक यांचे कार्यक्षम वयोगटातील (१५ ते ५९) लोकसंख्येशी असलेले गुणोत्तर होय. जेवढा अवलंबनभार जास्त, तेवढे लोकसंख्येतील अनुत्पादक लोकांचे प्रमाण जास्त व तितक्या प्रमाणात विविध क्षेत्रात शासनाला अधिक गुंतवणूक करणे भाग पडते.

कार्यक्षम वयोगटात असणाऱ्या लोकांच्या व्यवसायाचा प्रकार व दर्जा हा घटक ही महत्त्वाचा आहे. लोकांच्या श्रमशक्तीचा पुरेपूर वापर करून त्यांना पुरेसा व योग्य मोबदला देणारे व्यवसाय हे चांगल्या दर्जाचे व्यवसाय, असे म्हणता येईल. सर्वच लोक अशा व्यवसायांत गुंतलेले नसतात. काहींच्या नोकऱ्या अर्धवेळ, तसेच पुरेसा मोबदला न देणाऱ्या असतात. त्यावरून अर्धबेकारी ही समस्या समजू शकते. माणूस व उपलब्ध जमीन यांच्या गुणोत्तरांशी अर्धबेकारीचा संबंध असतो. हे गुणोत्तर मोठे असेल किंवा पर्यायी व्यवसाय उपलब्ध नसतील किंवा लोकसंख्यावाढीचा वेग फारच जास्त असेल, तर अर्धबेकारी निर्माण होऊ शकते. अर्धबेकारी ही शेती व्यवस्थेत व औद्योगिक व्यवस्थेतही आढळते. मात्र औद्योगिक व्यवस्थेतील तिचे प्रमाण शेती व्यवस्थेपेक्षा कमी असते.

भारतीय जनगणना संस्था, उत्पादक लोकसंख्या व अनुत्पादक लोकसंख्या ठरविताना उत्पादक लोकसंख्येत फक्त कामगारांची संख्या धरते, आणि विविध क्षेत्रांतील कामगार सोडून बाकी सर्वांना अनुत्पादक ठरविते. कामगार कोणाला म्हणायचे, याची नेमकी व्याख्या भारतीय जनगणना संस्थेने १९६१ मध्ये केली. 'ज्या माणसाचा आर्थिक दृष्ट्या उत्पादक व्यवसाय व सेवांमध्ये शारीरिक किंवा बौद्धिक सहभाग आहे. तो माणूस म्हणजे कामगार होय.' म्हणजेच या व्याख्येप्रमाणे केवळ शारीरिक कष्ट करणाराच कामगार नव्हे, तर योग्य मार्गदर्शन व व्यवस्थापन करणाराही कामगारच होय. १९८१च्या जनगणनेच्या वेळेस लोकसंख्येतील उत्पादनक गट एवढीच विभागणी न करता उत्पादक गटाचेही दोन उपगटांत विभाजन केले गेले.

१) वर्षातील जास्तीतजास्त म्हणजे सहा महिन्यांपेक्षा जास्त काळात किंवा वर्षांतील दोन्ही शेती हंगामात काम केलेले लोक व

२) जनगणनेच्या अगोदरच्या वेळी जे काम करीत होते, परंतु वर्षातील मोठ्या काळात ज्यांना काम नव्हते, असे लोक.

जन्मदर, वयोरचना, आयुर्मान, स्थलांतर व कुटुंबाचा आकार या लोकसंख्याशस्त्रीय घटकांवरून कार्यक्षमगटाचे एकूण लोकसंख्येतील प्रमाण ठरते. इतरही

अनेक व सामाजिक घटक उत्पादक लोकसंख्येचे प्रमाण ठरवीत असतात. उदा., साक्षरता व शिक्षणाची पातळी, स्त्रीचे समाजातील स्थान सरासरी विवाह वय, आरोग्य, वगैरे या शिवाय, देशातील अर्थव्यवस्थापन, नोकऱ्यांच्या संधी व वेतनपातळी या अर्थशास्त्रीय घटकांचाही उत्पादकगटाच्या आकारमानावर परिणाम होत असतो.

अविकसित देशांत जन्मदर मोठा व मृत्युदरही मोठा असल्यामुळे कार्यक्षम गटातील प्रौढांचे प्रमाण कमी, बालकांचे प्रमाण जास्त, याचा परिणाम म्हणजे अनुत्पादक गट मोठा व उत्पादक गट लहान आढळतो. ज्या प्रदेशांत येणाऱ्या स्थलांतरितांचे प्रमाण मोठे असते, तेथील कार्यक्षम किंवा उत्पादकगट मोठा होतो व ज्या प्रदेशांतून बाहेर जाणाऱ्यांचे प्रमाण मोठे असते, तेथे कामगारसंख्या कमी होते, म्हणजेच उत्पादक गटाचे आकारमान लहान होते, विकसित देशांत विभक्त कुटुंबपद्धती प्रमाणात आढळते. त्याचा परिणाम म्हणजे स्त्रियांचा विविध व्यवसायांमध्ये मोठा सहभाग आढळतो व उत्पादक गटाचे आकारमान वाढते.

काही देशांमध्ये विवाहाचे सरासरी वय कमी असते. अशा ठिकाणी कामगारांच्या उत्पादक गटाचे आकारमान मोठे असते. कारण विवाहित लोकांचा व्यवसायातील सहभाग मोठा असतो.

देशाच्या अर्थव्यवस्थेत जर विविध क्षेत्रांत जास्तीत जास्त नोकरी व व्यवसायसंधी ठेवली असेल, तर लोकांचा सहभाग वाढून कार्यक्षम गटाचे आकारमान मोठे होते.

जगातील बहुतेक भागांमध्ये लोकसंख्येच्या कार्यक्षम गटात पुरुषांचा सहभाग मोठा आढळतो. कारण कुटुंबासाठी भाकरीची व्यवस्था ही पुरुषाची जबाबदारी समजली जाते.

विकसित व अविकसित देशांमध्ये नागरी लोकसंख्येतील उत्पादक गटांत व ग्रामीण लोकसंख्येतील उत्पादक गटांत भिन्नता आढळते.

अविकसित देशांमध्ये १) ग्रामीण भागात शेती वगैरे प्रथामिक व्यवसायांमध्ये स्त्रिया व मोठी मुले यांचा सहभाग आढळतो. २) तसेच शिक्षणाची पातळी ग्रामीण भागात कमी असल्यामुळे लोकांचे कमी वयात उत्पादक गटात शिरण्याचे प्रमाण जास्त असते. ३) शहरी भागांपेक्षा ग्रामीण भागातील शेतीव्यवस्थेत स्त्रियांचा उत्पादनात सहभाग जास्त असतो. या सर्वांचा एकत्रित परिणाम म्हणजे अविकसित देशांत ग्रामीण भागात उत्पादक गटांचे आकारमान मोठे, तर शहरी भागांत लहान आढळते. उदा., विकसित देशांत नागरी लोकसंख्येचे प्रमाणही जास्त असते. स्त्रियांचा सामाजिक दर्जा उच्च असल्यामुळे स्त्रिया शहरी बागात नोकऱ्या करतात. तसेच ग्रामीण अर्थव्यवस्थेत शेतीमधील बरीच कामे यंत्राने केली जातात. थोडक्यात, विकसित देशांमध्ये नागरी

भागात उत्पादक लोकसंख्या गट मोठा असतो. उत्पादक गट अनुत्पादक गट ह्या विभागणीबरोबरच दारिद्र्यरेषेखालील असलेली लोकसंख्या विचारात घेणे आवश्यक ठरते.

२.५.३.१. लोकसंख्येचे व्यवसायानुसार विभाजन (Occupational Structure of Population)

जगात चालणाऱ्या आर्थिक व्यवसायाचे प्रकार व त्यांतील लोकांचे प्रमाण म्हणजेच लोकसंख्येचे व्यवसायानुसार विभाजन हे लोकसंख्येचे आर्थिक अंग समजण्यासही उपयोगी पडते.

जगात तीन प्रकारचे आर्थिक व्यवसाय चालतात. १) प्राथमिक २) दुय्यम व ३) तृतीयक.

ज्या व्यवसायांमध्ये पृथ्वीच्या पृष्ठभागावरील व पोटातील नैसर्गिक साधनसंपत्ती आहे. त्या स्वरुपात गोळा केली जाते, त्यांना प्राथमिक व्यवसाय म्हणतात. उदा., शेती, खाणकाम, लाकूड व इतर जंगलातील पदार्थ गोळा करणे. मासेमारी, वगैरे.

ज्या व्यवसायात नैसर्गिक साधनसंपत्तीवर प्रक्रिया करून नवीन गोष्टी निर्मिल्या जातात, त्यांना दुय्यम व्यवसाय म्हणतात. उदा., मासेमारी हा प्राथमिक व्यवसाय, तर माशांपासून खत तयार करणे हा दुय्यम व्यवसाय होय. तसेच, पोलाद तयार करणे, साखरउद्योग, जहाजबांधणी.

तृतीयक व्यवसायांत वाहतूक, दळणवळण, तसेच इतर सेवांचा समावेश होतो. कच्चा माल कारखान्यापर्यंत नेण्यासाठी व पक्का माल बाजारात किंवा ग्राहकांपर्यंत नेण्यासाठी वाहतुकीची साधने व इतर दळणवळण सेवा आवश्यक असतात. उत्पादनप्रक्रियेत या सेवांचा अप्रत्यक्ष सहभाग असतो. म्हणूनच वाहतूक व्यवस्था, वाहतुकीसंदर्भात सेवा पुरविणाऱ्या खाजगी व सरकारी संस्था, विमा, बँका हे तृतीयक व्यवसाय होत.

याशिवाय समाजात डॉक्टर, शिक्षक, वकिल वगैरेंच्या सेवाही आवश्यक असतात. यांचा उत्पादनाशी प्रत्यक्ष संबंध नसला, तरी अप्रत्यक्षपणे समाजाची आरोग्य पातळी, शैक्षणिक पातळी वाढविण्यास हे जबाबदार असल्यामुळे योग्य काळात समाजाची औद्योगिक व आर्थिक प्रगती होण्यास त्यांचा हातभार लागतो.

खालील तक्त्यात जगातील काही देशांमधील विविध व्यवसायांत गुंतलेल्या लोकांची टक्केवारी दिली आहे.

क्र.	देश	वर्ष	प्राथमिक व्यवसाय%	द्वितीयक व्यवसाय%	तृतीयक व्यवसाय%
१	कॅनडा	१९०१	४३.६	२७.५	२८.९
	कॅनडा	१९४६	२६.०	३३.९	४०.१
२	ब्रिटन	१९०१	९.०	४६.५	४४.५
	ब्रिटन	१९४६	५.३	४७.९	४६.८
३	सं. संस्थाने	१९००	३८.२	१९.८	७२.०
	सं.संस्थाने	१९४०	१९.३	२६.३	५४.१
४	भारत	१९०१	७१.४	११.४	१६.८
	भारत	१९६१	७६.४	११.०	१२.६
	भारत	१९८१	६९.०	१३.०	१८.०
	भारत	१९९१	६६.९	१२.७	२०.४
	भारत	२०११	५३.२	२१.५	२५.३

(तक्ता ६.७)

वरील तक्त्यामध्ये जरी सर्व देश नसले, तरी विकसित भागाचे प्रातिनिधिक देश म्हणजे, ब्रिटन अमेरिका व कॅनडा घेतले आहेत. विकसित देशांत शेती व इतर प्राथमिक व्यवसायांत गुंतलेल्या लोकांचे प्रमाण कमी आहे. उलट विकनशील देशांत प्राथमिक व्यवसायात गुंतलेल्या लोकांचे प्रमाण जास्त आहे.

ज्या देशांत एकूण लोकसंख्येच्या १५% पेक्षा कमी लोक तृतीयक व्ययवसायांत आहेत, तेथे प्राथमिक व्यवसाय-संस्कृती अधिक प्रबळ आहे, असे मानले जाते. ज्या देशात ४०% पेक्षा अधिक लोक तृतीयत व्यवसायात आहेत, तेथे तृतीयक व्यवसाय संस्कृती अधिक प्रबळ असते. उलट जेथे १५ ते०३५% या दरम्यान लोकसंख्या तृतीयक व्यवसायांत गुंतलेली आढळते, तेथे द्वितीयक व्यवसाय संस्कृती प्रबळ असण्याची शक्यता असते. साधारणपणे ज्या देशात एकूण पुरुष लोकसंख्येच्या ६० % पेक्षा जास्त पुरुष शेतीव्यवसायाशी संबंधित असतील, तर असा देश अविकसित मानला जातो. जेथे शेतीतील लोकसंख्येचे प्रमाण ३५ ते ६० % च्या दरम्यान आढळते, त्या देशाला अविकसित देश म्हणतात. दुय्यम व्यवसाय म्हणजे कारखाने व उद्योग-प्रकल्प यांच्या विकासावरून देशाची आर्थिक प्रगती समजते. किंबहुना, देशाची आर्थिक ताकद, देशातील द्वितीयक व्यवसायांवरुनच अभ्यासली जाते. द्वितीय व्यवसायांच्या प्रगतीमुळे उपलब्ध जमिनीचा व साधनसंपत्तीचा जास्तीतजास्त व विविध प्रकारे वापर करता येतो. त्यातून

अधिक नोकऱ्या उपलब्ध होतात व देश अधिक लोकसंख्या सामावून घेऊ शकतो.

भारतात तीन कामगारांपैकी दोन कामगार शेती व्यवसायात गुंतलेले आढळतात. शेती व्यवसायाशी संबंधित श्रम शक्ती एकूण श्रमशक्तीच्या २५ % इतकी आहे. यावरून भारत हा शेतीप्रधान देश आहे, हे स्पष्ट होतेच. पण याशिवाय भारतातील दुय्यम व्यवसायांचे क्षेत्र मर्यादित असून, त्यामुळे नवीन नोकऱ्या व नोकरीच्या संधीही मर्यादित प्रमाणात उपलब्ध होतात, हे स्पष्ट होते. शेती क्षेत्रात स्त्री कामगारांचे प्रमाणही औद्योगिक क्षेत्रातील स्त्री-कामगारांच्या प्रमाणापेक्षा खूप जास्त आहे.

स्वातंत्र्योत्तर काळात विशेषतः १९७१ ते १९८१ दरम्यान औद्योगिक क्षेत्राची वेगाने वाढ झाली. यामुळे द्वितीयक व तृतीयक व्यवसायांतील कामगारांच्या प्रमाणात वाढ झाली. नजीकच्या भविष्यकाळात हाच कल चालू राहणार, असे चित्र दिसत आहे. भारतात २०१०-११ च्या आकडेवारीनुसार ५३.२% लोकसंख्या प्राथमिक २१.५% द्वितीयक तर २५.३% लोकसंख्या तृतीयक व्यवसाय गुंतलेली दिसून येते. याचाच अर्थ कृषिप्रधान देशातील शेतीचे महत्त्व कमी होऊ पहात आहे असे वाटते.

२.५.४. ग्रामीण व शहरी लोकसंख्या (Rural and Urban Population)

ग्रामीण व शहरी लोकांचे प्रमाण यावरून देश तिथे औद्योगिक विकासाची पातळी लक्षात येत असते. औद्योगिक क्षेत्रातील विकास देशाच्या आर्थिक स्थितीवर प्रकाश टाकत असतो. आधुनिक काळात औद्योगिक विकासाबरोबरच शहरी लोकसंख्येचे प्रमाण वाढत आहे. भारतातील शहरी व ग्रामीण भागातील लोकसंख्येचे प्रमाण १९०१ पासून २०११ पर्यंत काढत गेलेले दिसते. सन १९०१ मध्ये भारतातील फक्त १०.८% लोक शहरी भागात राहात होते तर २०११ मध्ये हेच प्रमाण ३१.१६% इतके झाले आहे. अर्थात विकसित देशाच्या तुलनेत ते खूपच कमी आहे.

भारत - ग्रामीण व शहरी लोकसंख्या

वर्ष	ग्रामीण लोकसंख्या%	शहरी लोकसंख्या%
१९०१	८९.२	१०.८
१९५१	८२.७	१७.३
१९६१	८२.०	१८.०
१९७१	८०.१	१९.९
१९८१	७६.७	२३.३
१९९१	७४.३	२५.७
२००१	७२.२	२७.८
२०११	६८.८४	३१.१६

३ | लोकसंख्येची विविध अंगे

(Attributes of Population)

३.१ प्रास्ताविक : स्थलांतर – व्याख्या, प्रकार व इतिहास
(Introduction : Definition, Types and History of Migration)

३.२ स्थलांतर – वैशिष्ट्ये (Characteristics of Migration)

३.३ स्थलांतरावर परिणाम करणारे घटक (Factors Affecting on Migration)

३.४ स्थलांतराचे अनुमान (Laws of Migration)

३.५ स्थलांतर व लोकसंख्यावाढ (Migration and Population Growth)

३.६ स्थलांतर आकडेवारीची उपलब्धता (Sources of Migration Data)

३.७ स्मार्ट शहर व स्थलांतर (Migration and Smart Cities)

३.८ जनन, मर्त्यता आणि अनारोग्य (Fertility, Mortality and Mortability)

३.९ भारतातील मानव संसाधन विकास निर्देशांक (Human Development Index in India)

३.१० लोकसंख्या वाढीविषयक सिद्धांत (Theories of Population Growth)

३.१. प्रास्ताविक (Introduction)

स्थलांतर हा लोकसंख्येच्या बदलाशी निगडित घटक आहे. अलिकडच्या काळात वाहतुकीच्या व दळणवळणाच्या साधनांमुळे जग लहान होत चालले आहे. स्थलांतराची दिशा व गती ही विकासाच्या संधीशी निगडित असते. स्थलांतरामुळे लोकसंख्यावाडीचा वेग सातत्याने बदलत असतो. याशिवाय, स्थलांतरामुळे लोक संख्येची वय, लिंग, भाषा, व्यवसाय, शिक्षण, इत्यादी गटांतील विभागणीही बदलते. स्थलांतरामुळे लोकसंख्येचे वयोगटातील विभाजन बदलले, की भावी लोकसंख्या वाढीचा वेगही बदलतो. जगातील लोकसंख्येचे भौगोलिक विभाजन व देशादेशांतील विभाजनाचा स्थलांतराशी निकटचा संबंध असतो. स्थलांतरामुळे लोकसंख्येत असमतोल निर्माण होतो.

३.१.१. स्थलांतराची व्याख्या (Definition of Migration)

'एका गावातील नेहमीच्या वास्तव्याचे ठिकाण बदलून, नवीन गावी दीर्घकालीन वास्तव्यासाठी जाणे म्हणजे स्थलांतर करणे होय.'

लोकसंख्याशास्त्राच्या दृष्टिने स्थलांतर म्हणजे 'विशिष्ट कालावधीत एका सीमाबद्ध घटक प्रदेशातील निवासस्थान सोडून, त्या प्रदेशाच्या सीमेपलिकडील घटक-प्रदेशात वास्तव्यासाठी जाणे होय.'

वरील व्याख्येशिवाय केनेथ कोमेचर याने मांडलेली व्याख्याही महत्त्वाची आहे:

'एका भौगोलिक किंवा राजकीय विभागातून दुसऱ्या भौगोलिक किंवा राजकीय विभागात बराच काळ किंवा अल्प काळ वास्तव्य करण्याच्या हेतूने जाणाऱ्या व्यक्तीच्या किंवा व्यक्तिसमूहाच्या हालचालीस स्थलांतर असे म्हणतात.'

जी व्यक्ती आपल्या स्थानात बदल करते, तिला स्थलांतरित व्यक्ती असे म्हणतात. हे स्थलांतर हंगामी किंवा कायमस्वरूपाचे असू शकते. स्थलांतर ग्रामीण भावाकडून नागरी भागाकडे किंवा नागरी भागाकडून ग्रामीण भागाकडेही होते. पूर्वीच्या काळी मानवाने अजाणपणे स्थलांतर केले, तर कधी स्थलांतर सक्तीने करावे लागले. वेळप्रसंगी मानव स्वखुशीनेही स्थलांतर करीत असतो.

३.१.२. स्थलांतराचे प्रकार (Types of Migration)

स्थलांतराच्या अभ्यासात स्थलांतराचा 'अर्थ' जितका महत्त्वाचा आहे. तितकेच स्थलांतराचे प्रकारही महत्त्वाचे आहेत. स्थलांतराचा भौगोलिक विभाग विचारात घेऊन स्थलांतराचे दोन प्रकार महत्त्वाचे आहेत.

१) आंतरराष्ट्रीय स्थलांतर

२) देशांतर्गत स्थलांतर

१) आंतरराष्ट्रीय स्थलांतर : एका देशातील नेहमीचे वास्तव्याचे ठिकाण सोडून, त्या देशाची सीमा ओलांडून नवीन देशातील एखाद्या ठिकाणी वास्तव्यासाठी जाणे, म्हणजेच अंतर राष्ट्रीय स्थलांतर होय. युरोपीय लोक केवळ कॅनडा व सं. संस्थाने या देशांत न जाता आफ्रिका, आशिया व ऑस्ट्रेलिया या खंडातही स्थलांतरित झाले. आशिया व आफ्रिका हे उष्ण कटिबंधीय खंड असल्याने मळ्याच्या शेतीतून उपलब्ध होणाऱ्या कच्च्या मालाच्या आकर्षणामुळे आंतरराष्ट्रीय स्थलांतर मोठ्या प्रमाणात झाले. त्याचप्रमाणे सोने (Gold) मिळविण्याच्या लालसेने युरोपीय लोक द. आफ्रिका, उत्तर अमेरिका व ऑस्ट्रेलियात स्थलांतरीत झाले.

२) देशांतर्गत स्थलांतर : एका राज्यातील किंवा परगण्यातील नेहमीचे वास्तव्याचे ठिकाण सोडून, त्या राज्याची किंवा परगण्याची सीमा ओलांडून नवीन राज्यात किंवा परगण्यात वास्तव्यासाठी जाणे म्हणजेच देशांतर्गत स्थलांतर होय. पुष्कळ देशांमध्ये लोकसंख्येच्या भौगोलिक विभाजनात जो बदल घडून येत असतो, त्यात आंतरराष्ट्रीय स्थलांतराचा वाटा कमी असून देशांतर्गत स्थलांतराचा वाटाच मोठा आहे. दुसऱ्या महायुद्धानंतर काही देशाच्या सीमा बदलल्यामुळे लोकसंख्येची अदलाबदल मोठ्या प्रमाणात करावी लागली. उदा., रूमानिया व बल्गेरिया या देशांच्या सरहद्दी, तसेच ग्रीक व तुर्कस्थान याही देशांत लोकसंख्येची अदलाबदल होऊन देशांतर्गत स्थलांतर मोठ्या प्रमाणात झाले. तसेच विसाव्या शतकात युरोपात सामुदायिक बाजारपेठ निर्माण झाली. व्यापार व प्रवास यांच्या वरील निर्बंध बरेचसे कमी झाले. गेल्या दशकात भारतातील उत्तरेकडील राज्यांतील लोक इतरत्र स्थलांतरित झाले. त्यांचे कारण म्हणजे तेथील सामाजिक परिस्थिती व असुरक्षितता होय.

३.१.३. स्थलांतराचा इतिहास (History of Migration)

अलीकडे देशादेशांतील राजकीय संबंध, त्याबरोबर सामाजिक व आर्थिक हेवेदावे यांमुळे अनेक देशांनी स्थलांतराला बंधने घातल्याने स्थलांतराचा ओघ कमी होत आहे. व्यक्ती व कुटुंबे अधिक चांगली संधी मिळताच देश सोडतात.

याशिवाय वंशभेद धार्मिक, राजकीय व आर्थिक तणावामुळे मोठे लोकसमूह देश बदलतात.

आंतरराष्ट्रीय स्थलांतराचे पुढील प्रकार विचारात घेऊन स्थलांतराच्या इतिहासाचा अभ्यास करणे सोपे जाईल.

१) ऐच्छिक स्थलांतर, २) सक्तीचे स्थलांतर, ३) शांतताकाळातील स्थलांतर, ४) युद्धकाळातील स्थलांतर, ५) तात्पुरते स्थलांतर, ६) कायमचे स्थलांतर

ऐच्छिक स्थलांतर हे मानवाच्या आर्थिक अभिलाषेमुळे होत असते हे जगाच्या

प्रारंभापासून होत आहे व ते जगाच्या अंतापर्यंत होणार आहे. मात्र सक्तीचे स्थलांतर मानवी मनाचा विचार न करता एका प्रदेशातून दुसऱ्या प्रदेशात घडवून आणलेले असते. गुलामांचा व्यापार, दुसऱ्या महायुद्धानंतरची स्थलांतरे यादृष्टिने अभ्यासविषय बनली आहेत. जगातील पद्दतशीर असे सक्तीचे स्थलांतर म्हणजे गुलामांचा व्यापार होय, आधी रोमन संस्कृतीत गुलामांचा व्यापार चाले. पण तो त्या मानाने बराच मर्यादित होता. गुलामांचा व्यापार पोर्तुगीज लोकांनी १४४२ मध्ये सुरू केला. पोर्तुगीज लोक जहाजे घेऊन द.आफ्रिकेच्या किनाऱ्यावर उतरत आणि तेथील निग्रो लोकांना जबरदस्तीने पकडून आणत व त्यांचा पाश्चात्य जगात व्यापार करीत. सुरूवातीला या गुलामांची संख्या मर्यादित होती; पण पुढे हा आकडा वाढत गेला. १६ व्या शतकात प्रतिवर्षी लिस्बन या शहरात १०,००० ते १२,००० गुलाम विकले गेले. हे गुलाम आफ्रिकेच्या पश्चिम किनाऱ्यावरील सुमारे ६४०० कि. मी. लांबीच्या पट्ट्यात पकडले गेले. साधारण सेनेगल ते काँगोच्या दरम्यानच्या गोल्डकोस्ट, आयव्हरी कोस्ट, इ. प्रदेशांत यात समावेश होतो. १५ व्या शतकापासून १९ व्या शतकापर्यंत हा व्यापार अव्याहतपणे चालू होता. अमेरिका हे नवे जग म्हणजे या व्यापाराची मुख्य बाजारपेठ बनली होती.

स्थलांतराच्या इतिहासात महायुद्धानंतरची स्थलांतरे ही महत्त्वाची आहेत. युद्धाचे प्रतिध्वनी जगभर पसरत असतात. पहिल्या महायुद्धानंतर ६० लाख लोकांना स्थलांतर करावे लागले, तर दुसऱ्या महायुद्धाच्या काळात ६०० लक्ष लोकांचे सक्तीने स्थलांतर करण्यात आले. इतिहासकाळात अनेकांना राजकीय किंवा धार्मिक छळातून मुक्त होण्यासाठी स्थलांतर करावे लागले. तर काही अल्प संख्याकांना ते विशिष्ट वंशाचे आहेत म्हणून स्थलांतर करावे लागले. पहिल्या महायुद्धानंतर १० लाख पोल व ज्यू हद्दपार केले गेले. तितकेच लोक रशियातून हद्दपार झाले. युद्धानंतरच्या तहाचा बराच मोठा परिणाम स्थलांतरावर झाला. दुसऱ्या महायुद्धानंतर युरोपातल्या युरोपात अनेक स्थलांतरे होत राहिली.

१) फ्रान्स : या काळात १० लाखांपेक्षा जास्त लोकांनी फ्रान्समध्ये प्रवेश केला. त्यापैकी बरेच औद्योगिक श्रमिक होते. प्रामुख्याने अल्जेरिया, इटली, स्पेन व पोर्तुगाल या देशांतून हे लोक आले होते. हे स्थलांतर ऐच्छिक स्वरूपाचे होते.

२) प. जर्मनी : पश्चिम जर्मनीत जर्मन निवासी सोडून अन्य सुमारे दीड लाख श्रमिक आले होते. आतापर्यंत स्थलांतरितांचा आकडा १० लाखांच्या आसपास असून ते प्रमुख्याने इटली, स्पेन, ग्रीस व तुर्कस्थान या देशांतील नागरिक होते. हे ऐच्छिक स्वरूपाचे स्थलांतर आहे.

३) स्वित्झलँड : या लहानशा देशात सुमारे ८ लाख स्थलांतरित आहेत मात्र या

लोकांमध्ये इटालियन्स, स्पॅनिश, तुर्की, इ. लोकांचे प्रमाण जास्त आहे.

४) बेल्जियम नेदरलँड्स: या देशांचा औद्योगिक विकास जास्त झालेला नसला, तरी या देशात ५० हजार स्थलांतरित आहेत. त्यात खणीत काम करणाऱ्या पोल लोकांचे प्रमाण जास्त होते. वरील दोन्हीही ऐच्छिक स्थलांतराचीच उदाहरणे आहेत.

याशियाय, १९४७ नंतर भारतीय उपखंडाची पाकिस्तान व भारत अशा दोन देशांत फाळणी करण्यात आल्यानंतर ७० लाख मुस्लिम पाकिस्तानात गेले, तर ८५ लाख हिंदू भारतात आले. एकंदर भारतीय उपखंडातील स्थलांतर, स्थलांतराच्या इतिहासात महत्त्वाचे मानले जाते.

३.२. स्थलांतराची वैशिष्ट्ये (Characteristics of Migration)

१) ज्या देशात लोकसंख्या जास्त होती, अशा चीन, भारत, पाकिस्तान, इंडोनेशिया, फिलिपाईन्स, इजिप्त या देशांतून देश सोडून गेलेल्यांची संख्या खूपच कमी आहे उलट, अगोदर या देशांतून बाहेर गेलेले लोक परत देशांकडे येत आहेत.

२) अमेरिका, कॅनडा, ब्राझील, इस्राएल, न्युझीलंड, ऑस्ट्रेलिया, हाँगकाँग या काही थोड्या देशांमध्येच लोक कायमच्या वास्तव्यासाठी येत आहेत.

३) अलीकडेच कमी स्थलांतर होत असलेल्या देशात पूर्वीच्या काळातील अपवादात्मक मोठे ओघ म्हणजे अ) अल्गेरियातून फ्रान्सकडे ब) वेस्टइंडीज्मधून इंग्लंडकडे क) इंडोनेशियातून नेदरलँडस्कडे झालेली स्थलंतरे होत.

४) साम्यवादी देशांमध्ये अल्प स्वरूपाचे स्थलांतर झालेले दिसते.

५) आफ्रिकेत साधनसंपत्तीची विपुलता असूनही राजकीय परिस्थिती व वंशभेदविषयक असंतोष यांमुळे युरोपातून अतिशय कमी लोक गेले. मात्र द. आफ्रिका, झिंबाब्बे या देशांत युरोपीय लोकांचे प्रमाण जाणवण्याइतके मोठे आहे.

६) द. अमेरिकेकडे स्थलांतराचा वेग अलीकडे कमी झाला आहे.

३.३ स्थलांतरावर परिणाम करणारे घटक (Factors Affecting on Migration)

मानवी हालचालीत अंतर किंवा काळ यापेक्षा त्या हालचालींचे कारण अधिक महत्त्वाचे असते. या हालचालीस विविध स्वरूप असते. कालानुरूप या हालचालींचे स्वरूप बदलत असते. देश किंवा प्रदेश बदलला की या हालचालींचे स्वरूप बदलते. मात्र हालचालींचे स्वरूप सर्वच देशांत सारखे व कायम आढळते. त्यातूनच स्थलांतराची वेगवेगळी कारणे दिसून येतात. अर्थात, ही सर्वच कारणे सर्व ठिकाणी एकाच स्वरूपात स्थलांतरावर परिणाम करतात, असे म्हणता येत नाही. काही ठिकाणी आर्थिक घटक परिणाम करतात, तर काही ठिकाणी राजकीय, सामाजिक इ. घटक जास्त परिणाम करतात. हे सर्व घटक पुढीलप्रमाणे सांगता येतील.

१) नव्या सुपीक प्रदेशाची ओढ: मानवास नेहमी नव्या सुपीक प्रदेशाची ओढ असते. एवढेच नव्हे, तर उपलब्ध नैसर्गिक संपत्तीत त्याला अधिकाधिक वाटा हवा असतो. त्यासाठी अनेक लोक आपली मातृभूमी सोडून दुसऱ्या प्रदेशांत स्थलांतर करतात. युरोपीय लोकांनी अमेरिकेचा शोध लावला आणि तेथील जमिनीचा उत्पादनकार्यांत उपयोग करून घेतला. त्याचप्रमाणे आफ्रिका, आशिया खंडाचा शोध लावून युरोपियनांना मोठ्या प्रमाणात नवीन सुपीक भूमी उपलब्ध झाली. याबरोबरच इतर ठिकाणी असलेल्या आल्हाददायक हवामानाचीही मानवाला ओढ असते. या कारणामुळेच १८ व्या व १९ व्या शतकात अनेक युरोपीय लोक अमेरिकेत स्थलांतरित झाले. इतरत्र उपलब्ध असलेल्या साधनसंपत्तीचा जास्तीतजास्त लाभ उठविणे हाही त्यामागील हेतू असतो. काही वेळा दुसऱ्या प्रदेशात असलेल्या उच्च राहणीमानाचा दर्जा व भौगोलिक घटकांची अनुकूलता यांहीमुळे स्थलांतर प्रक्रिया होत राहते.

२) अनैच्छिक किंवा जुलमी स्थलांतरे : काहीवेळी अनैच्छिक व जुलमी सत्तांतरे यामुळेही मानवी समूह स्थलांतराचा मार्ग स्वीकारतात. अथेन्स, रोम या राज्यांत सत्ताप्रसाराच्या मानाने लोकसंख्या फारच कमी पडे. त्यामुळे वाहतूक, शेती, युद्धे इत्यादी अनेक सेवांसाठी मानवी शक्ती कमी पडे व ही लोकसंख्येची कमतरता भागविण्यासाठी इतर भागांतून अनेक गुलाम आणण्याची प्रथा रूढ झाली. पुढे गुलामांचा व्यापार फार मोठ्या प्रमाणात वाढला. हे गुलाम प्रामुख्याने आफ्रिकेतील निग्रो असत. अठराव्या शतकापर्यंत युरोपियन देशांनी गुलामांच्या व्यापारात सक्रिय भाग घेतला होता. संयुक्त संस्थानांत युरोपिय लोकांनी गुलामांचा व्यापार फार काळ चालविला.

३) लोकसंख्या वाढीवर उपाय : मध्यंतरीच्या काळात युरोपियन देशांत आरोग्यविषयक सेवांच्या उपलब्धते मुळे व नवनवीन शोधांमुळे मृत्युदर कमी झाला, त्यामुळे युरोपियन देशांत लोकसंख्या मोठ्या प्रमाणात वाढली. या लोकसंख्या वाढीचा ताण उपलब्ध नैसर्गिक संपत्तीवर पडू लागला. हा ताण कमी करण्यासाठी लोक अन्य भागांत स्थलांतर करू लागले. पशुपालन व शिकार करणारे अनेक लोक, गवत-पाण्याच्या व शिकारीच्या शोधार्थ स्थलांतराचा मार्ग स्वीकारू लागले. शेती अवस्थेत असे स्थलांतर जमिनीच्या आभावामुळे किंवा प्रच्छन्न बेकारीमुळे घडते. आजही शिक्षणाच्या अपुऱ्या सोयी व संधीची कमी शक्यता यांमुळे आफ्रिकन देशातील लोक जगातील अनेक देशांत स्थलांतरित झालेले दिसतात. मध्यपूर्वेतील राष्ट्रात उपलब्ध असलेल्या संधीचा फायदा घेण्यासाठी बऱ्याच संख्येने भारतीय लोक मध्यपूर्वेकडे स्थलांतरित झालेले आहेत.

४) बेकारी : स्थलांतराला प्रवृत्त करणाऱ्या इतर कारणांबरोबर बेकारी हे सुद्धा एक महत्त्वाचे कारण आहे. १७ व्या व १८ व्या शतकात ब्रिटनमधील सुती कापडउद्योग वाढू

लागला, याचा परिणाम स्कॉटलँड, आयर्लंड मधील सुती उद्योगावर होऊन या देशांतील लोकर उद्योग जवळजवळ नष्टच झाला. साहजिकच १९ व्या शतकात बेकारीला सामोरे जाण्यासाठी स्कॉट आणि आयरिश लोक दक्षिणेकडे स्थलांतरित होऊ लागले. यांत्रिक व तांत्रिक विकासामुळे अनेकांना स्वत:च्या व्यवसायाला मुकावे लागले. त्यामुळे काही ठिकाणी लोक परत शहराकडून ग्रामीण भागाकडे स्थलांतरित होऊ लागले. याचे मुख्य कारण म्हणजे त्यांचे व्यवसाय नष्ट होऊन उपजीविकेचा प्रश्न निर्माण झाला. यांत्रिकीकरणामुळे, कलाकुसरीच्या व्यवसायासाठी प्रसिद्ध असलेल्या देशांतील लोक बेकार झाले. त्यामुळे ग्रामीण लोक शहराकडे धाव घेऊ लागले. थोडक्यात, बेकारी दूर करण्यासाठी लोक स्थलांतराचा मार्ग अवलंबितात.

५) शेतीक्षेत्रातील बेकारी : इतर औद्योगिक प्रगतीबरोबरच शेतीक्षेत्रातही हरित क्रांतीने मूळ धरले. शेती कसण्यासाठी यांत्रिक अवजारांचा वापर वाढला. त्यामुळे शेतकरी शेतीतील हंगामी मजूर बनला. युरोपियन देशांत शेतीचे केंद्रीकरण झाले. मोठ्या जमीनदार लोकांनी लहान शेतकऱ्यांच्या जमिनी विकत घेऊन आपल्या जमिनीचे क्षेत्र वाढविले, त्यामुळे मुळातच लहान असलेले शेतकरी शेतीशिवाय जगू लागले. उपजीविका करण्यासाठी त्यांना इतर पर्याय शोधण्याची गरज भासू लागली आणि या गरजपूर्तीला स्थलांतराशिवाय मार्गच शिल्लक नव्हता.

६) राजकीय व वांशिक छळ आणि दीर्घद्वेष : अनेक ठिकाणी वांशिक किंवा धार्मिक छळामुळे किंवा दीर्घद्वेषामुळे त्या त्या प्रदेशात राहणे समाजातील काही समूहांना अशक्य होते. त्यामुळे त्यांना स्थलांतर करणे भाग पडले. मध्ययुगात तुर्कांमुळे बाल्कन्स लोकांना असे स्थलांतर करावे लागले. तर वांशिक द्वेषामुळे स्पेनमधून ज्यू लोकांना बाहेर पडणे भाग पडले. पूर्व युरोपातील कम्युनिस्टांच्या राजकीय छळास कंटाळून अनेकांना गुप्तपणे स्थलांतर करावे लागले. दोन्ही महायुद्धांत युरोपातील अनेक देशांतून युद्धआघाडीवरील प्रदेशातील लोकांना सक्तीने हलविले गेले. अनेक देशांच्या सरहद्दी बदलल्या त्यामुळे सरहद्द प्रदेशातील लोकांवर स्थलांतराचा प्रसंग आला. काही देशांत अल्प संख्यांकांचा प्रश्न सोडविण्यासाठी लोकसंख्येची अदलाबदल करण्यात आली. धार्मिकतेचा आधार घेऊन भारत व पाकिस्तान येथील लोक आजही स्थलांतराचा मार्ग स्वीकारत आहेत.

वरील सर्व स्थलांतराच्या कारणांचा विचार केला, तर ढोबळमानाने पुढील काही कारणेही स्थलांतर दृष्टीने महत्त्वाची वाटतात.

अ) इतर ठिकाणी असलेले आल्हाददायक हवामान.

ब) जास्त पैसा मिळविण्याची इतर ठिकाणी असलेली संधी.

क) आपल्या देशाबाहेर असलेले उच्च राहणीमान.

ड) आचार-विचारांचे स्वातंत्र्य

इ) परदेशाबद्दल असलेले कुतूहल; व आपला देश सोडून दुसरीकडे जाण्याची धाडसी वृत्ती.

फ) कधी कधी सक्तीने स्थलांतर करणे भाग पडते.

१) निसर्गाची प्रतिकूलता

२) वारंवार होणारे भूकंप, ज्वालामुखी उद्रेक, इतर नैसर्गिक संकटे.

३) धार्मिक छळामुळे निर्माण होणारी अशांतता.

४) राजकीय छळ किंवा वारंवार होणारी युद्धे व त्यामुळे निर्माण होणारी अस्थिरता.

५) आर्थिक अडचणी.

३.४. स्थलांतरविषयक सामान्य अनुमाने (Laws of Migration)

स्थलांतराच्या अभ्यासात स्थलांतराचे प्रकार व स्थलांतरावर परिणाम करणारे घटक या गोष्टीही तितक्याच महत्त्वाच्या आहेत. या गोष्टींबरोबरच स्थलांतराचे काही नियम किंवा सामान्य अनुमाने यांचा अभ्यासही महत्त्वाचा आहे. रॅव्हेनस्टाईन या अभ्यासकाने स्थलांतराची अनुमाने शोधून काढण्याचा प्रथमता प्रयत्न केला व त्याच्या प्रयत्नांच्या फलप्राप्तीतून त्याने स्थलांतराचे सात नियम सांगितले, ते पुढीलप्रमाणे:

३.४.१ स्थलांतराचे नियम (Laws of Migration)

१) बहुसंख्य लोक आपल्या जवळ असलेल्या ठिकाणी स्थलांतरित होतात. जसजसे ठिकाणांतील अंतर वाढत जाते, तसतसा स्थलांतराचा ओध कमी होत जातो.

२) जसजसे गाव विकसित होऊ लागते, तसतसे सभोवतालच्या खेड्यांतील लोक त्या विकसित होणाऱ्या गावाकडे स्थलांतरित होऊ लागतात. या स्थलांतरामुळे सभोवतालच्या खेड्यांत कमी झालेल्या लोकसंख्येमुळे निर्माण झालेली पोकळी या खेड्यापेक्षाही लहान व दुर्गम भागांतील खेड्यांतील लोक भरून काढतात व अशा तऱ्हेने टप्प्याटप्प्याने स्थलांतर होते.

३) अविकसित भागाकडून विकसित भागाकडे जसा स्थलांतराचा वेग असतो, तसेच त्याच्याविरूद्ध दिशेने म्हणजे विकसित भागाकडून अविकसित भागाकडे स्थलांतराचा वेग आढळतो.

४) खेड्यांतील लोकंपेक्षा शहरातील लोकांना स्थलांतराची जास्त आवश्यकता असते.

५) जवळच्या किंवा कमी अंतरावरील ठिकाणी होणाऱ्या स्थलांतरात स्त्रियांचे प्रमाण जास्त असते. पण अंतर जसजसे वाढते, तसतसे पुरूषांचे प्रमाण वाढत जाते.

६) जसजशी तांत्रिक व यांत्रिक प्रगती वाढत जाते, तसतसा स्थलांतराचा ओघही वाढत जातो.

७) अनेकवेळा स्थलांतराला आर्थिक उद्दिष्टेही जबाबदार असतात. आर्थिक उद्दिष्टांसाठी जे स्थलांतर होते, त्याला सामाजिक घटक पोषक ठरतात.

अ) वयोगट : स्थलांतराच्या ओघात १५ ते ३६ वर्षे या वयोगटातील लोकांची संख्या जास्त असते.

ब) लिंग: लांबच्या ठिकाणांवरील स्थलांतरात पुरूषांचे प्रमाण जास्त असते; आणि जवळच्या ठिकाणांवरील स्थलांतरात स्त्रियांचे प्रमाण जास्त असते.

क) वैवाहिक स्थिती : लांबच्या व जवळच्या अंतरावरील स्थलांतराचा विचार केला, तर या स्थलांतरांत अविवाहितांचे प्रमाण तुलनेने जास्त असते.

ड) शिक्षण : स्थलांतरितांमध्ये शिक्षण घेतलेल्या व्यक्तींचे प्रमाण जास्त असते. कारण ते ठिकाण बदलण्यास इच्छुक असतात व ते सहज ठिकाण बदलू शकतात.

इ) कुटुंबाचा आकार : कुटुंबाचा आकार हाही घटक स्थलांतरात महत्त्वाचा असतो. कुटुंबातील सदस्य संख्या कमी असेल, तर स्थलांतराची शक्यता जास्त असते. त्यामुळेच समाजातील अल्पसंख्याक गटात स्थलांतर प्रवृत्ती जास्त असते.

३.५.स्थलांतर व लोकसंख्यावाढ (Migration and Population Growth)

स्थलांतराचे लोकसंख्यावाढीवर प्रत्यक्ष व अप्रत्यक्ष अनेक परिणाम होतात. स्थलांतर ज्या देशात होते, त्या देशाची एकूण लोकसंख्या साहजिकच वाढते व स्थलांतर ज्या देशातून होते, त्या देशाची एकूण लोकसंख्या त्या प्रमाणात घटते. उदा., कोकणातून मुंबईला मोठ्या प्रमाणात स्थलांतर झालेले आहे. त्यामुळे मुंबईच्या एकूण लोकसंख्यावाढीचा दर त्या प्रमाणात वाढला व कोकणच्या लोकसंख्या वाढीचा दर त्या प्रमाणात कमी झाला.

स्थलांतरितांमध्ये तरूणांचे प्रमाण जास्त असल्यामुळे स्थलांतर ज्या प्रदेशात होते, त्या प्रदेशाचा जन्मदर वाढतो व मृत्युदर तुलनेने कमी होतो. याउलट, ज्या प्रदेशातून स्थलांतर होते, त्या प्रदेशातून तरूण लोकांचे स्थलांतर झाल्यामुळे लहान मुले, वृद्ध पुरूष व स्त्रिया यांचे प्रमाण वाढते. याचा परिणाम जन्मदर कमी होण्यात व मृत्युदर वाढण्यात होतो.

आर्थिक कारणांमुळे व दूर अंतरावरील स्थलांतरामध्ये पुरूषांचे प्रमाण जास्त असते. त्यामुळे ज्या प्रदेशाकडे स्थलांतर होते, तेथील स्त्री-पुरूष गुणोत्तर कमी होते व

त्यामुळे तेथील जन्मदर कमी होतो. याउलट, ज्या प्रदेशामधून स्थलांतर होते, त्या प्रदेशातील स्त्री-पुरूष गुणोत्तर वाढते व त्याचा जन्मदर वाढतो.

स्थलांतरितांमध्ये १५ ते ३६ वर्षे या वयोगटातील लोकांचे प्रमाण जास्त असल्यामुळे ज्या प्रदेशाकडे स्थलांतर होते, त्या प्रदेशातील जन्मदर व लोकसंख्या वाढीचा दर वाढतो. याउलट, ज्या प्रदेशातून स्थलांतर होते, त्या प्रदेशात लहान मुले व प्रौढ यांचे प्रमाण जास्त झाल्याने जन्मदर कमी होऊ लोकसंख्यावाढीचा दर कमी होतो.

जेव्हा एक प्रदेशातून दुसऱ्या प्रदेशात स्थलांतर होते, तेव्हा ज्या प्रदेशात स्थलांतर होते, त्या प्रदेशात श्रमशक्तीचा पुरवढा वाढतो. त्यामुळे तेथील नैसर्गिक साधनसंपत्ती जास्त परिपूर्णतेने उपयोगात आणली जाते. परंतु, श्रमशक्तीचा पुरवठा वाढल्यामुळे स्थानिक श्रमिकांना बाहेरून येणाऱ्या श्रमिकांशी स्पर्धा करावी लागते. त्यामुळे स्थानिक श्रमिकांमधील बेरोजगारी वाढते व त्यामुळे ते जन्मदर नियंत्रित करतात व लोकसंख्यावाढ तुलनेने कमी होते, तसेच एकूण श्रमशक्तीचा पुरवठा वाढल्यामुळे श्रमशक्तीची मागणी व पुरवठा यांचे संतुलन बिघडते व त्यामुळे श्रमिकांची वेतनपातळी खाली येते. यामुळेही जन्मदर व लोकसंख्यावाढीचे दर कमी राहतात.

याउलट, ज्या प्रदेशातून स्थलांतर होते, तेथे तुलनेने श्रमशक्तीचा पुरवठा कमी होतो. यामुळे तेथील साधनसंपत्तीचा पुरेपूर उपयोग केला जात नाही. परंतु तुलनेने श्रमिकांची संख्या कमी झाल्यामुळे श्रमिकांची मागणी व पुरवठा यातील संतुलन ढासळून श्रमिकांची मागणी वाढते व त्याचा परिणाम म्हणून वेतनपातळी उंचावते. यामुळे तेथील जन्मदर व लोकसंख्यावाढीचा दर तुलनेने वाढू लागतो.

३.५.१. बुद्धिवंतांचे स्थलांतर (Brain Drain)

स्थलांतरामुळे ज्या अनेक समस्या उत्पन्न होतात, त्यातील 'बुद्धिवंतांचे स्थलांतर' ही एक गंभीर समस्या आहे. बुद्धिवंतांच्या स्थलांतराचा गरीब, अविकसित देशांना मोठा फटका बसतो व श्रीमंत, विकसित देशांना मोठ्या प्रमाणात फ ायदा होतो. गरीब, अविकसित देश सामाजिक बांधिलकीचा विचार करून, शैक्षणिक सुविधा गरिबांनाही उपलब्ध व्हाव्यात, म्हणून शिक्षण अतिशय स्वस्त राहील, याची काळजी घेतात. म्हणजेच, तज्ज्ञांच्या वैद्यकीय व्यावसायिक यांच्या शिक्षणावर गरीब देश समाजाची गरज म्हणून खूप मोठा खर्च करतात. परंतु पदवी मिळाल्याबरोबर हे तंत्रज्ञ, शास्त्रज्ञ, अभियंते व वैद्यकीय व्यावसायिक जास्त पगाराच्या आशेने व जास्त चांगल्या काम करण्याच्या संधी व सुविधांमुळे श्रीमंत, विकसित देशांकडे धाव घेतात. वैयक्तिक, व्यक्तीचा विचार केला असता. हा निर्णय योग्य म्हणता येईल. परंतु ज्या समाजाने त्यांना जवळ जवळ फुकट शिक्षण देऊन तंत्रज्ञ बनविले, त्या समाजाची कोणतीही सेवा न

करता ते विकसित देशांत स्वत:च्या फायद्यासाठी स्थलांतर करतात. त्यामुळे अविकसित देशांचे मोठे नुकसान होते व विकसित देशांना तंत्रज्ञ बनविण्यावर कोणताही खर्च न करता तयार तंत्रज्ञ मिळतात. त्यामुळे त्यांची विकासाची गती अधिक वेगवान होते. याउलट, ज्या गरीब देशांनी या तंत्रज्ञ निर्मितीसाठी भांडवल गुंतवणूक केलेली असते, त्यांना या तंत्रज्ञांच्या कौशल्याचा फायदा होत नाही व त्यामुळे देशाच्या विकासाचा वेग मंदावतो.

उदा.भारतातून अनेक वैद्यक व्यावसायिक अतिशय स्वस्त दरात शिक्षण घेऊन इंग्लंड अमेरिकेत जातात. त्यांच्या वैद्यकीय ज्ञानाचा फायदा तेथील समाजाला होतो. परंतु आपल्या देशातील अनेक गरीब, खेडुतांना वैद्यकीय सेवेपासून वंचित राहावे लागते. इंग्लंडमधील सार्वजनिक वैद्यकीय सेवेत इतके भारतीय वैद्यकीय व्यावसायिक आहेत, की ते जर भारतात परत आले, तर इंग्लंडमधील सार्वजनिक वैद्यकीय सेवा कोलमडून पडेल. तसेच असे तंत्रज्ञ व शास्त्रज्ञ भारतातून अमेरिकेत इतक्या मोठ्या प्रमाणावर गेले आहेत व जात आहेत, की तेवढे शास्त्रज्ञ व तंत्रज्ञ उपलब्ध होण्यासाठी अमेरिकेला अशा कित्येक शैक्षणिक संस्था स्थापाव्या लागतील ते करण्याऐवजी एक पैसाही खर्च न करता असे शास्त्रज्ञ व तंत्रज्ञ मिळविण्याचा जास्त पगार व उत्तम सुविधा देऊन असे विकसित देश प्रयत्न करतात. हा अविकसित देशांवर एक प्रकारचा अन्यायच आहे.

३.५.२. अतिरिक्त बुद्धिवंतांचे स्थलांतर (Add Brain Drain)

बुद्धिवंताच्या स्थलांतराचा काही विशिष्ट परिस्थितीत मात्र दोन्ही समाजांना फ ायदाच होतो. एखाद्या देशात तंत्रज्ञानांचा पुरवठा तेथील विकासाची पातळी व त्यामुळे उत्पन्न झालेली व्यावसायिक संधी व मागणी याहून जास्त असतो, तेव्हा त्या तंत्रज्ञांना त्यांच्या देशात व्यवसायाची पुरेशी संधी उपलब्ध होण्याची शक्यता कमी असते व त्यांच्या व्यवसायिक विकासाला वाव मिळत नाही. असे तंत्रज्ञ जेव्हा स्थलांतर करतात, तेव्हा त्यांचा वैयक्तिक फायदा तर होतेच; परंतु दोन्ही समाजांचाही फायदा होतो. कारण या स्थलांतराने त्यांच्या जन्मभूमीतील बेकारी व नैराश्य व या समस्या सोडविण्यास मदत होतो.तसेच,ज्या देशात ते स्थलांतर करतात,त्या देशातील विकासाच्या गतीची गरज भागविली जाते व स्थलांतरामुळे त्याच्या जन्मभूमीत दुर्मीळ असलेले परकीय चलनही उपलब्ध होते. या दोहोंचा जागतिक पातळीवर विकासाची गती वाढविण्यासाठी उपयोग होतो.

३.५.३. बुद्धिवंतांची निर्यात (Brain Drain Export)

कधी कधी श्रमशक्तीचा विपुल पुरवठा असलेल्या देशामधून तंत्रज्ञांचे स्थलांतर हे त्याच्या जन्मूभमीस फायदेशीरच ठरते. या तंत्रज्ञांच्या स्थलांतरामुळे जन्मूभूमीस आवश्यक परकीय चलन मिळते. उदा., पाकिस्तानातून मध्यपूर्वेत गेलेल्या तंत्रज्ञांमुळे पाकिस्तानाला मोठे व नियमित परकीय चलन मिळते. खनिजतेलाच्या उपलब्धतेमुळे सौदी अरेबिया हा

एक श्रीमंत देश झाला आहे. परंतु तेथे श्रम शक्तीचा तुटवडा असल्याने फारसे लोक सैन्यात जाण्यास तयार नसतात. पाकिस्तानात, याउलट, श्रमशक्ती विपुल असल्याने सैन्यात जाण्यास अनेक लोक तयार असतात. त्यामुळे पाकिस्तानची एक पलटण कायमस्वरूपी सौदी अरेबियाच्या संरक्षणासाठी असते. यामुळे सौदी अरेबियाची सैन्यबळाची निकड भागते. पाकिस्तानला आवश्यक परकीय चलन मिळते.

३.५.४. बुद्धिवंतांची अदलाबदल (Exchange of Brain Drain)

बुद्धिवंतांची अदलाबदल केल्यामुळेही दोन्ही देशांच्या विकासात मदत होते. या स्थलांतरामुळे ज्ञानाचे व नवीन कल्पनांचे आदान-प्रदान होते. त्याचा दोन्ही समाजांना फायदा होतो. तोटा तर कुणाचाच होत नाही. हे स्थलांतर दोन अविकसित देशांमध्ये किंवा दोन विकसित देशांत आणि एक विकसित व एक अविकसित देशांतही होऊ शकते.

रशिया व भारत यांच्या अशा तऱ्हेच्या सहकार्यामुळे अग्निबाण, प्रक्षेपण शास्त्राचा विकास व उपग्रह प्रक्षेपणाच्या तंत्रज्ञानात भारतासारख्या देशाला खूपच प्रगती करता आली आहे. त्याचा हवामान-अभ्यासावर, साधनसंपत्तीच्या उपभोग वर व दळणवळणावर अनुकूल परिणाम होणार आहे. संरक्षणाच्या दृष्टिनेही याचे अनेक फायदे आहेत.

३.६. स्थलांतर आकडेवारीची उपलब्धता (Sources of Migration Data)

लोकसंख्या भूगोलात मानवांची संख्या, वाढ, मृत्युप्रमाण, स्थलांतर या गोष्टींचा अभ्यास महत्त्वाचा असतो. मानवाच्या स्थलांतराला तर लोकसंख्या भूगोलात खूपच महत्त्व आहे. स्थलांतराचा परिणाम दोन वेगवेगळ्या भौतिक विभागांवर होत असतो; ज्या भागातून लोक बाहेर जातात, तो भाग व ज्या भागात ती स्थिरावतात, तो भाग स्थलांतर – परिणामांना सामोरे जात असतो; आणि या परिणामांचा अभ्यास करून त्या परिणामांवर उपाययोजना करण्यासाठी स्थलांतराची आकडेवारी महत्त्वाची असते. ही आकडेवारी पुढील ठिकाणी उपलब्ध होऊ शकते.

१) बंदरावरील आकडेवारी (Port Registers) : एका ठिकाणाहून दुसऱ्या ठिकाणी जाण्यासाठी लोक सागरी मार्गाचा वापर करत असतात. कधीकधी इतर साधनांची दुर्मिळता यामुळे व कधी जलवाहतुकीत येणारा कमी खर्च यामुळे लोक सागरी मार्गाने प्रवास करतात व बंदराच्या ठिकाणी उतरतात. बंदरजागी येणाऱ्या प्रवाशांची व जाणाऱ्या प्रवाशांची नोंद केलेली असते. यावरून बाह्य भागांतील किती लोक या बंदरातून अंतर्गत भागात आले व किती बाहेर गेले; यांचा अंदाज बांधता येतो. परंतु येथील आकडेवारी स्थलांतर संख्येच्या अभ्यासाला परिपूर्ण करू शकत नाही. कारण सर्वत्र लोक बंदरमार्गे स्थलांतर करतात, असे नाही. ते इतर भागांचाही वापर करू शकतात. याबरोबरच

बंदरावरील स्थलांतर नियमांना सामोरे जावे लागू नये म्हणून बरेच लोक बंदरातून प्रवेश टाळतात. त्यामुळे इतरही आकडेवारी महत्त्वाची असते.

२) सीमाभागातील आकडेवारी (Land Frontier Statistics) : सीमारेषेवरील आकडेवारीचा अभ्यास हा देखील स्थलांतर अभ्यासाचा महत्त्वाचा दुवा मानला जातो. कारण सीमावर्ती भागात संरक्षक चौक्या उभारलेल्या आढळतात. एका प्रदेशातून दुसऱ्या प्रदेशात जाताना या संरक्षक चौक्यांवर नोंदणी करणे आवश्यक असते. एका देशातून दुसऱ्या देशात जाताना अशा ठिकाणी नोंद केल्यामुळे किती लोक कोणत्या प्रदेशात गेले व किती लोक कोणत्या प्रदेशातून आले, याची आकडेवारी उपलब्ध होते. तिचाही उपयोग स्थलांतर-अभ्यासात होतो.

३) परवाना पत्र (पासपोर्ट) सांख्यिकी माहिती (Passport Statistics) : एका देशातून दुसऱ्या देशात जाण्यासाठी काही महत्त्वाची कागदपत्रे जवळ असणे महत्त्वाचे असते. पासपोर्ट ही त्यापैकी एक महत्त्वाची गोष्ट मानली जाते. पासपोर्ट म्हणजे ज्या देशातून बाहेर जात आहात, त्या देशाचे प्रमाणपत्र होय. एकंदर या प्रमाणपत्रातून देशातील किती लोक बाहेर गेले, याची आकडेवारी मिळते.

४) लोकसंख्या नोंदणीची आकडेवारी (Population Register Statistics) : लोकसंख्या-नोंदणी आज सर्वच देशांत कार्यरत आहे. जन्म-मृत्यु-नोंदणी कार्यालये सर्वच देशात खेडोपाडी स्थापन करण्यात आली आहेत. जन्म-मृत्यू नोंदणी व शिरगणती यातून लोकसंख्येतील वाढ व घट समजून येते. नोंदणीपेक्षा जास्त लोक एखाद्या ठिकाणी आहेत, असे शिरगणतीत आढळून आले तर वाढीव लोक निश्चितच दुसऱ्या प्रदेशातून आले, असे समजावे. अर्थात, लोकसंख्या नोंदणीच्या आकडेवारीतून स्थलांतराची आकडेवारी पूर्णतः स्पष्ट होऊ शकत नाही.

५) वाहतूकसंस्थांची आकडेवारी (Statistics of Transport Agencies): वेगवेगळ्या वाहतूक संस्थांकडे त्यांनी केलेल्या लोक वाहतुकीची आकडेवारी उपलब्ध असते. त्यात कोणत्या ठिकाणाहून लोक कोणत्या ठिकाणी गेले या गोष्टीचा शोध होऊ शकतो. परंतु ती व्यक्ती देशातीलच होती की बाहेरील देशातील, याचा शोध मात्र होत नाही. त्यामुळे स्थलांतर आकडेवारीला या गोष्टीतून खूपच कमी मदत होते.

६) जनगणना (Census) : स्थलांतर आकडेवारीच्या अभ्यासाला जनगणना हा खूप मोठा आधार आहे. अनेक देशात स्थलांतराच्या अभ्यासासाठी जनगणनेचा अभ्यास केला जातो. जनगणनेत जन्मठिकाण, वास्तव्याचे ठिकाण, जनगणनेचा प्रदेश इ. सर्व गोष्टींचा उल्लेख असतो. त्यामुळे स्थलांतराच्या आकडेवारीचा जनगणनेतून ताबडतोब बोध होतो.

अशा प्रकारे वरील सर्व आकडेवारी एकत्र करुन स्थलांतरित व्यक्तींची संख्या, त्यांचे मूळ ठिकाण, त्यांनी स्थलांतर केलेली जागा, काळ, इत्यादी अनेक गोष्टींची आकडेवारी उपलब्ध होऊ शकते.

३.७. स्थलांतर व स्मार्ट सिटी (Migration and Smart Cities)

विकसित जगातील जुन्या शहराच्या पायाभूत सुविधा कालबाह्य होऊ लागल्या आहेत. या शहरांना आता नविन पायाभूत सुविधांची गरज भासत आहे. या उलट विकसनशील जगात शहरे वेगाने वाढत आहेत. या नव्या व जुन्या शहरांच्या आधुनिकीकरणाच्या गरजेमधूनच स्मार्ट शहरांची संकल्पना उदयास आली आहे.

स्मार्ट शहरात सर्वत्र स्मार्ट उपकरणे बसविली जातात. अशा उपकरणाचे एक जाळेच शहरात निर्माण केले जाते. या उपकरणाच्या मदतीने माहिती गोळा करणे, पुढे पाठविणे, माहितीचे पृथक्करण करून त्यावर उपाय सुचविले जातात. यामध्ये शहरात जाळे तयार केले जाते. याला उपयोग वहातूक, पाणी, कचरा, वीज, तत्पर वैद्यकीय सेवा, हवामान, गुन्हेगारी इत्यादीसाठी केला जातो. एखादी बस अगर कचरा वहान किंवा स्फोटके असलेले वहान कोठे आहे हे कळू शकते. वहातूक कोठे खोळंबली आहे, हे ही समजते. तसेच पाणी कोठे वाया जाते तसेच उद्यानात लहान मुले व ज्येष्ठ नागरिकांच्या सुरक्षिततेसाठी उपाययोजना करता येतात. नैसर्गिक साधनाचा सांभाळ करून विकास साधने स्मार्ट सिटी संकल्पनेतून शक्य आहे. जगातील शहरांमध्ये जागतिक लोकसंख्येच्या निम्मी लोकसंख्या रहाते. पण ही लोकसंख्या २/३ ऊर्जा खर्च करते व एकूण कार्बनच्या ३/४ कार्बन हवेत सोडते. मॅकन्झीच्या अहवालानुसार स्मार्ट सिटी हा यावरील योग्य उपाय आहे.परंतु यासाठी सरकारला शहरांवर भरपूर खर्चही करावा लागणार आहे.

देशात पाच ते दहा लाख लोकसंख्या असलेल्या शहरांमध्ये स्मार्ट सिटी विकसित करण्यात येणार आहे. भारतात शहरांमध्ये वाहतूक समस्या कायम आहे. यात दिवसागणिक वाढ होत आहे. स्मार्ट सिटीत रस्ते वाढीसाठी व नवी परिवहन व्यवस्था विकसित करण्याला प्राधान्य देण्यावर भर राहणार आहे. स्मार्ट सिटीची अत्याधुनिक परिवहन सेवा, पर्यावरण अनुकूल प्रकल्प, चकाचक रस्ते, ब्रॉड बँडची व्यवस्था, रेन वॉटर हार्वेस्टिंग ही वैशिष्ट्ये असणार आहेत.

लोकसंख्येचे ग्रामीण भागाकडून शहरी भागाकडे होणारे स्थलांतर ही स्मार्ट शहर विकासाला डोकेदुखी होऊन बसली आहे. वाढत्या लोकसंख्येच्या मानाने स्मार्ट सिटीतील नियोजन करून केलेल्या विकासाला स्थलांतरामुळे खिळ बसते. तेथील सर्वच यंत्रणेवर अतिरिक्त ताण पडतो, ग्रामीण भागातून स्थलांतरीत झालेल्या लोकसंख्येत बऱ्याच मोठ्या प्रमाण तांत्रिक ज्ञानाचा अभाव असतो. त्यामुळे आधुनिक तंत्रज्ञान वापरण्यावर मर्यादा

येतात. तंत्रज्ञान भाषेबद्दल स्थलांतरामुळे नविन समस्या निर्माण होतात. नियोजनबद्ध वहातूक व्यवस्था शहराबद्दलच्या अपुऱ्या ज्ञानामुळे स्थलांतरित लोकाकडून पाळली जात नाही व त्यामुळे वाहतूक कोंडीच्या समस्या निर्माण होतील.

ग्रामीण भागातील स्थलांतरित झालेल्या लोकसंख्येकडून स्मार्ट सिटीमधील स्वच्छतेचे नियम पाळले जातील असे सांगता येत नाही. अविकसित भागाकडून विकसित भागाकडे स्थलांतर करणे ही मानवी प्रवृत्ती असली तरी स्मार्ट सिटीमध्ये स्थलांतरामुळे समस्या निर्माण करण्यापेक्षा ग्रामीण भागाचा नियोजनबद्ध विकास करणे सोयीचे होईल. खेड्यांची आर्थिक, सामाजिक रचना बदलून काही प्रमाणात 'स्मार्ट खेडे' ही संकल्पना विस्तृत स्वरूपात विकसित केल्यास स्थलांतरामुळे स्मार्ट शहरात निर्माण होणाऱ्या समस्या कमी करता येईल व स्मार्ट खेड्यांची निर्मिती केल्यास सर्वांगिण विकासाची संकल्पना परिपूर्ण होईल.

भारतातील शहराच्या लोकसंख्या वाढीसंदर्भात विचार करता असे लक्षात येते की भारतीय शहरांच्या लोकसंख्या वाढीस जन्मदरापेक्षा स्थलांतर या कारणाचा जास्त परिणाम झालेला आहे. बंगलोर शहराची लोकसंख्या स्वातंत्र्यानंतर १९८१ पर्यंत सुमारे ७५.६% ने वाढली आहे. तर पश्चिम बंगाल राज्यातील असोनसोल शहराची लोकसंख्या १०८.७% वाढलेली दिसते. शहरातील लोकसंख्या वाढीचे हे आकडे खूपच मनोरंजक आहेत. याच काळात फरिदाबाद ८५.५%, गोहाटी १८८.३%, ठाणे १०५.९%, विशाखापट्टणम् ७५.००% लोकसंख्या वाढलेली दिसते. स्मार्ट सिटी विकासानंतर हे स्थलांतर असेच चालू राहिले तर स्मार्ट शहर विकासाला मोठी खिळ बसेल.

३.८. जनन, मर्त्यता आणि अनारोग्य (Fertility, Mortality and Mortability)

३.८.१. जनन (Fertility)

जनन म्हणजे एखाद्या स्त्रीने किंवा स्त्रियांच्या समूहाने केलेले प्रत्यक्ष प्रजोत्पादन जनन मोजण्याचे सामान्य परिमाण म्हणजे पाच वर्षाखालील मुले व प्रजोत्पादनक्षम वयातील स्त्रिया यांचे गुणोत्तर सामान्य जननदर म्हणजे दर एक हजार प्रजननक्षम स्त्रियांना झालेल्या मुलांची संख्या.

ढोबळ जन्मदर : एखाद्या विशिष्ट प्रदेशातील विशिष्ट एक हजार लोकसंख्येमागे जन्मलेल्या अर्भकाची संख्या म्हणजे ढोबळ जन्मदर होय. खालील सूत्राने ढोबळ जन्मदर काढता येतो.

$$\text{ढोबळ जन्मदर} = \frac{\text{एका वर्षात जन्म झालेल्या अर्भकांची संख्या}}{\text{एकूण लोकसंख्या}} \times १०००$$

सामान्य जन्मदर :

$$\text{सामान्य जन्मदर} = \frac{\text{एकूण अर्भकांची संख्या}}{\text{प्रजोत्पादनक्षम वयातील स्त्रियांची संख्या}} \times १०००$$

वयसापेक्ष जन्मदर : वयसापेक्ष जन्मदर ठरविताना विशिष्ट वयोगटातील स्त्रियांची जन्म दिलेल्या मुलांचीच संख्या विचारात घ्यावी लागते.

ह्या मुलांच्या संख्येचे त्याच वयोगटातील स्त्रियांशी गुणोत्तर काढून नंतर त्याला १००० ने गुणले की त्या वयोगटातील एक हजार स्त्रियांमागे असलेला सरासरी जन्मदर कळतो.

हे खालील सूत्राने मांडता येते.

$$\text{वयसापेक्ष जन्मदर} = \frac{\text{विशिष्ट वयोगटातील स्त्रियांनी जन्म दिलेल्या मुलांची एकूण संख्या}}{\text{त्याच वयोगटातील स्त्रियांची एकूण संख्या}} \times १०००$$

एकूण जन्मदर : विविध वयासापेक्ष जन्मदरांची बेरीज करुन या बेरजेस एका वयोगटातील वर्षांनी गुणले व या गुणाकरांचे एक हजाराशी गुणोत्तर काढले, तर एकूण जन्मदर मिळतो.

$$\text{एकूण जन्मदर} = \frac{\text{वयसापेक्ष जन्मदारांची बेरीज}}{१०००} \times \text{एका वयोगटातील वर्षे}$$

स्त्रीच्या संपूर्ण प्रजननक्षम काळात तिला जितकी मुले होऊ शकतील, त्या संख्येची एकूण जन्मदरावरुन कल्पना येते.

जननक्षमता व जनन : जनन व जननक्षमता या दोन भिन्न संकल्पना आहेत. प्रत्यक्ष प्रजोत्पादनाला जनन म्हणतात. तर याउलट मुलांना जन्म देण्याची कुवत म्हणजे जनन क्षमता होय.

जरी जैविकदृष्ट्या जननक्षमता महत्त्वाची असली, तरी लोकसंख्या-भूगोलामध्ये प्रत्यक्ष जन्माला आलेल्या मुलांची संख्या महत्त्वाची ठरते.

जननदरावर परिणाम करणारे घटक : अपत्यजन्म जीवशास्त्रीय असला, तरी अपत्य-जनन सामाजिक व आर्थिक चौकटीत घडून येते. वैवाहिक बंधनातून अपत्य-जन्म होत

असल्याने त्याचा जननीती, सामाजिक मूल्ये व आर्थिक स्थिती यांच्याशी जवळचा संबंध असतो. जननावर परिणाम करणाऱ्या विविध घटकांचे खालील चार मुख्य विभागांत विभाजन करता येईल.

१) शरीरशास्त्रीय घटक
२) लोकसंख्याशास्त्रीय घटक
३) सामाजिक घटक
४) आर्थिक घटक

१) शरीरशास्त्रीय घटक (Biological factors)

अपत्यजन्माच्या जीवशास्त्रीय मर्यादा व्यक्तीचे वय व लिंग निश्चित करतात. अपत्यास जन्म फक्त स्त्रीच देऊ शकते; व ते देखील वयाच्या काही विशिष्ट कालावधीतच १९३८ मध्ये जगातील अनेक देशांच्या अभ्यासात, रेमंड पर्ल याला असे दिसून आले, की मुलगी १३ ते १७ वर्षे वयात प्रजोत्पादनक्षम बनते. हे वय वेगवेगळ्या देशांत व वेगवेगळ्या काळांत वेगवेगळे असू शकते युरोपातील मुलींचे प्रजोत्पादनक्षम वय मागील १०० वर्षांत दर दशकात ३ ते ४ महिने कमी होऊन ते १३ वर्षांवर स्थिरावले आहे. एकूणच जीवनमानातील सुधारणा व त्या अनुषंगाने पोषणात होणारे बदल यामुळे हे वय कमी झाले असावे, असा अंदाज आहे. १९५६ सालच्या भारतातील खेड्यांच्या अभ्यासात असे दिसून आले, की भारतातील खेड्यांतील मुली १३.८ वर्षे वयात प्रजोत्पादनक्षम होतात.

अपत्य-निर्मिती क्षमता २० ते २५ या वयात सर्वात जास्त असते. त्यानंतर अपत्यनिर्मिती क्षमता कमी होऊ लागते. ३५ व्या वर्षानंतर अपत्यजनन-क्षमता कमी होण्याचा वेग झपाट्याने वाढतो. रेमंड पर्लने केलेल्या एका अभ्यासात असे दिसून आले, की स्त्रीची प्रजोत्पादन क्षमता ४५ ते ५० वर्षी सपुष्टात येते. जगासाठी हे वय ४६ वर्षे असले, तरी भारतात कुपोषणामुळे हे वय ४२.२ वर्षे असते. वरील सर्व विवेचनाचा अर्थ असा होतो, की शरीरशास्त्रदृष्ट्या स्त्री १५ ते ४५ किंवा ५० वर्षे या ३०-३५ वर्षांच्या काळात अपत्यांना जन्म देऊ शकते. पुरुषाच्या अपत्य-निर्मितीच्या काळास, अशा सुस्पष्ट व निश्चित मर्यादा नसतात. सर्व साधारणपणे, पुरुष वयाच्या १५ व्या वर्षापासून ६५ व्या वर्षांपर्यंत (५० वर्षे) अपत्यनिर्मितीक्षम असतो. स्त्रीचे वय हा जननाच्या दृष्टीने अत्यंत महत्त्वाचा घटक असतो. १५ व्या वर्षांपासून ४५ ते ५० वर्षांपर्यंत स्त्रीचा अपत्यजननाचा काळा असतो. परंतु या काळात तिची जननक्षमता समान नसते. १५ ते २० वर्षे वयात जननक्षमता अचानक वाढते. व विसाव्या वर्षी जननक्षमता सर्वांत जास्त असते. अपत्यजनन क्षमता सर्वांत जास्त असणारा काळ २० ते २५ वर्षे वयापर्यंतचा असतो.

त्यानंतर क्षमता कमी होऊ लागते. ३५व्या वर्षानंतर अपत्यजननक्षमता वेगाने कमी होऊ ५० व्या वर्षापर्यंत ती जवळजवळ नाहीशी होते. दर दहा महिन्यांनी एक अपत्य जन्माला आले, असे मानले, तर एका स्त्रीला तिच्या प्रजोत्पादनक्षम काळात ३७ अपत्ये होऊ शकतील.परंतु एका स्त्रीने २० पेक्षा जास्त बालकांना जन्म दिल्याची उदाहरणे क्वचितच आढळतात.परंतु १० ते १२ अपत्यांच्या माता समाजात अनेक आढळतात थोडक्यात, शरीरशास्त्रदृष्ट्या अपत्यजननाच्या काळात संततीनियमानाचा अभाव असलेल्या समाजातही नैसर्गिक जनन जीवशास्त्रीयदृष्ट्या शक्य असलेली कमाल पातळी गाठू शकत नाही.

वन्ध्यता व न्यूनजननशीलता : काही स्त्रिया प्रजननक्षम नसतात. यामागे शारीरिक दोष कारणीभूत असतात. यालाच स्त्रियांमधील वन्ध्यता असे म्हणतात. काही प्रकारच्या वन्ध्यतेमुळे स्त्रीला गर्भधारणाच होत नाही, तर काही स्त्रियांमध्ये प्रसूतीनंतर किंवा एक-दोन अपत्यांचा जन्मानंतर वंध्यता आलेली आढळते. वंध्यता ही स्त्रीमधील मोठी उणीव समजली जाते. याशिवाय पौगंडावस्थेतील वंध्यत्व हाही एक प्रकार आढळतो. काही स्त्रियांना प्रथम काही पाळ्या अंडमोचन न होताच येतात. त्यामुळे पौगंडावस्थेतील या काळात गर्भधारणेची शक्यता कमी असते. १९४७-५० या काळातील बंगालमध्ये केलेल्या पाहणीत काही आदिवासी जमातीलंच्या स्त्रीयांत अशा प्रकारच्या वंध्यतेनंतर जन्मदर कमी झाल्याचे पुरावे मिळाले आहेत. याशिवाय, प्रसूतीत्योर वन्ध्यत्व हा प्रकारही लक्षात घ्यावा लागतो. काही स्त्रियांना अपत्यजन्मानंतर काही काळ मासिक पाळी येत नाही. स्वाभाविकपणे, या काळात गर्भधारणेची शक्यता नसते व जन्मदर कमी होतो. याशिवाय इतर काही कारणामुळे अपत्यजन्म लांबणीवर पडतो. उदा., टीट्झ या शरीरशास्त्रज्ञाच्या अभ्यासात बालकांना अंगावर पाजण्याच्या पद्धतीमुळे स्त्रियांना प्रसूतीनंतर साधारणतः दहा महिने गर्भधारणा होण्याची शक्यता कमी होते.

वंश (Race) : मानावाच्या शारीरिक वैशिष्ट्यांवरुन माणसाचा वश ठरतो. साधारणपणे त्वचेचा रंग, केसांचे वळण व डोळ्यांचा रंग, चेहऱ्याची ठेवण यावरुन मानवी समूहाची विविध वंशांत विभागणी केली जाते. विविश वंशांतील वेगवेगळ्या शारीरिक वैशिष्ट्यांप्रमाणेच लोकांची प्रजननक्षमताही वेगवेगळी आहे, असे काही मानवंश शास्त्रज्ञाचे मत आहे. परंतु सध्याच्या काळात विविध वंशांच्या मानवी समूहांचे परस्परांशी संबंध आल्यामुळे कोणताही वांशिक गट मूळच्या शुद्ध स्वरुपात सापडत नाही. म्हणूनच एखाद्या विशिष्ट वशाचा प्रजननक्षमतेवर किंवा जन्मदरावर होणारा परिणाम निश्चित ठरविणे अवघड जाते. ब्राझिलसारख्या देशात विविध वंशाच्या मानवी समूहांची गर्दी आढळते.

ब्राझिलमधील श्वेतवर्णी, पीतवर्णी मानव समूहांतील जन्मदरांचा अभ्यास केल्यावर त्यांत फरक आढळून आला. परंतु आज सुध्दा वंश व जन्मदर यांच्यांत निश्चित संबंध आढळत नाही.

२) लोकसंख्याशास्त्रीय घटक (Demographic factors)

खालील लोकसंख्याशास्त्रीय घटकांचा जननावर प्रामुख्याने परिणाम होतो.

१) वयोरचना, २) लिंगरचना, ३) शहरीकरणाची पातळी, ४) वैवाहिक जीवनाचा काळ आणि ५) स्त्रियांचा श्रमशक्तीतील सहभाग.

१) वयोरचना : प्रजोत्पादनक्षम वयातील लोकसंख्येचे प्रमाण याचा जननावर प्रत्यक्ष परिणाम होतो. ज्या देशांच्या लोकसंख्येत तरुणांचे प्रमाण जास्त असते, त्या देशांच्या लोकसंख्येची वाढ झपाट्याने होते. दक्षिण अमेरिका, आफ्रिका व आशियातील बरेचसे देश यांत मोडतात. याच्याशी निगडित असलेला दुसरा घटक म्हणजे वैवाहिक जीवनाचा काळ हा होय.

२) वैवाहिक जीवनाचा काळ : जसजसा वैवाहिक जीवनाचा काळ मोठा, तसतसे जननाचे प्रमाण जास्त. भारतासारख्या विवाह लवकर होत असलेल्या देशात जनन व वैवाहिक जीवनाचा काळ यांचे समप्रमाण आढळून येते. त्याचप्रमाणे लोकसंख्येतील लिंगरचना हा सुध्दा जन्मदर ठरविणारा एक महत्त्वाचा लोकसंख्याशास्त्रीय घटक आहे. लोकसंख्येतील स्त्री-पुरुषांचे प्रमाण सारखे असेल, तर त्यामुळे सरासरी योग्य जननदर निर्माण होण्यासारखी परिस्थिती निर्माण होते. मात्र, स्त्री व पुरुषांच्या प्रमाणातील समतोल बिघडला, तर त्याचा जन्मदरावर विपरीत परिणाम होतो. उदा., भारतासारख्या देशांत शहरांमध्ये पुरुषांचे प्रमाण स्त्रियांपेक्षा खूप जास्त आहे. त्यामुळे शहरांतील जन्मदर खेड्यांपेक्षा खूपच कमी आढळतो.

विविध व्यवसायांत काम करणाऱ्या स्त्रियांची संख्या जर जास्त असेल, तर जन्मदर कमी होताना आढळतो. काम करणाऱ्या स्त्रिया आपल्या अधिकाराच्या बाबतीत जास्त सावध असतात. आर्थिकदृष्ट्या त्या स्वतंत्र असल्यामुळे व शिक्षणामुळे त्यांची दृष्टी व्यापक झालेली असल्यामुळे कुटुंबनियोजनाची गरज लक्षात घेऊन त्या दृष्टीने त्यांची वर्तणूक आढळते. तसेच, व्यवसायामधील जबाबदाऱ्या पार पाडताना मुलांच्या जबाबदाऱ्या जास्त वाढविता येत नाहीत, हे त्या जाणतात. स्त्रिया करीत असलेल्या नोकरीच्या व व्यवसायाच्या स्वरुपाचाही जननप्रमाणावर परिणाम झालेला आढळतो. ज्या ठिकाणी कुटुंबाचा वर्षानुवर्ष चालत आलेला प्रस्थापित व्यवसाय आहे, किंवा नोकरी अर्धवेळ आहे. त्या ठिकाणी जन्मदर फारसा घसरत नाही. परंतु औद्योगिक क्षेत्राशी निगडित

व्यवसायांमध्ये व नोकऱ्या काम करणाऱ्या स्त्रियांची संख्या जास्त असेल, तर व त्या पूर्णवेळ नोकरीत गुंतून राहत असतील, तर जननदर निश्चितपणे कमी होतो. उदा., इटलीमध्ये उत्तर भागातील औद्योगिक क्षेत्र मोठे आहे व स्त्रियांचा नोकऱ्यांतील सहभागही मोठा आहे. त्यामुळे त्या भागात जननदर कमी आहे. उलट, दक्षिण इटलीतील शेती विभागात जन्मदर मोठा आहे.

३) सामाजिक घटक (Social Factors)

जनन ही जीवनशास्त्रीय घटना असली, तरीही सामाजिक चाली व मूल्यांशी जननाचा निकटचा संबंध आहे. अपत्यांचा जन्म ही एक अतिशय महत्त्वपूर्ण सामाजिक गरज आहे. म्हणूनच जननदरावर परिणाम करणाऱ्या सामाजिक घटकांची यादी ही जीवशास्त्रीय व लोकसंख्याशास्त्रीय घटकांपेक्षा मोठी आहे.

धार्मिक पार्श्वभूमी

धर्म म्हणजे माणसाने स्वीकारलेली एक विशिष्ट विचारसरणी होय. प्रत्येक धर्माचे स्वतःचे जीवनविषयक तत्त्वज्ञान असते. प्रत्येक धर्माच्या अनुयायांना जीवनाकडे पाहण्याचा स्वतःचा असा वेगळा दृष्टिकोन असतो. जगातील जवळजवळ सर्व धर्म कुटुंबनियोजनाच्या विरोधात आहेत. विशेषतः, इस्लाम, व ख्रिश्चन धर्मातील कॅथॉलिक पंथीय कुटुंबनियोजनाला तीव्र विरोध करतात, व अपत्यजन्म थांबविणे, पाप मानतात. थोडक्यात, ज्या समाजावर धार्मिक पगडा मोठा आहे तेथे जन्मदर जास्त आढळतो. उदा., किंग्जली डेव्हीस यांनी असे दाखवून दिले आहे, की भारतात राहणारे हिंदू व मुस्लिम एकाच प्रकारच्या पर्यावरणात राहत असले, तरी त्यांच्यातील जन्मदरांत फरक आहे. हिंदूंची लोकसंख्या १९६१ साली एकूण लोकसंख्येच्या ८३.४८% होती. ती १९८१ साली ८२.६% झाली. उलट, मुस्लिमांची संख्या १९६१ साली १०.६९% होती ती १९८१ मध्ये ११.४% झाली. मुस्लिम समाजाचा जन्मदर हिंदू समाजाच्या जन्मदरापेक्षा खूपच जास्त आहे. पाश्चिमात्य देशांत ख्रिश्चन धर्मातील रोमन कॅथॉलिक पंथ अधिक कडवा असल्याने त्या पंथाचा जन्मदर मोठा, तर पुरोगामी विचारसरणीच्या प्रॉटेस्टंट पंथातील जन्मदर कमी आढळतो.

ज्या समाजात एकत्र कुटुंबपद्धतीचा प्रभाव अधिक आहे, त्या समाजातील जन्मदर मोठा असतो. अशा कुटुंबातील वृद्ध लोक नवीन जन्माला येणाऱ्या अपत्यांची देखभाल करतात. याउलट, विभक्त कुटुंबात अपत्याच्या देखभालीची जबाबदारी कुटुंब लहान असल्याने नवरा व बायकोवरच पडते. त्याशिवाय विभक्त कुटुंबपद्धतीत पती-पत्नी दोघेही नोकरी करीत असतील, तर मुलांची संख्या मर्यादित ठेवणे भागच पडते. ज्या भागात विभक्त कुटुंबे अधिक, त्या भागात जन्मदर कमी आढळतो. अशी परिस्थिती शहरांमध्ये

आढळते. आजच्या गतिमान युगात एकत्र कुटुंबपद्धत संपुष्टात येऊ लागली आहे. पूर्वी शेतीव्यवस्थेत अपत्ये ही आईवडिलांची उत्पादनसाधने होती. आईवडिलांना आजारपणात व वृद्धापकाळात मुलांची मदत होत असे. थोडक्यात, शेती व्यवस्थेत कुटुंब हे उत्पादक घटक होते. त्यामुळे कुटुंबाचा आकार मोठा व एकत्र कुटुंबपद्धती जास्त प्रभावी होती. परंतु आजच्या काळात औद्योगिक व्यवस्था प्रचलित झाली आहे. त्यामुळे कुटुंब हे उत्पादक घटक होते. त्यामुळे कुटुंब हे उत्पादकघटक राहिलेले नाही, वृद्धापकाळात आईवडिलांची काळाजी घेण्यासा अनेक सामाजिक संस्था निर्माण झाल्या आहेत. पालकांना मुलांच्या शिक्षणाचा बोजा पडू लागल्याने एकूणच कुटुंबाचे हित लहान कुटुंबात आहे, ही जाणीव वाढीस लागली आहे. याचा परिणाम जन्मदर घटण्यावर होत आहे.

निरक्षरता व शिक्षणाची पातळी हे सामाजिक घटक जन्मदरावर परिणाम करताना आढळतात. ज्या देशात निरक्षरता जास्त आहे व शिक्षणाची पातळी कमी आहे, त्या ठिकाणी जन्मदर मोठा आढळतो. निरक्षर किंवा अशिक्षित लोक कुटुंबनियोजनाचे महत्त्व समजू शकत नाहीत. तसेच, अपत्यजन्मामागचे शास्त्रीय ज्ञान त्यांना नसल्यामुळे अशा लोकांच्यात अंधश्रद्धा व गैरसमज आढळतात. उदा., कुटुंबनियोजनाच्या शस्त्रक्रियेनंतर शरीरात काही दोष निर्माण होतात. तसेच वैवाहिक जीवनाचा पूर्ण आनंद घेता येत नाही, इ. गैरसमज अशिक्षितांमध्ये आढळतात. याउलट, शिक्षणाची पातळी उच्च असलेल्या समाजात जन्मदर कमी असतो. शिक्षणामुळे विवाह लांबणीवर पडतो. लोकांचा दृष्टिकोन बदलतो. याचा अनुकूल परिणाम जन्मदर घटण्यावर होतो.

नागरीकरणाची पातळी हा सुद्धा जननावर परिणाम करणारा एक महत्त्वाचा घटक आहे. नागरीकरणाची पातळी जास्त असेल, तर जन्मदर कमी असतो. शहरांमध्ये दाट वस्ती व लहान जागा यांमुळे कुटुंबे लहान असणे सोयीचे असते शहरातील लोकसंख्येमध्ये पुरुषांचे प्रमाणही स्त्रियांपेक्षा जास्त असते. शहरी जीवनपद्धतीचा जन्मदरावर परिणाम होताना आढळतो. शहरांत मिळणाऱ्या चैनीच्या गोष्टी मुलांच्या शिक्षणावर व पालनपोषणावर होणारा मोठा खर्च, शहरात राहण्यासाठी तसेच अंतर्गत दळणवळणासाठी लागणारा खर्च मोठा असतो. त्यामुळे शहरातील लोकांची प्रवृत्ती अपत्यसंख्या मर्यादित ठेवण्याला अनुकूल असते. तसेच, शहरातील गतिमानतेमुळे अपत्याकडे पूर्ण लक्ष देणे अवघड जाते व या सर्वांचा एकत्रित परिणाम म्हणजे जन्मदर कमी होतो.

याशिवाय समाजातील चालीरिती व रिवाज, तसेच, कोणत्या गरजांना लोक प्राधान्य देतात, ही प्रवृत्ती, तसेच वंशाचा दिवा म्हणून मुलगा हवाच, ही आग्रही भूमिका या घटकांचाही परिणाम जन्मदरावर होत असतो.

काही समाजांत बहुपतित्व म्हणजे एकाहून अधिक नवरे करण्यास परवानगी व

बहुपत्नीत्व म्हणजे एकाहून अधिक बायका करण्यास समाजाची परवानगी असते. अर्थात, बहुपत्नीत्वापेक्षा बहुपतित्वाचे प्रमाणे खूपच कमी असते. बहुपत्नीत्वाने जननपातळी घटते. कारण एकपत्नी विवाहातील पत्नीपेक्षा अशा विवाहामध्ये प्रत्येक पत्नीबाबतीत संभोगाची शक्यता कमी असते. जेव्हा पहिल्या पत्नीपासून अपत्यप्राप्ती होत नाही व म्हणून अपत्यप्राप्तीसाठी दुसरा विवाह केला जातो, तेव्हा मात्र बहुपत्नीत्वामुळे जननपातळी वाढते. तसेच, बहुपत्नीत्वामुळे समाजातील विधवा, घटस्फोटिता व अविवाहित यांना विवाहाची संधी प्राप्त होते. अशा समाजात सुध्दा बहुपत्नीत्वामुळे जननाची पातळी उंचावते.

काही समाजामध्ये पती-पत्नीच्या लैंगिक संबंधावर काही विशिष्ट वेळेला सामाजिक बंधने असतात. उदा., अपत्यजन्माआधी व अपत्यजन्मानंतर संभोग वर्ज्य मानतात. मासिक पाळीच्या वेळीही लैंगिक संबंध निषिद्ध मानतात. भारतातील एका पाहणीत असे दिसून आले आहे, काही हिंदूमध्ये वर्षातील १०० दिवस संभोगवर्ज्य दिवस असतात. हिंदूपेक्षा मुस्लिम समाजात जननपातळी अधिक असण्याच्या अनेक कारणांपैकी एक कारण म्हणजे, हिंदूपेक्षा मुस्लिमांमध्ये संभोगावर धार्मिक व लैंगिक संयमनाचा अभाव हे आहे. अपत्यजन्मानंतर संयमनाचा काळ चार महिन्यांपेक्षा जास्त असेल,तर त्याचा जनपातळीवर परिणाम होतो. आफ्रिकेतील काही समाजांमध्ये मूल चालायला लागेपर्यंत आई-वडिलांमध्ये संभोग वर्ज्य मानतात.यामुळे जननपातळी कमी राहते.

अधिक जनन ते कमी जनन या संक्रमणावस्थ काळात विकसित देशांतील अनेक स्त्रियांनी गर्भपाताचा आधार घेतला असल्याने विकसित देशांमधील जनन पातळी कमी होण्यात गर्भपाताचा मोठा वाटा आहे. जपानसारख्या देशात जनन पातळी झपाट्याने कमी झाली. १९४८ साली जपानचा जन्मदर दरहजारी ३४ इतका होता. १९४९ साली जपानमध्ये गर्भपाताला कायदेशीर मान्यता देण्यात आली. जपानी स्त्रियांनी या कायद्याचा इतका फायदा घेतला, की १० वर्षांत जन्मदर निम्मा झाला. १९५८ साली जपानमध्ये १६लाख जन्म व ११ लाख गर्भपात नोंदले गेले.

सामाजिक गतिक्षमता

समाजातील स्वतःचे स्थान अधिकाधिक उच्च पातळीवर जावे, असे प्रत्येकाला वाटते. फ्रान्समधील एका पाहणीत असे दिसून आले, की सामाजिक गतिक्षमता व जनन यांचा जवळचा संबंध आहे. यास सामाजिक केशाकर्षण म्हणतात. नळी जेवढी लहान व्यासाची असते, तेवढी त्यातील पाण्याची पातळी उंच चढते. तसेच कुटुंबाला समाजात उंच जायचे असेल, तर कुटुंब लहान असणे आवश्यक आहे.

व्यक्ती वैयक्तिक उन्नतीकडे अधिक लक्ष देऊ लागते, तेव्हा कुटुंबे लहान होतात.

कारण अपत्याच्या संगोपनासाठी वेळ,पैसा व कष्ट लागतात. अपत्यांची संख्या मर्यादित ठेवली, तर याच गोष्टी स्वतःच्या उन्नतीकरिता वापरता येतात.

सामाजिक गतिक्षमतेत व्यावसायिक गतिक्षमतेचाही समावेश होतो. आर्थिक व औद्योगिक विकासामुळे नवीन अधिक कौशल्याचे व्यवसाय विकसित झाले. ही कौशल्ये मिळविण्यासाठीही वेळ, पैसा व कष्ट यांची आवश्यकता असते. यामुळेही जननपातळी खाली राहण्यास मदत होते.

४) आर्थिक घटक (Economic Factors)

कुटुंबातील व्यक्तींची संख्या व कुटुंबाचे उत्पन्न यांत विषम संबंध आढळतो. ज्या कुटुंबात उत्पादनाची पातळी कमी आहे. त्या ठिकाणी जन्मदर व कुटुंबातील व्यक्तीची संख्या जास्त आढळते. उलट, ज्या कुटुंबाचे उत्पन्न जास्त आहे, तेथे जन्मदर कमी आढळतो. यामध्ये सुद्धा कुटुंबाच्या उत्पन्नानुसार तीन भाग पाडून, प्रत्येक भागाचा वेगळा जन्मदर अभ्यासता येतो. अगदी कमी उत्पन्न असलेल्या कुटुंबाचा जननदर फारच जास्त असतो. कारण अशा कुटुंबात मुलांकडे कुटुंब उत्पन्नात वाढ करणारे घटक म्हणून पाहिले जाते. मध्यमवर्गीय कुटुंबाच्या गटात जन्मदर फारच कमी आढळतो. कारण या गटातील लोक मोठ्या आर्थिक व इतर उद्दिष्टांमागे असतात. त्यामुळे ते जास्त अपत्यांची जबाबदारी स्वीकारत नाहीत. श्रीमंत लोकांचा जो तिसरा गट आहे, त्याचा जन्मदर गरीब लोकांच्या गटातील जननदरापेक्षा कमी असला, तरी तो फार कमी नसतो. मध्यमवर्गीय गटापेक्षा श्रीमंत गटाचा जन्मदर निश्चितच जास्त असतो. याचे कारण आर्थिक सुबत्तेमुळे या गटाला जन्मदरावर नियंत्रण ठेवण्याची फार गरज भासत नाही. कुटुंबाच्या उत्पन्नांनुसार कुटुंबाचा आहाराचा दर्जा ठरत असतो. मध्यमवर्गीय व श्रीमंत कुटुंबामध्ये प्रथिनयुक्त अहाराचे प्रमाण मोठे असते. आहारात प्रथिनांचे प्रमाण जास्त असेल, तर जन्मदर कमी होतो, असे निरीक्षणाने सिद्ध झाले आहे.

औद्योगिकरणांने मोठी औद्योगिक नगरे निर्माण होतात. अशा नगरांकडे होणाऱ्या मोठ्या प्रमाणातील स्थलांतरामुळे दाट लोकसंख्येच्या अनेक समस्या निर्माण होतात. तसेच, अशा शहरात विविध क्षेत्रांत मोठी स्पर्धा आढळते. याचा परिणाम म्हणजे, अशा औद्योगिक नगरीतील कुटुंबे अपत्यांची संख्या मर्यादित ठेवतात.

व्यवसायाच्या स्वरुपाचाही जन्मदरावर परिणाम होत असतो. अमेरिकेतील जनगणना करणाऱ्या संस्थेने आपल्या अहवालात खाणकामातील कामगारांच्या स्त्रियांतील जननदर मोठा आहे, असे म्हटले आहे. तसेच, शेतकरी कुटुंबातील स्त्रियांतील जन्मदर मोठा असतो. परंतु बँककर्मचारी, वकील, वैद्यकीय व्यवसायातील लोक, लेखनिक यांच्या कुटुंबांतिल जननदर कमी असतो.

प्राकृतिक घटक :

जननदरावर हवामान याभौगोलिक घटकांचा निश्चित परिणाम होतो. उष्ण कटिबंधातील मुली लवकर प्रजननक्षम बनतात. त्यामुळे मुले होण्याचा काळ वाढतो. याचा परिणाम जन्मदर वाढण्यावर होतो. याच्या उलट परिस्थिती शीत हवामान विभागात आढळते. तेथे जननदर कमी असलेला आढळतो.

जागतिक जननपातळी व कल

जननाचे बाबतीत जगाचे दोन भाग पडतात, व जननाच्या पातळीप्रमाणे जगातील देश दोन गटांत विभागता येतात.

१) २५ पेक्षा जास्त जन्मदर व २ पेक्षा जास्त नैसर्गिक वाढ असलेले देश- उदा. आफ्रिका, आशिया व द. अमेरिकेतील अविकसित देश.

२) २५ पेक्षा कमी जन्मदर व २ पेक्षा कमी नैसर्गिक वाढ असलेले विकसित देश.

अविकसित देशांमध्ये आफ्रिकेचा जन्मदर सर्वांत जास्त आहे. द. आशियाचा जन्मदर त्याखालीलोखाल आढळतो. उत्तर अमेरिका, युरोप, ऑस्ट्रोलिया, न्यूझिलंड, इस्त्राइल, जपान, पूर्वीचा रशिया व द. अमेरिकेतील काही देश, येथे जन्मदर कमी आढळतो.

वरील देशांमध्ये एकेकाळी जननपातळी जास्त होती. गेल्या काही वर्षात या देशांनी 'अधिक जनन ते कमी जनन' या संक्रमणाचा अनुभव घेतला आहे.

१९व्या शतकाच्या अखेरीस व विसाव्या शतकाच्या सुरुवातीला आज कमी जनन असलेल्या देशांमध्ये जन्मदर २० ते ४० च्या दरम्यान होते. या काळातही तुलनेने युरोपातील देशांची जननपातळी आशिया, आफ्रिका व दक्षिण अमेरिकेतील देशांच्या तुलनेने कमी असल्याचे दिसून येते.

या विकसित देशांचे जननविषयक काळाच्या दृष्टीने तीन गट पाडता येतील.

गट १. पूर्व व दक्षिण युरोप सोडून राहिलेला युरोप, उत्तर अमेरिका, ऑस्ट्रेलिया, न्यूझीलंड, अर्जेंटिना व इस्त्राएल हे औद्योगिक विकास झालेले देश आहेत. या देशांत जन्मदर १९३० च्या आधीच कमी होत गेले, व १९३०-३५ या आर्थिक मंदीच्या काळात अगदी कमी पातळीला पोहोचले.

दुसऱ्या महायुद्धात युद्धपरिस्थितीमुळे अडून राहिलेले अनेक विवाह महायुद्ध संपताच झाले व त्यामुळे जन्मदर विकसित देशांत १९४५ ते १९५५ या काळात वाढला याला 'अपत्यांची लाट' (Baby Boom) म्हणतात. १९५५ नंतर मात्र तो हळूहळू खालच्या पातळीला येऊ लागला. आर्थिक मंदीच्या काळातील पातळीपेक्षा थोडे वर राहिले आहेत. अमेरिका व पूर्वीश्रमीचा रशिया या देशांतील जन्मदर हळूहळू खाली येऊन १९७० च्या सुमारास मंदीच्या पातळीइतके खाली आले.

गट २. दक्षिण युरोप, रशिया वगैरे देश १९३० साली तुलनेने विकसित नव्हते. या देशांतील जन्मदर पहिल्या गटातील देशांच्या जन्मदरापेक्षा जास्त राहून १९७० मध्ये समान झाले.

तिसऱ्या गटात जपाचा समावेश होतो. दुसऱ्या महायुद्धाच्या अखेरपर्यंत जपानमध्ये जन्मदर जास्त होता. महायुद्धानंतर गर्भपाताला कायदेशीर मान्यता मिळाल्यामुळे जपानचा जन्मदर पुढील दहा वर्षात निम्मा झाला.

अविकसित देशांमधील जननविषयक कल

द. अमेरिका, आफ्रिका व आशियामध्ये लोकसंख्यावाढीची गती ३% पेक्षा जास्त आहे. यातील अनेक देश दुसऱ्या महायुद्धानंतर स्वतंत्र झाले. त्यांच्या विकासाच्या आकांक्षा वाढल्या व लोकसंख्यावाढ हा त्यातील अडसर वाटू लागला. त्यामुळे त्यांनी वाढीवर अनेक उपाय केले. त्याचा परिणाम होऊन पुढील तीन-चार दशकांत या देशांतील जन्मदर कमी होऊ लागले. परंतु विकसित देशांपेक्षा ते जास्त आहेत. समशीतोष्ण कटिबंधातील युरोपीय देशांमध्ये आतापर्यंत जन्मदर कमी होते. परंतु दुसऱ्या महायुद्धानंतर हे बदल इतरही देशांत होऊ लागले.

जपानमध्ये झालेला जन्मदरातील फरक तैवान व केरियामध्येही घडून आला. कुटुंबनियोजनाच्या योग्य प्रसाराने उष्ण कटिबंधातील मलेशिया, तैवान, श्रीलंका या देशांमध्येही जन्मदर कमी होऊ लागला. विशेष म्हणजे, इस्लामी देशांतही अलिकडील काळात तो तुलनेने कमी झाला आहे.

भारतातील अधिक जन्मदराची कारणे

भारतातील लोकसंख्यावाढीवर खालील घटकांचा परिणाम झालेला विशेष करुन दिसतो.

१) हवामान : भारताचा बहुतेक भूभाग उष्णकटिबंधीय पट्ट्यात मोडतो. उष्ण हवामानात मुलेमूली लवकर प्रजननक्षम बनतात. सर्वसाधारणपणे, भारतातील मुलींच्या बाबतीत हा बदल १२ ते १५ या वयोगटात होतो. यामुळे मुलीचा प्रजननक्षम काळही वाढतो. याचाच परिणाम जननदर वाढण्यावर होतो.

२) विवाहाबद्दलचा समाचा दृष्टिकोन : या घटकाची महत्त्वाची दोन अंगे आहेत एक म्हणजे, आपल्या देशातील मुलांची लग्ने लवकर होतात. १९८१ च्या आकडेवारीप्रमाणे मुलींचे लग्नाच्या वेळचे सरासरी वय १८.३ वर्षे होते. हे वय विकसित देशांशी तुलना करता फारच कमी आहे. या समस्येचे गांभीय लक्षात येण्यासाठी वेगवेगळ्या वयोगटातील एकूण मुलींशी लग्ने झालेल्या मुलींच्या प्रमाणाचा अभ्यास केला असता असे दिसून येते.

की १० ते १४ वर्षे वयोगटातील एकूण मुलींपैकी ६.६% मुली विवाहीत असतात. आणि १५ ते १९ वर्षे या वयोगटात हे प्रमाण ४३.५% इतके होते. एवढेच काय २० ते २४ वर्षे वयोगटातील एकूण मुलींपैकी ८४.४ टक्के मुली विवाहित असतात. मुलींची लग्ने अशा तऱ्हेने लवकर झाल्यामुळे त्यांचा सर्वच प्रजननक्षम काळ वापरला जातो. यामुळे जननदर जास्त राहतो.

याशिवाय दुसरे अंग म्हणजे भारतात लग्न करणाऱ्यांचे प्रमाण जास्त आहे. ग्रामीण भागात एकत्र कुटुंबपद्धती असल्यामुळे स्वतः मिळवत नसलेली मुलेही लग्न करतात.

भारताची अर्थव्यवस्था शेतीवर अवलंबून असल्यामुळे व शेतीत सामावून घेण्यासाठी फार मोठ्या कौशल्याची आवश्यकता नसल्यामुळे हे प्रमाण जास्त असते. स्त्रियांचे आर्थिक परावलंबित्वही याला काही प्रमाणात जबाबदार आहे. तसेच, सामाजिक असुरक्षिततेमुळेही अनेक मुलींची लग्ने घाईने यांच्या मनाविरुद्ध लवकर उरकली जातात. वयात आलेली मुलगी आई–वडिलांना बोजा वाटू लागते. त्यामुळे मुलींचे आई–वडिल त्यांचे लग्न लवकर करुन देण्याच्या प्रयत्नात असतात. वयात आलेल्या मुलीला ग्रामीण समाजात एकटे राहणे अशक्य असते.

३) निरक्षरता : भारतीय ग्रामीण समाजात मुलींना शिकविण्याकडे पालकांचा विशेष कल नसतो. त्यामुळे, शिक्षणामुळे मुलींचे लग्नाचे वय वाढण्याची शक्यता नसते. यामुळेही मुलींची लग्ने लवकर होतात व याचे पर्यवसान जन्मदर वाढण्यात होते.

४) अर्भक–मृत्यूचे प्रमाण (Infant mortality) : भारतात बालमृत्यूचे प्रमाण दरहजारी ४१ इतके आहे. त्यामुळे जन्मलेली मुले जगण्याचे प्रमाण तुलनेने कमी असते. यावर उपाय म्हणून जास्त मुलांना जन्म दिला जातो.

५) वैद्यकीय सेवा, आरोग्य सेवा यातील सुधारणांमुळे भारतीय लोकांचे आयुर्मान वाढले. यामुळे स्त्रियांचा जवळजवळ संपूर्ण प्रजननक्षम काळ वापरला जाऊ लागला.

६) दारिद्र्य व कमी प्रतीचे जीवनमान : भारतातील मोठा समाज दारिद्र्यरेषेखाली आहे. या समाजाचा राहणीमानाचा दर्जा कमी प्रतीचा आहे. त्यामुळे कुटुंबाचे उत्पन्न वाढविण्यासाठी अधिक अपत्यांना जन्म देण्याची प्रवृत्ती निर्माण झाली आहे अशा समाजात करमणूक व मनोरंजनाच्या सोयींच्या अभाव असल्यामुळे या प्रवृत्तीस खतपाणी घातले जाते.

७) अजूनही काही प्रमाणात बहुपत्नीकत्वाची चाल रुढ असल्यामुळेही जन्मदर जास्त राहतो.

८) कुटुंबनियोजनाचा अपुरा प्रचार : कुटुंबनियोजनाच्या सुविधा पुरेशा उपलब्ध

नाहीत.सुविधांची कमतरता,अपुरा प्रचार व प्रसार यामुळेंही जन्मदर अधिक राहिला आहे.

९) नागरीकरणाचे प्रमाण : १९८१ च्या जनगणनेप्रमाणे शहरात राहणाऱ्या लोकांचे प्रमाण एकूण लोकसंख्येच्या २४.३ टक्के होते. २०११ ला हेच प्रमाणे ३१.१६ टक्क्याच्या पुढे गेलेले आहे. तरीही ६८.८४ टक्के लोक खेड्यांत राहतात. खेड्यांतील एकत्र कुटुंबपद्धती, निरक्षरता, सामाजिक मागासलेपणा व शेती प्रधान आर्थिक व्यवस्था यामुळे भारतातील एकूण जन्मदर जास्त राहिला आहे.

१०) भारतात लोकशाही व्यवस्था असल्यामुळे कुटुंबनियोजनाबद्दल सक्तीची धोरणे शासनाला राबविता येत नाहीत. तसेच, सर्व धर्मीयांसाठी समान वैयक्तिक कायदा भारतीय शासनाला अजुनही करणे शक्य झालेले नाही. त्यामुळे ही विशेषतः अल्पसंख्याकांमध्ये जन्मदर मोठा आहे. भारतातील सन १९०१ ते २०११ पर्यंत जननदरातील बदल खालील सारणीत दिलेला आहे.

भारत–नागरी जन्मदर

वर्ष	जन्मदर
१९०१	–
१९११	४८.१
१९२१	४८.१
१९३१	४६.४
१९४१	४५.२
१९५१	३९.९
१९६१	४१.७
१९७१	४१.२
१९८१	३६.0
१९९१	३१.0
२००१	२६.0
२०११	२३.0

भारत–नागरी जन्मदर

वरील वेगवेगळ्या घटकांच्या परिणामामुळे भारतातील घटक राज्यांच्या जन्मदरामध्ये खूपच तफावत आढळते. सामाजिक व आर्थिक दृष्ट्या अविकसित असलेल्या बिहार, राजस्थान, म. प्रदेश, उ. प्रदेश इत्यादी राज्यांतील जन्मदर सरासरीपेक्षा खूपच अधिक आहेत. ह्या उलट केरळ, प. बंगाल, मेघालय, त्रिपुरा, नागालँड इ. राज्यांचे जन्मदर सरासरीपेक्षा खूपच कमी आहेत.

३.८.२. मर्त्यता (Mortality)

मानव हा मर्त्य आहे. मृत्यूमुळे विशिष्ट प्रदेशातील लोकसंख्येत एक प्रकारचा समतोल निर्माण होतो. एखाद्या प्रदेशाच्या लोकसंख्या रचनेत होणारा बदल हा त्या प्रदेशातील जन्म मृत्यू व स्थलांतर यांवर अवलंबून असतो. लोकसंख्येतील मर्त्यता प्रमाणामुळे लोकांच्या आरोग्याविषयी व राहणीमानाविषयी काही अंदाज बांधता येतात.

मर्त्यता प्रमाण ठरविण्याच्या विविध पद्धती आहेत :

१) ढोबळ मृत्यूदर (Crude Death Rate) : लोकसंख्येतील मृत्युचे प्रमाण (मृत्युदर) ठरविण्यासाठी वापरली जाणारी ही सर्वांत साधी व सर्वत्र वापरली जाणारी पद्धत आहे. खालील सूत्राच्या साहाय्याने ढोबळ मृत्यूदर काढता येतो.

$$\text{ढोबळ मृत्युदर} = \frac{\text{विशिष्ट प्रदेशात एका वर्षात झालेले एकूण मृत्यु}}{\text{त्या वर्षाच्या मध्यकाळात त्या प्रदेशात असलेली एकूण लोकसंख्या}} \times १००० $$

ढोबळ मृत्यूदर ज्या पद्धतीने काढला जातो, त्याच पद्धतीने ढोबळ मृत्यूदर ठरविला जातो. विशिष्ट वर्षात झालेल्या एकूण मृत्यूचे त्या प्रदेशातील एकूण लोकसंख्येशी गुणोत्तर काढून त्यास हजाराने गुणले, की ढोबळ मृत्यूदर मिळतो. ढोबळ मृत्यूदर म्हणजे दर हजारी लोकसंख्येमागे असणाऱ्या सरासरी मृत्यूंचा आकडा.

ढोबळ मृत्यूदर हा एकूण लोकसंख्येसाठी असल्यामुळे काही समस्या निर्माण होतात. उदा., विविध वयोगटातील लोकसंख्येमागे मर्त्यतेचे प्रमाण नेमके किती आहे. याची कल्पना येत नाही. त्यासाठी लोकसंख्या शास्त्रज्ञ वयसापेक्ष मृत्युदर काढतात.

२) वयसापेक्ष मृत्यूदर : प्रदेशातील लोकसंख्येचे विविध वयोगटांत विभाजन केल्यानंतर प्रत्येक वयोगटासाठी मृत्युदर नेमका किती आहे, हे ठरविले जाते. यास वयसापेक्ष मृत्यूदर म्हणतात.

हा मृत्युदर खालील सूत्राच्या साहाय्याने काढता येते.

$$\text{वयसापेक्ष मृत्युदर} = \frac{\text{विशिष्ट प्रदेशातील लोकसंख्येच्या विशिष्ट वयोगटातील विशिष्ट वर्षातील मृतांचा आकडा}}{\text{त्या विशिष्ट प्रदेशातील वर्षाच्या मध्यकाळातील त्या वयोगटात असणारी लोकसंख्या}} \times १००० $$

वयसापेक्ष मृत्यूदर ठरविताना विशिष्ट वयोगटातील मृतांच्या संख्येचे त्या वयोगटातील लोकसंख्येशी गुणोत्तर काढले जाते, व त्यास १००० ने गुणले, की त्या वयोगटाचा मृत्युदर म्हणजेच एक हजार लोकसंख्येमागे असलेला मृतांचा सरासरी आकडा समजतो.

वयसापेक्ष मृत्यूदर ठरविताना बऱ्याच वेळा लोकसंख्येची प्रथम लिंगानुसार विभागणी केली जाते, आणि नंतर स्त्रियांच्या विविध वयोगटांत असलेले मृत्यूदर व पुरुषांच्या विविध वयोगटांत असलेले मृत्यूदर काढले जातात.

वयसापेक्ष मृत्यूदरामुळे विविध वयोगटांतील मृत्यूप्रमाण स्पष्ट होत असल्यामुळे विविध वयोगटांतील मृत्यूप्रमाणाची तुलना करुन त्यादृष्टीने शासनाला काही नियोजनात्मक हालचाली करता येतात.

३) बालमृत्यूदर (Infant Mortality Rate) : बालमृत्यूदर ठरविताना वय हा घटक महत्त्वाचा असतो. साधारणपणे १ वर्ष वयापर्यंतच्या मुला-मुलींना बालके किंवा अर्भके असे संबोधले जाते. बालमृत्यूदर काढताना याच वयोगटातील लोकसंख्या व त्यातील मृत्यू विचारात घलेतले जातात. मृत झालेल्या अर्भकाच्या संख्येचे त्या वयोगटातीलअर्भकांच्या एकूण लोकसंख्येशी गुणोत्तर काढून त्यास १००० ने गुणले, की, बालमृत्यूदर समजतो.

बालमृत्यूदर म्हणजे एक वर्ष वयापर्यंतच्या बालकांमधील एक हजारी अर्भकांमागे असलेला सरासरी मृत बालकांचा आकडा होय.

बालमृत्यूदर अनेक दृष्टीने महत्त्वाचा ठरतो. बालमृत्यूदराचे प्रमाणे जास्त आढळले, तर त्यामागे असलेली कारणे. उदा. कुपोषण, साथीचे रोग, लसींचा अभाव वगैरे शोधून त्यावर उपाययोजना शक्य होते. खालील सूत्राच्या साहाय्याने बालमृत्यूदर ठरविता येतो,

$$\text{बाल मृत्युदर} = \frac{\text{मृत बालकांची संख्या}}{\text{बालकांच्या वयोगटातील (०-१ वर्ष) एकूण लोकसंख्या}} \times १०००$$

लिंग आणि मर्त्यता

पुरुष आणि स्त्रिया यांच्यांतील मर्त्यतेची पातळी अनेक देशांत भिन्न आढळून येते. विकसित देशांत १९व्या शतकाच्या अखेरपर्यंत व विसाव्या शतकाच्या सुरुवातीलपर्यंत स्त्रियांपेक्षा पुरुषांचे आयुर्मान जास्त होते. परंतु वैद्यकीय सुधारणांमुळे व राहणीमानातील सुधारणांचा फायदा स्त्रियांना जास्त होऊन पुरुषांपेक्षा स्त्रियांचे आयुर्मान जास्त झाले.

भारतासारख्या आर्थिकदृष्ट्या अविकसित देशात मात्र अजूनही स्त्रियांना

मिळणाऱ्या असमान वागणुकीमुळे व अपुऱ्या वैद्यकीय सेवांमुळे स्त्रियांची मर्त्यता अधिक असून, पुरुषांचे आयुर्मान जास्त आहे. जन्मतः मुलांचे प्रमाण मुलींपेक्षा जास्त असते. परंतु अर्भक मृत्यूचा दर मुलांमध्ये जास्त असल्यामुळे चार वर्षे वयाच्या सुमारास मुले व मुलींची संख्या शमान होते. १५ ते ३० वर्षे या वयोगटात प्रसूतीसंबंधीच्या मर्त्यतेमुळे स्त्रियांची मर्त्यता वाढते. १५ ते २५ वर्षे या वयोगटात अपघाती मृत्यूमुळे मुलांची मर्त्यता वाढते. ३० ते ४५ वर्षे या वयोगटात पुरुषांची मर्त्यता कमी राहाते. परंतु, ४५ ते ६५ वर्षे वयोगटात कर्करोग, हृदयविकार यामुळे पुरुषांची मर्त्यता वाढते. एकूण विचार करता, जसजसा विकास होत जातो, तसतशी स्त्रियांची मर्त्यता झपाट्याने कमी होऊन, त्यांचे आयुर्मान पुरुषांपेक्षा जास्त होते.

१७व्या शतकात जॉन ग्रँटच्या अभ्यासात असे दिसून आले, की स्त्रियांपेक्षा पुरुषांचे मृत्यूदर अधिक असतात. स्टोल निट्झ याने पाश्चात्य देशांमध्ये १९३० साली स्त्रियांचे मृत्युदर प्रत्येक वयोगटात पुरुषांच्या मृत्युदरापेक्षा कमी आढळून आले, असे प्रतिपादन केले. पाश्चात्य देशात स्त्रियांचे आयुर्मान पुरुषांपेक्षा अधिक असून, त्यांतील फरक दिवसेंदिवस वाढत जात आहे. आशिया, आफ्रिका व द. अमेरिका यांतील अविकसित देशांमध्ये स्त्रियांचे मृत्यूदर पुरुषांच्या मृत्यूदरपेक्षा अधिक आढळून येतात. भारतातही स्त्रियांना मिळणाऱ्या दुय्यम स्थानामुळे पुरुषांपेक्षा स्त्रियांचा मृत्यूदर अधिक आहे. जन्माच्या वेळचे लिंग गुणोत्तर पुरुषांना पोषक असते. परंतु पुढील प्रत्येक वयोगटात पुरुषांच्या मृत्युदर स्त्रियांपेक्षा अधिक असतो. यामुळे लोकसंख्येतील पुरुषांचे प्रमाण वाढत्या वयात कमी होत जाते. स्त्री–पुरुषांच्या मर्त्यतेतील फरक निश्चित कशामुळे पडतो, हे सांगणे कठीण आहे. तसेच स्त्रियांना मर्त्यतेच्या बाबतीत जो फायदा मिळतो, तो जीवशास्त्रीय घटकांमुळे की समाजस्थितीमुळे हेही सांगणे कठीण आहे.

पुरुषांच्या आयुष्यात व्यवसाय धोके असतात, धडपड व धावपळ जास्त असते. आधुनिक चढाओढीच्या जीवनात पुरुषांवर अधिक मानसिक ताण पडतो. यामुळे वाढत्या वयाबरोबर पुरुषांच्या मर्त्यतेचे प्रमाण स्त्रियांच्या मर्त्यतेपेक्षा जास्त राहत असावे.

वय आणि मर्त्यता

आर्थिकदृष्ट्या अविकसित देशासाठी जर वयोगटाप्रमाणे मर्त्यतेचा आलेख काढला, तर तो इंग्रजी 'U' आकाराचा असतो. म्हणजेच कमी वयाच्या लोकांत व जास्त वयाच्या लोकांही मर्त्यता जास्त आढळते. जसजसा विकास होत जातो, तसतसे राहणी मान सुधारुन अर्भज्ञक–मर्त्यता झपाट्याने कमी होते. त्यामुळे हा आलेख इंग्रजी 'J' अक्षराप्रमाणे होतो. विकसित देशांमध्ये लहान मुलांपेक्षा मोठ्या माणसांची मर्त्यता जास्त असते. वैद्याकीय सोयीत जशी सुधारणा होत जाते, तसतशी सर्वच वयोगटातील

मर्त्यता कमी होते. परंतु कमी वयोगटात ही घट जास्त असते. वायव्य युरोपमध्ये १९व्या शतकाच्या अखेरीस व २० व्या शतकाच्या पूर्वार्धात १ ते १४ वर्षे या वयोगटात ८५ टक्के मर्त्यता घटली. अर्भकमृत्युदरात नेत्रदीपक सुधारणा होऊन, तो खूप खालच्या पातळीवर आला. प्रौढ वयोगटातील मर्त्यतेतील सुधारणा सावकाश व अलिकडच्या काळात झाली. साथीच्या व संसर्गजन्य रोगांवर ताबा मिळवल्यामुळे लहान वयोगटातील मर्त्यता घटली. परंतु औद्योगिकरणामुळे कर्करोग, हृदयविकार यांच्या प्रमाणात वाढ झाल्यामुळे प्रौढ वयोगटातील मर्त्यतेतील घट त्यामानाने हळूहळू झाली. परंतु सरासरी आयुर्मानात वाढ झाल्यामुळे, कमी वयोगटातील मर्त्यता झपाट्याने घटल्यामुळे व प्रौढ गटातील मर्त्यता हळूहळू घटल्यामुळे वयसापेक्ष मर्त्यता दाखविणाऱ्या आलेखाचा पाया रुंद झाला.

अर्भक–मर्त्यता

मर्त्यता कमी होताना अर्भक–मर्त्यताही कमी होते. अर्भक–मर्त्यता कमी झाली, तर त्याचा परिणाम होऊन, जननही घटते. अर्भक–मृत्युदर प्रथम स्वीडनमध्ये कमी होऊ लागला. इ. स. १८०० साली स्वीडनमध्ये दरहजारी २०० इतका अर्भक–मृत्युदर जास्त होता. पुढील शंभर वर्षांत तो ५० टक्के कमी होऊन दरहजारी १०० इतका झाला. त्यानंतर मात्र तो झपाट्याने कमी होऊ लागला. व १९६५ मध्ये दरहजारी १५ व १९८५ ला दरहजारी ६ इतका कमी झाला. इतर विकसित देशातील अर्भ–मृत्युदर ही २० व्या शतकात झपाट्याने कमी होऊन, दरहजारी १० च्या आसपास स्थिरावला. याउलट, अविकसित देशांमध्ये वैद्यकीय सेवांच्या तुटवड्यामुळे व इतर अनेक कारणांमुळे अर्भ–मृत्युदर दरहजारी ४० ते १३० मध्ये आढळतात. भारतातील १०१३ च्या आकडेवारी नुसार दर हजारी अर्भक मृत्यू प्रमाण ४१ इतके कमी झाले आहे.

अर्भक मृत्यूची कारणे

अर्भक–मृत्युची काही कारणे जन्मजात असतात, तर काही जन्मानंतर काळजी घेण्याच्या पद्धतीशी संबंधित असतात. जन्मानंतरच्या काळजीच्या अभावामुळे होणारे अर्भक–मृत्यू वैद्यकीय संशोधन व औषधे यामुळे कमी होऊ लागले आहेत. अर्भक–मृत्युदर व वैद्यकीय सेवा यांचा इतका घनिष्ठ संबंध आहे, की एखाद्या देशातील अर्भक मृत्युदर त्या देशातील सार्वजनिक आरोग्याची स्थिती मोजण्यासाठी परिणाम म्हणून उपयोगात आणला जातो. अर्भक मृत्युदराशी खालील जीवशास्त्रीय घटकांचा घनिष्ठ संबंध असतो.

१) अर्भकाचा जन्मक्रम
२) त्याचे जन्मवेळचे वजन
३) मातेचे वय
४) जुळेपणा

अर्भकाच्या जन्माच्या वेळी मातेचे वय खूप कमी किंवा खूप जास्त असेल, तर अर्भक मृत्यूची शक्यता जास्त असते. तसेच दोन अपत्यांच्या जन्मांमधील अंतर कमी असेल, तरी सुद्धा अर्भक-मृत्यूची शक्यता जास्त असते. सामाजिक व आर्थिक स्थिती व राहणीमान यांचाही अर्भक मृत्युदराशी व्यस्त संबंध असतो.

या सर्व कारणांमुळे अविकसित देशांत अर्भक-मृत्युदर जास्त असतो, व विकसित देशांत कमी असतो.

मर्त्यता कल व पातळी

प्राचीन व मध्ययुगीन काळातील मर्त्यतेविषयी फारशी माहिती उपलब्ध नाही. पण मर्त्यता जास्त असावी,असा अंदाज आहे. दुष्काळ साथीचे रोग व युद्धे यांमुळे मर्त्यता जास्त होती. व त्यामुळे लोकसंख्यावाढीवर मर्यादा पडत असे. या शिवाय, अस्वच्छता व दूषित पाणी यामुळेही मर्त्यता जास्त होती. या परिस्थितीत १७व्या व १८ व्य शतकातही फारसा बदल झाला नाही. १७ व्या शतकात युरोपमध्ये मृत्यूबद्दल माहिती उपलब्ध होऊ लागली. एडमंड हॅलेच्या मते, १६८७ ते १६९१ या काळात ब्रेसलॉ या शहरातील आयुर्मान ३५ वर्षे ६ महिने होते. १८व्या शतकात पश्चिम युरोपमधील लोकांचे आयुर्मान २५ वर्षे व अमेरिकेतील लोकांचे आयुर्मान ३७ वर्षे ६ महिने होते. १८६० मध्ये युरोपातील लोकांचे आयुर्मान ४० वर्षे ८ महिने होते. १९ व्या शतकाच्या शेवटी व विसाव्या शतकाच्या प्रारंभी उत्तर, पश्चिम व मध्ययुरोपात तसेच उत्तर अमेरिका, ऑस्ट्रेलिया व न्यूझीलंड या विभागात मर्त्यता घटू लागली. मर्त्यता कमी होण्याचा हा पहिला टप्पा होता.

दुसऱ्या टप्प्यामध्ये विसाव्या शतकात दक्षिण व पूर्व युरोपात मर्त्यता कमी होऊ लागली. तिसऱ्या टप्प्यामध्ये १९४५ नंतर आशिया व द. अमेरिकेतील अविकसित देशांत मर्त्यता कमी होऊ लागली. पहिल्या टप्प्यातील देशांच्या तुलनेने पुढील टप्प्यांमधील देशांच्या मर्त्यतेतील घट अधिक जलद झाली. १९व्या शतकाच्या मध्य काळात युरोपीय देशातील लोकांचे आयुर्मान २५ ते ४० वर्षे यांमध्ये होते. पुढील १०० वर्षात ते वेगाने वाढून ७० वर्षांच्या जवळपास स्थिरावले.

आधीच आयुर्मान वाढलेले असल्यामुळे, पहिल्या टप्प्यात मर्त्यता कमी झालेल्या देशांत दुसऱ्या महायुद्धानंतर आयुर्मानात फारसा फरक पडला नाही. या विकसित देशांमध्ये १८ व्या व १९व्या शतकात वेगाने मर्त्यता घटली होती. याच काळात या देशांमध्ये औद्योगिक क्रांती होऊन त्या अनुषंगाने आर्थिक विकास व सामाजिक बदल झाले. या गोष्टींच्या एकत्रित परिणामामुळे मर्त्यता घटली.

शेतीतील विकासामुळे दुष्काळाची शक्यता कमी झाली. पिण्याचे स्वच्छ पाणी

उपलब्ध होऊनु सांडपाणी वाहून नेण्याच्या नवीन पद्धतीमुळे अधिक सार्वजनिक स्वच्छता शक्य झाली. तसेच, जंतुनाशकांच्या उपलब्धतेमुळे साथी आटोक्यात आणणे शक्य झाले. या सर्वांमुळे १९ व्या शतकाच्या शेवटी व विसाव्या शतकाच्या सुरुवातीलाच विकसित देशांमध्ये मर्त्यता कमी झाली होती. आशिया व द. अमेरिकेतील देशांमध्यचे मर्त्यता कमी होण्यास विसाव्या शतकाच्या पूर्वार्धात सुरुवात झाली. परंतु विकसित देशांच्या अनुभावाच्या फायदा घेतल्यामुळे मर्त्यतेतील घट या देशांमध्ये जलद झाली. उदा. द. अमेरिकात १८६० साली आयुर्मान केवळ २४ वर्षे होते. १९४० साली ते थोडे वाढून ३८ वर्षे झाले. परंतु तदनंतर त्यात झपाट्याने वाढ होऊन १९६० साली ते ५६ वर्षे इतके झाले. आशिया खंडातील देशांमधील मर्त्यतेतही दक्षिण अमेरिकेतील देशांप्रमामे दुसऱ्या महायुद्धानंतर झपाट्याने बदल होऊ लागले. भारतासारख्या आशियातील विकसनशिल देशांत १९०१ ते २०११ या दशकात मर्त्यता दरहजारी ४२.६ इतकी होती. १९४१ ते ५४ या दशकात ती हजारी २७.४ झाली. परंतु त्यानंतर मर्त्यता झपाट्याने घटून २००१-११ या दशकात दरहजारी ५.४ इतकी कमी झाली. आफ्रिका खंडातील देशांमध्ये मर्त्यता घट त्या मानाने संथ गतीने झाली व होत आहे. या अविकसित देशांना हे बदल घडवून आणताना विकसित देशांच्या वैद्यकीय ज्ञानाचा मोठा फायदा झाला. शुद्ध पाण्याची उपलब्धता व सांडपाण्याची नवी व्यवस्था यांमुळे साथीचे रोग आटोक्यात आणणे शक्य झाले व मर्त्यतेतील घट झपाट्याने होऊ लागली. मात्र मर्त्यतेतील घट विकासामुळे झाली, असे म्हणणे कठीण आहे.

या बदलांमुळे मृत्यूचा मुख्य कारणांमध्येही बदल झाले. पूर्वी प्लेग, हिवताप, न्यमोनिया, मलेरिया, कॉलरा यामुळे मरणाऱ्यांचे प्रमाण जास्त होते. याउलट, अलीकडे जास्त लोक कर्करोग, हृदयविकार, मधुमेह, अपघात यामुळे मृत्युमुखी पडतात. हे विकार चाळिशीनंतर विशेषकरुन आढळतात. याउलट, मलेरिया, कॉलरा इ. तरुणवयातही होत. पूर्वी आयुर्मान कमी असल्यामुळे चाळिशीनंतर होणाऱ्या विकारांमुळे मृत्यू पावण्याची शक्यता कमी होती. पण जसजसे आयुर्मान वाढत गेले, तसतशी उतारवयातील विकारांमुळे मृत्युमुखी पडणाऱ्यांची संख्या वाढली.

मर्त्यतेवर परिणाम करणारे घटक

१) वैवाहिक स्थिती व मर्त्यता : विवाहित लोकांमध्ये मर्त्यतेचे प्रमाण कमी आढळते. याचे कारण धडधाकट लोकांचेच विवाह होण्याची शक्यता जास्त असते. तसेच, वैवाहिक जीवनातील समाधान, सौख्य, संरक्षित जीवन यांमुळे विवाहित व्यक्तींचे मृत्यूचे प्रमाण कमी असते. याउलट, अविवाहित व्यक्तींमध्ये धडधाकट लोकांचे प्रमाण कमी असते. शिवाय अविवाहित व्यक्ती स्वैर जीवन जगतात. यामुळेही त्यांच्यात मृत्यूचे प्रमाण जास्त

असते. विवाहित स्त्रियांच्या बाबतीत गर्भधारणा व अपत्यजन्म यांच्या अनुभवामुळे मृत्युदर कमी असतो.

२) व्यवसाय व मर्त्यता : व्यक्तीचे उपजीविकेचे साधन व कामाच्या ठिकाणचे स्वरुप याचा मर्त्यतेशी घनिष्ठ संबंध असतो. तसे व्यक्तीचा व्यवसाय, आर्थिक व सामाजिक परिस्थिती, राहणीमान व मर्त्यता यांचाही घनिष्ठ संबंध असतो. वेगवेगळ्या व्यवसायांत वेगवेगळे धोके असतात. बैठे व्यवसाय करणाऱ्या लोकांमध्ये हृदयविकाराने दगावणाऱ्यांचे प्रमाणे जास्त असते. तसेच कोळशाच्या खाणीत किंवा कापडगिरण्यांमध्ये काम करणाऱ्या लोकांमध्ये क्षयरोगाने मरणाऱ्यांचे प्रमाण जास्त असते. दळणवळण व्यावसायिकांमध्ये अपघाताने दगावणाऱ्यांचे प्रमाण अधिक असते.

३) नागरीकरण व मर्त्यता : सुरुवातीच्या काळात शहरे स्वच्छ ठेवणे पुरेशा तांत्रिक प्रगती अभावी कठीण होते. त्यामुळे शहरी लोकांमध्ये मृत्युदर जास्त असे. उदा., १८४१ मध्ये लंडनमधील पुरुषांचे आयुर्मान ३५ वर्षे होते पण इंग्लंडमधील इतर भारातील पुरुषांचे आयुर्मान ४० वर्षे होते. जसजसा तांत्रिक विकास होत गेला, तसतसे पाणीपुरवठा व जलनिःसारण यांत सुधारणा होत गेल्या, आरोग्यसुविधा वाढल्या व शहरांची स्वच्छता वाढली. त्यामुळे शहरातील आयुर्मान वाढले व मृत्युदर कमी झाला. उदा., १९५२ मध्ये लंडनमधील पुरुषांचे आयुर्मान ६७ वर्षे होते, तर इंग्लंडमधील इतर भागांतील पुरुषांचे आयुर्मान ६६ वर्षे होते.

४) शिक्षण व मर्त्यता : शिक्षण व मर्त्यता यांचा व्यस्त संबंध असतो. सुशिक्षित लोकांची आर्थिक व सामाजिक स्थिती समाधानकारक असते. त्यामुळे मर्त्यतेची पातळी कमी असते. उदा., मुंबईत एका पाहणीत असे दिसून आले, की मातांचे शिक्षण व अर्भकमृत्यूदर यांचा घनिष्ठ संबंध आहे. अशिक्षित मातांच्या अपत्यांमध्ये मृत्युदर सर्वांत जास्त होता. याउलट, माध्यमिक शालांत परीक्षा पास झालेल्या किंवा त्याहून अधिक शिकलेल्या मातांच्या अपत्यांमध्ये अर्भक-मृत्युदर खूपच कमी होता.

भारतातील मर्त्यता

भारतातील मर्त्यतेच्या अभ्यासात विश्वसनीय माहितीचा अभाव ही महत्त्वाची अडचण आहे. नोंदणी व्यवस्थित न झाल्यामुळे वास्तव मर्त्यता मिळत नाही. तरीही जी माहिती उपलब्ध आहे, ती वरुन असे म्हणता येईल, की १८७१ ते १९२१ या काळात मर्त्यतेत मोठे बदल झाले हे बदल मेठे दुष्काळ, साथीचे रोग व युद्धे यामुळे झाले. भारतात मोठे दुष्काळ १८७६ ते १८७८ व १८९८ ते १९०० या काळात पडले. १९१८ साली भारतात हिवतापाची मोठी साथ आली. या साथीत १५ दशलक्ष लोक दगावले. त्यामुळे

मृत्यूदर १९१७ मध्ये दरहजारी ३३ होता तो १९१८ मध्ये ६३ म्हणजे जवळजवळ दुप्पट झाला. यानंतरच्या काळात या साथी आटोक्यात आणण्याच्या प्रयत्नांना यश आले. त्यामुळे मर्त्यता कमी होऊ लागली. शेती उत्पन्नातील वाढ व वाहतूकसाधनांत सुधारणा झाल्यामुळे अन्नपुरवठ्यात सुधारणा झाली व मृत्यूचे प्रमाण कमी होऊ लागले. भारतातील १९११ ते २०११ या काळातील मृत्यूदरात खूप मोठ्या प्रमाणात बदल झालेला दिसून येतो. १९११ मध्ये मृत्यूदर दर हजारी ४२.६ होता. तो २११ मध्ये ५.४ इतका कमी झाला आहे. खालील तक्त्यावरुन भारतातील मर्त्यतेत झालेल्या बदलाची कल्पना येते.

भारत मृत्युदर

दशक	मृत्युदर (दरहजारी)
१९११	४२.६
१९२१	४६.६
१९३१	३६.३
१९४१	३१.२
१९५१	२७.४
१९६१	२२.८
१९७१	१९.०
१९८१	१४.८
१९९१	११.०
२००१	०९.०
२०११	५.४

विसाव्या शतकाच्या सुरुवातीच्या दोन दशकांत भारतात मर्त्यता खुपच जास्त होती. १९०१ ते १९११ या दशकात दरहजारी ४२.६ इतकी मर्त्यता होती. प्लेग, मलेरिया, टायफॉईड या साथीच्या रोगांमुळे भारतातील मर्त्यता पुढील दशकात वाढून दरहजारी ४७.२ इतकी झाली. तदनंतर मात्र साथी आटोक्यात आल्यामुळे १९२१ ते १९३१ या दशकात मर्त्यता हजारी ३६.३ इतकी कमी झाली. हा कल त्यानंतरही चालू राहिला व १९४१-५१ या दशकात म्हणजे स्वातंत्र्यप्राप्तीच्या सुमारास मर्त्यता दरहजारी २७.४ होती. त्यानंतर सरकारने केलेल्या प्रयत्नांमुळे अन्नपुरवठ्यात व त्याच्या वितरणात सुधारणा होत गेली. तसेच वैद्यकीय सेवाही अधिकाधिक उपलब्ध होऊ लागल्या व त्याचा परिणाम म्हणून मृत्युदर वेगाने कमी होऊ लागला. १९८१ ते ९१ या दशकात भारतातील मर्त्यता दरहजारी ११ होती.

मर्त्यता कमी झाली, हे एका दृष्टीने चांगले झाले. परंतु त्याच गतीने जनन कमी न झाल्याने लोकसंख्या झपाट्याने वाढून लोकसंख्येचा विस्फोट ही भारतासमोर एक मोठी समस्या उभी राहिली. मर्त्यता कमी झाल्यामुळे भारतीयांचे आयुर्मान वाढले. विसाव्या शतकाच्या सुरुवातीला भारतीयांचे सरासरी आयुर्मान २२ वर्षे इतके कमी होते, ते १९५१ मध्ये ३२ वर्षे झाले, व स्वातंत्र्यानंतर वैद्यकीय सेवा व अन्नपुरवठ्यातील सुधारणांमुळे आयुर्मानात लक्षणीय वाढ होऊन ते सध्या स्त्रिया व पुरुषांसाठी ६२.२ वर्षे या दरम्यान आहे.

आर्थिक व सामाजिक विकासाच्या पातळीप्रमाणे भारतातील वेगवेगळ्या राज्यांमध्ये मृत्युदर व अर्भक-मृत्युदर यामध्ये खूपच फरक आढळतो. आर्थिक व सामाजिकदृष्ट्या विकसित अशा केरळ, मणीपूर, नागालँड, महाराष्ट्र, पंजाब इ. राज्यांमध्ये मृत्युदर व अर्भक-मृत्युदर दोन्हीही कमी आढळतात. याउलट, आर्थिक व सामाजिकदृष्ट्या अविकसित अशा बिहार, राजस्थान, उ. प्रदेश इ. राज्यांमध्ये मृत्युदर व अर्भक मृत्युदर दोन्हीही जास्त आढळतात.

भारतातील अर्भक मृत्यू

दशक	दरहजारी जीवित अर्भकांमागील अर्भक-मृत्यूचा आकडा
१९०१-११	२८७
१९२१-३१	२४०
१९४१-५१	१८२
१९५१-६१	१४५
१९६१-७१	१३२
१९८१-९१	९६
१९९१-२००१	५४
२००१-२०११	४१

अर्भक मृत्युदराचा एकूण मर्त्यतेवर व जननदरावर परिणाम होतो. त्यामुळे भारतातील अर्भक मृत्युदरांतील गेल्या शंभर वर्षांतील बदल पाहिले असता, असे दिसते, की अर्भक मृत्युदर विसाव्या शतकाच्या सुरुवातीला खूप जास्त होता. पारतंत्र्यांच्या काळात तो हळूहळू कमी होऊ लागला. स्वातंत्र्यानंतर वैद्यकीय सुधारणांमुळे अर्भक मृत्युदर कमी होऊन दरहजार जीवित बालकांमागे ४१ इतका कमी झाला. याचा नजीकच्या भविष्यकाळात जननदरावर परिणाम होणे अपेक्षित आहे.

३.८.३. अनारोग्य व मर्त्यता (Mortability and Mortality)

एखाद्या विशिष्ट रोगाचे विशिष्ट वर्षात एकूण लोकसंख्येची असलेले प्रमाण म्हणजेच अनारोग्य प्रमाण किंवा Morbility होय. मर्त्यता व अनारोग्य याचा घनिष्ट संबंध असतो. मर्त्यता दर ज्याप्रमाणे देशांतील आरोग्यविषयक किंवा वैद्यकीय सुविधांवर प्रकाश टाकतो त्याचप्रमाणे अनारोग्य दर आरोग्य सुविधाविषयी भाष्य करण्यास ?? बदल मदत करत असतो. मात्र मर्त्यता दर व अनारोग्य दूर (Morbidity Rate) यांच्यातील फरक खूपच अस्पष्ट व कायमच बदलणारा असतो. मात्र (Morbidity Rate) देशातील आरोग्य पातळी निश्चितपणे दाखवितो. अनारोग्य प्रमाण काळ, वेळ, लिंग व वयाप्रमाणे बदलत असतो. अनारोग्य दर वैयक्तिक व सर्वांगिण अशा दोन्ही पातळ्यांवर मोजला जातो. अनारोग्य (Morbidity) दराचे प्राथमिक व दुय्यम स्वरूपाचे विकास अशा दोन प्रकारात विभाजन केले जाते. प्राथमिक प्रकारात जुन्या रोगांचा विचार केला जातो तर दुय्यम प्रकारात नविनच जडलेल्या रोगांचा विचार केला जातो. ० ते ४ वर्ष वयोगटातील लोकसंख्येत डायरिया व श्वसनाच्या संदर्भातील रोगांचे प्रमाण जास्त असलेले दिसून येते, तर पुढील वयोगटात इतर रोगाचा प्रादुर्भाव जास्त दिसतो.

जागतिक आरोग्य संघटना (WHO) मार्फत साप्ताहिक आरोग्य पहाणी (WHS - Weeekly Health Survey) व मासिक आरोग्य पहाणी (MHS) केली जाते. या पाहणीत युरोपातील व इतर विकसित देशातील रोगांची माहिती दिली जाते. २००९ च्या जागतिक आरोग्य संघटनेच्या (WHO) अहवालाप्रमाणे विकसित देशातील १० पैकी ६ मृत्यू असांसर्गिग रोगामुळे, तर १० पैकी ३ मृत्यू संसर्गजन्य रोगामुळे होतात. १० पैकी १ मृत्यू इजा, अपघात, प्रजनन संबंधित करणे त्याचप्रमाणे कुपोषण इत्यादी कारणामुळे होतात. विकसित देशात कॅन्सर, हार्ट अॅटॅक ही मृत्यूची मुख्य कारणे दिसून येतात.

भविष्य निर्वाह निधी, त्याचप्रमाणे विमा क्षेत्रात (Morbility Rate) या संकल्पनेला मोठ्या प्रमाणात वापर केला जातो. वेगवेगळ्या देशात मृत्यूचे कारण शोधणे त्याचप्रमाणे वैद्यकीय सुविधाचे मूल्यमापन व वैद्यकीय सुविधाच्या वाढीसाठी जे नियोजन केले जाते त्यासाठी (Morbidity) व (Mortality) यांच्या संबंधाचा अभ्यास केला जातो.

३.८.४. वैवाहिक स्थिती (Marital status)

लोकसंख्येतील प्रजोत्पादक वयोगटातील विवाहित व्यक्तीचे प्रमाण त्यांचे विवाह-वय, घटस्फोटितांचे प्रमाण व घटस्फोटाच्या वेळचे वय या सर्वांचा जननाशी जवळचा संबंध असतो. विवाहासंबंधीच्या चालीरिती, कायदे, त्यांचा उद्देश समाजातील लैंगिकतेला योग्य वळण लावून समाजाचे अस्तित्व टिकवणे हा असतो.

वेगवेगळ्या देशांत लग्नाची कायदेशीर वये वेगवेगळी आहेत. अनेक देशांत

यासंबंधीचे कायदेही आहेत. शेतकीव्यवस्था असलेल्या समाजात सर्वसाधारण लग्नाचे वय कमी असते व औद्योगिक व्यवस्था असलेल्या समाजात लग्नाचे वय तुलनेने जास्त असते. भारतातील कायद्याप्रमाणे मुलीचे लग्नाचे वय १८ वर्षे व मुलाचे लग्नाचे वय २१ वर्षे आहे. समाजातील अविवाहित, विवाहित, विधरा, विधुर घटस्फोटित यांच्या प्रमाणावर समाजाचे स्वास्थ्य अवलंबून असते. म्हणून लोकसंख्येच्या 'वैवाहिक स्थिती' या अंगाच्या अभ्यासाला खूपच महत्त्व आहे. लग्नाच्या वयावरुन एकूण किती प्रजोत्पादनक्षम काळ वापरला जाईल, त्याचप्रमाणे जन्मदर किती राहील हे ठरत असते. ज्या समाजात लवकर लग्न करण्याची प्रथा आहे, तेथे जन्मदर सर्वसाधारण जास्त असतो. बऱ्याचशा अविकसित देशांत मुलीची व मुलांची लग्ने लवकर होतात. याउलट, तुलनेने विकसित देशांत मुली व मुले यांची लग्ने उशिरा होतात. प्रौढ वयातील लोकसंख्येत विवाहितांचे प्रमाण जास्त असते. विवाहितांमध्ये एकपतित्व, एकपत्नीत्व याप्रकारचे विवाह जास्त असतात. १७ व्या शतकापर्यंत अनेक समाजांमध्ये बहुपत्नीकत्वाची चाल होती. परंतु आता सर्वच विकसित देशांत व भारतातसारख्या विकसनशिल देशातही एकपत्नीकत्वाचे कायदे झाले आहेत.

लग्नाचे सरासरी वय वेगवेगळ्या देशांत वेगवेगळे आहे. १९७१ मध्ये अमेरिकेत मुलांसाठी सरासरी लग्नाचे वय २२.८ वर्षे व मुलीसाठी २०.२ वर्षे इतके होते. अमेरिकेत हे वय विकसित देशांच्या तुलनेने कमी असण्याचे कारण, मुली लवकर लग्न करुन, एक-दोन अपत्यांना जन्म देऊन, लगेच व्यवसायात शिरुन कुटुंबाला आर्थिक हातभार लावतात. भारतात १९७१ मध्ये मुलांचे सरासरी लग्नाचे वय २२.४ वर्षे व मुलीचे सरासरी लग्नाचे वय १७.२ वर्षे इतके कमी होते. भारतात पालकांचा मुलींना शिकविण्याकडे असणारा कमी कल व एकूणच आर्थिक व सामाजिक परिस्थिती यामुळे असे होत असावे. १७.२ वर्षे हे मुलीचे सरासरी लग्नाचे वय असले, तरी १९७१ साली १० ते १४ वयोगटातील ११.५ टक्के मुलींची लग्ने झालेली होती. १९८१ साली हे प्रमाण ६.६ टक्के इतके कमी झाले. तरीही या वयोगटातील १६ पैकी एका मुलीचे लग्न १४ वर्षे वय पूर्ण होण्याआधीच झालेले असते की ज्या वयात त्यांना लग्न म्हणजे नेमके काय, याचे फारसे आकलन झालेले नसते. १५ ते १९ वर्षे या वयोगटातील एकूण मुलींपैकी ५५.४ टक्के मुलींची लग्ने १९७१च्या आकडेवारीनुसार झालेली होती. हे प्रमाण १९८१ साली ४३.५ टक्के इतके झाले. तरीही जवळजवळ निम्म्या मुलींची लग्ने १९वर्षे वयापूर्वीचे होतात. १९७१च्या आकडेवारीनुसार २० ते २४ या वयोगटातील एकूण मुलींपैकी ८८.८ टक्के मुली विवाहित होत्या. हे प्रमाण १९८१ मध्ये ८४.४ टक्के इतके झाले.

भारतात स्त्रियांमधील अविवाहिताच्या प्रमाणात शहरी व ग्रामीण भाग यांत खूपच

तफावत आढळते. १५ ते ४५ वर्षे या वयोगटातील अविवाहित स्त्रियांचे प्रमाण शहरांमध्ये खेड्यांच्या दुप्पट आहे, याला आर्थिक व सामाजिक बदलांमुळे एकूण लोकसंख्येतील अविवाहितांचे प्रमाण वाढले असून विधवा व घटस्फोटितांचे प्रमाण कमी झाले आहे. तसेच बाल-विवाहाचे प्रमाणही कमी होत आहे.

स्त्रियांचे आर्थिक परावलंबित्त्व व सामाजिक असुरक्षिता यामुळे भारतात अविवाहित स्त्रियांचे प्रमाण इतर देशांच्या तुलनेने खूपच कमी असते. भारतात १९६१ मध्ये १५ ते ४५ या प्रजोत्पादनक्षम वयोगटात अविवाहित स्त्रियांचे प्रमाण ७.४४ टक्के इतके कमी होते. शिक्षणाच्या प्रसारामुळे लग्नाचे वय वाढल्यामुळे तसेच आर्थिक स्वातंत्र्यात थोडी सुधारणा झाल्यामुळे व सामाजकि असुरक्षितता थोडी कमी झाल्यामुळे १९७१ मध्ये हे प्रमाण १२ टक्के इतके झाले. हाच कल पुढे चालू राहून १९८१ मध्ये हे प्रमाण १९.५ टक्के झाले. याउलट, प्रजासत्ताक आयर्लंडमध्ये १९६१ मध्ये हे प्रमाण ५२.२ टक्के होते. आयर्लंड हा औद्योगिकदृष्ट्या अप्रगत देश आहे. अर्थव्यवस्था मुख्यतः शेतीवरच अवलंबून आहे. जमिनीचा कस कमी असल्याने शेतीही फारशी फायद्याची नाही. अशा परिस्थितीत शेतीचे विभाजन होऊन तुकडे होऊ लागले. शेतीच्या तुकड्यांचे विभाजन थांबवण्यासाठी कायदा करावा लागला. की ज्यामुळे शेतकऱ्यांच्या मृत्यूंनंतर त्याची सर्व जमिनी त्याच्या मोठ्या मुलाला मिळू लागली. त्यामुळे इतर लहान भावांवर स्थलांतराशिवाय दुसरा मार्ग उरला नाही. त्यामुळे लग्नाच्या बाजारात लग्नायोग्य मुलांची संख्या कमी होऊन नवरे मिळणे कठीण झाले. त्यामुळे लग्नाच्या बाजारात वधूंची लग्नाची वये वाढली. तसेच आयरिश माणसाचे सरासरी आयुर्मान ७५ वर्षांपेक्षा जास्त असल्यामुळे वडील ७५ वर्षांपर्यंत जमीन स्वतःकडे ठेवत असे. त्यांच्या मृत्यूनंतरच ती त्यांच्या मोठ्या मुलाला मिळू लागली. तो पर्यंत त्या मोठ्या मुलाचे वयही ४५ ते ५० वर्षे इतके होऊ लागले. उत्पन्नाचे साधन नसल्यामुळे या वयापर्यंत त्याच्या लग्नांचा प्रश्नच उत्पन्न होत नसे. ४५ वर्षांनंतर, जमिनीचा मालक झाल्यानंतर जेव्हा तो लग्नाचा विचार करीत असे, तेव्हा तो त्याच्याच वयाच्या चाळिशीच्या बाईशी लग्न करीत असे. यामुळे आयर्लंडचा जन्मदर झपाट्याने कमी झाला व १५ ते ४५ या प्रजोत्पादनक्षम वयोगटातील स्त्रियांमध्ये अविवाहित स्त्रियांचे प्रमाण १९६१ साली ५२.२४ टक्के इतके झाले. आयर्लंडमधील या विशिष्ट सामाजिक स्थितीमुळे हे प्रमाण इतके जास्त झाले. इंग्लंड, कॅनडा इत्यादी इतर विकसित देशांतही १५ ते ४५ वर्षे वयोगटातील अविवाहित स्त्रियांचे प्रमाण भारतातील प्रमाणापेक्षा खूप जास्त आहे. इतकेच नव्हे, तर युगांडा, इराण या तुलनेने अविकसित असलेल्या देशांतही या वयोगटातील अविवाहित स्त्रियांचे प्रमाण भारतातील प्रमाणापेक्षा खूप जास्त आढळून येते. आपल्या देशातील जन्मदर अधिक राहण्याच्या अनेक कारणांपैकी

हे एक कारण आहे. श्रीलंका,इजिप्त इ. इतर अविकसित देशांत अशीच परिस्थिती आढळते.

इंग्लंडसारख्या विकसित देशांत युद्धे व आर्थिक परिस्थिती यांच लग्नाच्या प्रमाणावर मोठा परिणाम झालेला दिसून येतो. त्यामुळेच दोन्ही महायुद्धांपूर्वी व नंतर लग्नाच्या प्रमाणामध्ये अचानक वाढ झालेली दिसून येते. याउलट, १८८१ ते १८९० तसेच १९३० ते १९४० या आर्थिक मंदीच्या काळात व १९४१ते १९४४ या महायुद्धाच्या काळात लग्न करणाऱ्यांचे प्रमाण खूपच कमी आढळून येते. १८५१ ते १९५१ या शंभर वर्षांच्या काळामध्ये विवाहित स्त्रियांचे प्रमाण इंग्लंडमध्ये कमी झाले. या काळात तरुण पुरुषांनी देशाबाहेर स्थलांतर केल्यामुळे तरुण मुलींचे प्रमाणे तरुण मुलांपेक्षा १० टक्क्यांनी वाढले. याचा लग्न करणाऱ्यांच्या प्रमाणावर विपरीत परिणाम झाला.

अमेरिकेत विधवांचे प्रमाण तुलनेने जास्त आढळते. स्त्रियांचे सरासरी आयुर्मान पुरुषांपेक्षा जास्त असल्यामुळे असे होते असावे. अमेरिकेत १४ ते २४ या वयोगटातील एकूण मुलींपैकी ३३ टक्के मुलींची व याच वयोगटातील २० टक्के मुलांची लग्ने झालेली असतात. विकसित देशांच्या तुलनेने हे प्रमाण जास्त असून त्याचे कारण वर दिलेले आहे.

३.९ भारतातील मानव संसाधन विकास निर्देशांक (Human Development Index in India)

सन २०११च्या माहितीनुसार भारताचा लोक विकासामध्ये एकूण जगातील १६९ देशामध्ये ११६क्रमांक लागतो. यामुळे आपल्या देशाला मध्यम विकसित देश म्हणतात. चीनचा क्रमांक ८९ अगदी श्रीलंकेचा क्रमांक ९१ लागतो. भारताचा क्रमांक इतका खाली असल्याचे कारण शिक्षण आणि आरोग्य सेवा यातील असमानता आहे. असे असले तरी राज्याराज्यामुळे अगदी राज्यांतर्गत मानव विकासामध्ये मोठा फरक असल्याचे आढळेल.

या मानव विकासाबाबत तफावत असण्याला सामाजिक, राजकीय आणि ऐतिहासिक कारणे आहेत. मानव विकास सूचीमध्ये केरळ राज्याने सर्वात वर क्रमांक मिळविला आहे. त्याचे प्रमुख कारण म्हणजे जवळजवळ शत प्रतिशत साक्षरता असणे (९४% - २०११) हे आहे. बिहार, छत्तीसगड, झारखंड, राजस्थान, मध्यप्रदेश, ओडिसा, आसाम आणि उत्तरप्रदेश या राज्यामध्ये साक्षरतेचे प्रमाण अत्यंत कमी आहे. सन २०११ मध्ये बिहारमधील साक्षरतेचे प्रमाण ६४ टक्के होते. ज्या राज्यामध्ये साक्षरतेचे प्रमाण अधिक आहे. तेथे पुरूष आणि स्त्रिया मधील साक्षरतेमध्ये फारच कमी तफावत आहे. उदाहरणार्थ, केरळमध्ये केवळ ६.३४ प्रतिशत एवढाच फरक आहे. मात्र ही तफावत बिहारमध्ये २६.७५% आणि मध्य प्रदेशमध्ये ९५.९५ प्रतिशत आहे.

मानव विकास निर्देशांक सूची २००१

राज्य	विकास निर्देशांक
केरळ	०.६३८
पंजाब	०.५३७
तामिळनाडू	०.५३१
हरयाना	०.५०९
महाराष्ट्र	०.५२३
गुजरात	०.४७९
कर्नाटक	०.४७८
प.बंगाल	०.४७२
राजस्थान	०.४२४
आंध्रप्रदेश	०.४१६
ओडिसा	०.४०४
मध्यप्रदेश	०.३९४
उत्तरप्रदेश	०.३८८
आसाम	०.३८६
बिहार	०.३६७

मानव विकास प्रमाणामध्ये शिक्षणाव्यतिरिक्त आर्थिक विकास हा मुद्दाही तेवढाचा महत्त्वाचा ठरतो. आर्थिक विकासामध्ये आघाडीवर असलेली महाराष्ट्र, तामिळनाडू, गुजरात आणि पंजाब या राज्याचा मानव विकास दर हा आसाम, बिहार, मध्यप्रदेश, ओडिसा आणि उत्तरप्रदेश यांचे तुलनेत अधिक आहे. विभागीय असमतोल आणि सामाजिक असमतोल ब्रिटीश राजवटीमध्ये प्रकर्षाने निर्माण झाला. त्याचा परिणाम भारतीय आर्थिक, राजकीय आणि सामाजिक स्तरावर झाला आहे. भारत सरकारने ही तफावत दूर करण्यासाठी मागास भागासाठी विशेष नियोजित विकास करण्यावर भर दिला आहे. याचा योग्य परिणाम दिसून येत असला तरी अद्याप अधिक गतिमान विकास आवश्यक आहे. विभागीय विकासामधील असमतोल हा भ्रष्टाचार आणि आर्थिक घोटाळे यामध्ये गुंतला असल्याचे दिसते.

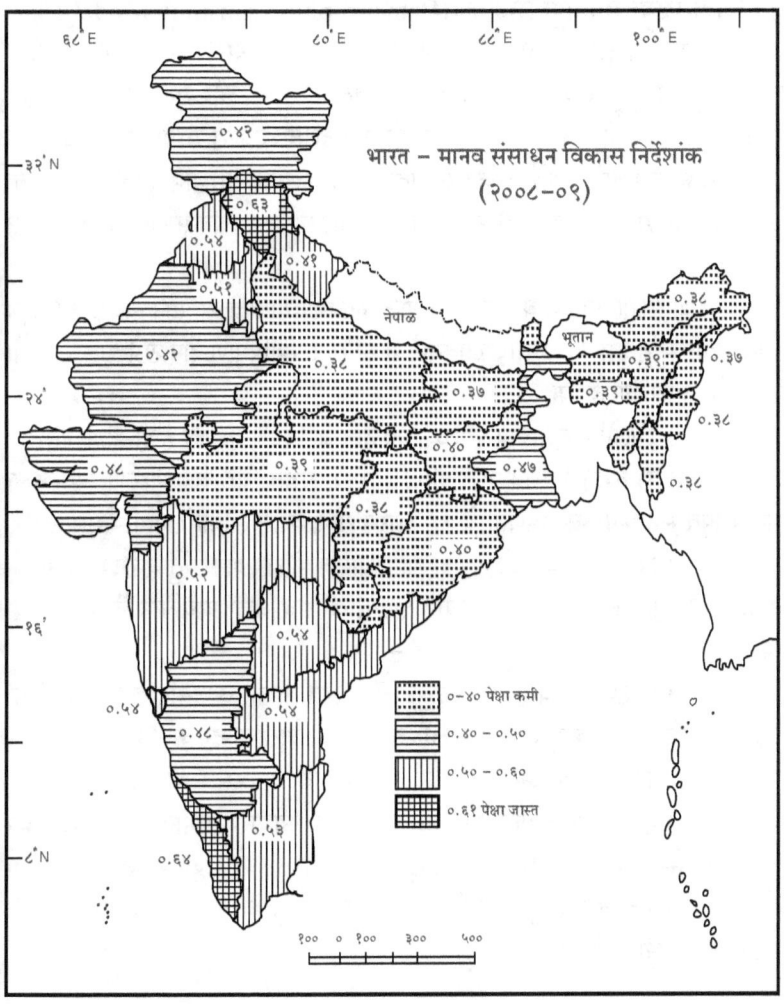

भारत–मानव संसाधन विकास निर्देशांक (नकाशा क्र.३.१)

(२००८–०९)
नेपाळ
भूतान
०.४२
०.६३
०.५४
०.४१
०.५१
०.४२
०.३८
०.३७
०.४८
०.३९
०.४०
०.४७
०.३८
०.४०
०.५२
०.५४
०.५४
०.५४
०.४८
०.५३
०.६४
०.३८
०.३९
०.३९
०.३७
०.३८
०.३८
०–४० पेक्षा कमी
०.४० – ०.५०
०.५० – ०.६०
०.६१ पेक्षा जास्त
१०० ० १०० ३०० ५००

३.१०. लोकसंख्या वाढीसंदर्भातील सिद्धांत (Theories of Population Growth)

१) लोकसंख्या संक्रमण सिद्धांत (Demographic Transition Model): फ्रँक डब्ल्यू नॉटेसटाइन (Frank W. Notestein) याने ही संज्ञा प्रथम वापरली. लोकसंख्येची जडणघडण ही मृत्युदर व जन्मदर याप्रमाणे बदलते. विशेषतः लोकसंख्येची वाढ मृत्युदर व जन्मदर यांच्याशी निगडित असते. कोणत्याही देशामध्ये जसे सामाजिक व आर्थिक बदल होऊ लागतात, तसे त्यांचा जन्मदर व मृत्युदरांवर परिणाम होतो, व त्याचा लोकसंख्यावाढीवर परिणाम होऊ लागतो. या बदलालाच लोकसंख्या संक्रमण असे म्हणतात.

या सिद्धांताप्रमाणे कोणत्याही देशाला लोकसंख्यावाढीच्या तीन ढोबळ टप्प्यांतून जावे लागते परंतु दुसऱ्या टप्प्याचे लोकसंख्यावाढीच्या गतीप्रमाणे दोन टप्पे पाडल्यास या बदलाचे स्वरुप जास्त स्पष्ट होते.

१) औद्योगिकरणाच्या पूर्वीच्या काळात जन्मदर व मृत्युदर हे दोन्हीही जास्त व समान असतात. त्यामुळे लोकसंख्येची वाढ स्थिर असते. या संक्रमणाच्या अवस्थेला संक्रमणपूर्व समतोल असे म्हणता येईल. कारण या टप्प्यात लोकसंख्या स्थिर असते.

२) अ) या टप्प्यामध्ये मृत्युदर झपाट्याने कमी झाल्याने परंतु जन्मदर त्या गतीने कमी न झाल्याने, लोकसंख्या झपाट्याने वाढते. या अवस्थेला प्राथमिक संक्रमणावस्था असे म्हणतात.

ब) या टप्प्यामध्ये मृत्युदर हळूहळू कमी होत राहतो, व जन्मदर झपाट्याने कमी होतो. यामुळे लोकसंख्या वाढत असली, तरी तिच्या वाढीचा दर कमी होत जातो.

या संक्रमणाच्या अवस्थेला प्रगत संक्रमणावस्था असे म्हणतात.

३) मृत्युदर व जन्मदर दोन्हीही कमी होऊन साधारण समान होऊन खालच्या पातळीवर स्थिरावतात त्यामुळे लोकसंख्या स्थिर राहते. या संक्रमणाच्या अवस्थेला संक्रमणोत्तर समतोल असे म्हणता येईल या अवस्थांचे विवेचन प्रथम थॉम्सन व फ्रँक नॉटेसटाइन यांनी केले.

लोकसंख्या संक्रमण सिद्धांत

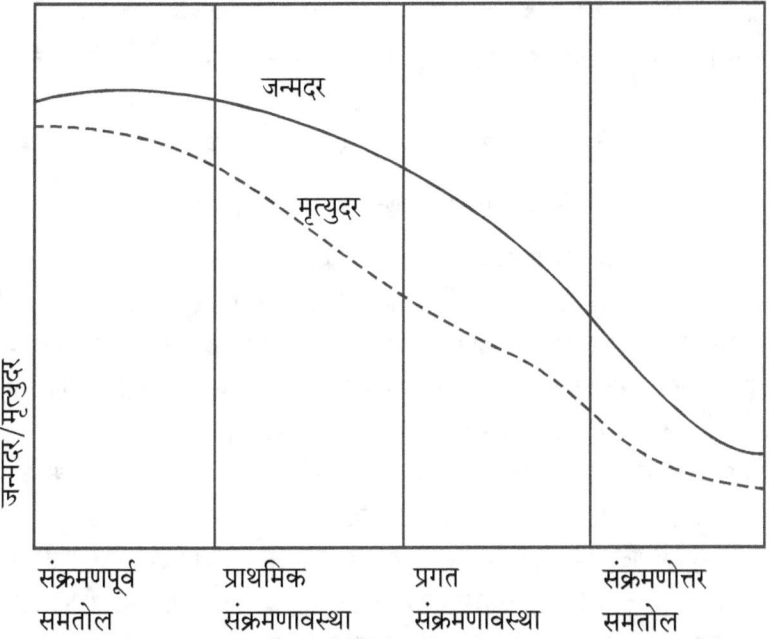

जन्मदर
मृत्युदर
जन्मदर/मृत्युदर
संक्रमणपूर्व समतोल
प्राथमिक संक्रमणावस्था
प्रगत संक्रमणावस्था
संक्रमणोत्तर समतोल

१) संक्रमणपूर्व समतोल (Pre-transition equillibrium) : औद्योगिकपूर्व काळातील समाजामध्ये जन्मदर व मृत्युदर हे जास्त व साधारण समान असतात. या समाजात वैद्यकीय सुविधांचा तुटवडा, असमाधानकारक सामाजिक आरोग्यव्यवस्था व अन्नपुरवठ्यात अनियमितपणा असल्यामुळे मृत्युप्रमाण जास्त असते. दुष्काळ, पूर व नैसर्गिक आपत्तीमुळेही मृत्युदर जास्त असतो.

अशा समाजात मृत्युदर जास्त असल्यामुळे त्यावर मात करण्यासाठी व समूहाचे अस्तित्व टिकविण्यासाठी जन्मदरही जास्त असतो. अशा समाजात संख्येलाही महत्त्व असते, व समाजाची आर्थिक व सामाजिक घडण जास्त प्रजोत्पादनास प्रोत्साहन देणारी असते. जास्त मुले असलेली स्त्री आदरणीय समजली जाते. तर मुले नसलेल्या स्त्रीला समाजात मानाचे स्थान नसते. लोक गरीब असतात, व त्यामुळे कुटुंबाचे उत्पन्न वाढविण्यासाठी मोठे कुटुंब असणे आवश्यक समजतात. मुले ही कुटुंबाचा व समाजाचा ठेवा समजली जातात. आई-वडिलांना ती म्हातारपणाचा आधार वाटतात. लोक अशिक्षित, अंधश्रद्धाळू व दैववादी असल्यामुळे कुटुंबातील मुलांची संख्या वाढविण्याचा प्रयत्न करतात. मुले लहान वयातच आर्थिक कमाई करु लागतात, व त्यामुळे त्यांच्या

शिक्षणाला व पालनपोषणाला फारसा खर्च येत नाही. त्यामुळे जन्मदरावर बंधने घालण्याचे फारसे प्रयत्न होत नाहीत. जन्मदर व मृत्युदर दोन्ही जास्त व समान असल्यामुळे लोकसंख्या अतिशय मंदगतीने वाढते इंग्लंडमध्ये औद्योगिक क्रांतीपूर्वी अशी परिस्थिती अस्तित्वात होती. लोकसंख्यावाढीवर दुष्काळ, पूर यांचे दुष्परिणाम होत असल्यामुळे मध्य, पूर्व व पश्चिम आफ्रिकेतील व आग्नेय आशियातील देश संक्रमणाच्या या टप्प्यातून जात आहेत.

२) संक्रमणावस्था (Transition Stage)

अ) प्राथमिक संक्रमणावस्था (Early transition stage)

आर्थिक विकासाबरोबर प्राथमिक संक्रमणावस्था हा टप्पा सुरु होतो. या टप्प्यामध्ये अन्नपुरवठा सुधारल्यामुळे, वैद्यकीय सुविधा उपलब्ध झाल्यामुळे मृत्युदर झपाट्याने कमी होऊ लागतो. परंतु पहिल्या टप्प्यातील जास्त जन्मदरामुळे एकूण लोकसंख्येतील तरुण लोकसंख्येचे प्रमाण जास्त असते. त्यामुळे जन्मदर मंदगतीने कमी होतो. परिणामतः लोकसंख्या झपाट्याने वाढते. वाहतुकीच्या साधनांत सुधारणा झाल्यामुळे दुष्काळ व त्यामुळे होणारे मृत्यू आटोक्यात येतात, तसेच, अन्नपुरवठा नियमित व पुरेसा उपलब्ध झाल्यानेही मृत्युदर कमी होतो. परंतु त्यामुळे जन्मदर जास्त राहण्यास अप्रत्यक्ष मदत होते. औद्योगिक क्रांतीमुळे शेती व्यवसायातही क्रांती हाते. त्यामुळे शेती-उत्पादन वाढून राहणीमान सुधारते. या सुधारित राहणानीमानामुळे मृत्युदर घटतो. परंतु यामुळेही जन्मदर अधिक राहण्यास अप्रत्यक्षपणे मदत हाते.

जन्मदर कमी होण्यासाठी समाजात जास्त दूरगामी बदल व्हावे लागतात. ते या उपटप्प्यात होत नाहीत. लायबेनस्टाइनने म्हटल्याप्रमाणे उत्पन्न किमान मर्यादा पातळीपेक्षा जास्त झाले, तर त्यामुळे लोकसंख्यावाढीचा वेग वाढतो. जन्मदर कमी करण्याकडे लोकांचा कल नसतो, कारण आर्थिक विकासामुळे व्यवसायाच्या संधी वाढतात व मुले कुटुंबाच्या उत्पन्नात भर घालतात. राहणीमान व आहार सुधारल्यामुळे लोकांचे आयुर्मानही वाढते. आधीच्या अवस्थेत जन्मदर जास्त असल्यामुळे प्रजोत्पादक स्त्रियांची संख्या मोठी असते. तुलनेने मृत्युदरापेक्षा जन्मदर कमी करणे समाजिक व धार्मिक चालीरितीही जास्त जन्मदराला अनुकूल ठरतात. उदा., रोमन कॅथॉलिक पंथाचे लोक कुटुंबनियोजनाच्या साधनांच्या वापराच्या विरोधी आहेत.

या सर्वांमुळे मृत्युदर झपाट्याने कमी होऊन जन्मदर जवळजवळ स्थिर राहतो व लोकसंख्या वाढ झपाट्याने होते. लोकसंख्या विस्फोटामुळे दरडोई उत्पन्न कमी राहते व ही गोष्ट आर्थिक विकासाच्या आड येते. भारतासारखे बरेचसे अविकसित व विकसनशिल देश या टप्प्यातून जात आहेत.

ब) प्रगत संक्रमणावस्था (Late-transition stage)

माणसाला कितीही चांगला अन्नपुरवठा केला व कितीही चांगल्या वैद्यकीय सुविधा दिल्या, तरी माणसाच्या आयुर्मानाला जैविक मर्यादा आहेतच. त्यामुळे मृत्युदर झपाट्याने कमी होण्याची अवस्था फार काळ न टिकता मृत्युदर कमी होण्याची गती मंदावत जाते. मृत्युदर अशा तऱ्हेने बराच काळ खालच्या पातळीवर राहिला, तर सामाजातील वृद्धांचे प्रमाण वाढत जाते, व तरुण लोकांचे प्रमाण कमी होत जाते. यामुळे या अवस्थेत जन्मदर मृत्युदरापेक्षा जास्त असला, तरी झपाट्याने कमी होऊ लागतो. याचा परिणाम म्हणून एकूण लोकसंख्या वाढत असली, तरी तिचा वाढीचा वेग कमी होत जातो. याचा कुटुंबाच्या वाढत्या आकारामुळे मुलांच्या पालनपोषणाचा खर्च वाढत जातो. कुटुंबाच्या आकारावर परिणाम होतो. शेतकी समाजव्यवस्थेपेक्षा औद्योगिक समाजव्यवस्थेत मुलांच्या संगोपनाचा खर्च जास्त असतो. तसेच औद्योगिक समाजामध्ये लग्नाचे सरासरी वय जास्त असते. त्यामुळे प्रजननक्षम काळ संपूर्ण वापरला जात नाही व जन्मदर झपाट्याने कमी होतो. व तुलनात्मकदृष्ट्या लोकसंख्यावाढीचा दरही कमी होतो. या काळात प्रदेशाचा झपाट्याने औद्योगिक विकास होतो. आर्थिकदृष्ट्या विकसित असे युरोपमधील आणि उत्तर अमेरिकेतील अनेक देश या टप्प्यांमधून जात आहेत. श्रमशक्तीमध्ये स्त्रियांचा सहभाग वाढल्यामुळेही लहान कुटुंबे ठेवणे आवश्यक वाटू लागते. राहणीमान उंचावल्यानंतर ते खालच्या पातळीवर आणणे जड जाऊ लागते. उलट, ते आणखी वर नेण्याचे प्रयत्न सुरु होऊ लागतात, आणि दांपत्यापुढे 'मूल, की गाडी' असा प्रश्न उभा राहतो, व बऱ्याच वेळा दांपत्ये गाडीला प्रधारन्य देतात. पालकांचे उत्पन्न जास्त असल्यामुळे त्यांचे मुलांवरील परावलंबित्व कमी होते. यामुळे म्हातारपणाची सोय म्हणूनही मुलांची गरज राहत नाही.

३) संक्रमणोत्तर समतोल (Post-transition stage)

औद्योगिकरणाच्या प्रगत अवस्थेत लोकसंख्येची वाढ किंवा वाढीचा दर खूपच कमी होतो. अशा समाजातील लोक मोठ्या प्रमाणावर शेतकी व्यवसायांकडून औद्योगिक व्यवसायांत पदार्पण करतात. औद्योगिकदृष्ट्या प्रगत समाजात जन्मदर व मृत्यूदर दोन्ही कमी व समान असतात. त्यामुळे लोकसंख्यावाढीचा दर फारच कमी होतो. शेती-व्यवसायातील अतिरिक्त लोकसंख्या औद्योगिक क्षेत्रात सामावली जाते. युरोपातील विकसित देश, पूर्वाश्रमातील रशिया, जपान व उत्तर अमेरिकेतील कॅनडा, संयुक्त संस्थाने, इ. आर्थिक दृष्ट्या पुढारलेले देश संक्रमण अवस्थेच्या या टप्प्यात पोहोचले आहेत.

हे संक्रमण पूर्ण होण्यासाठी लागणारा काळ वेगवेगळ्या देशांसाठी वेगवगेळा होता. वायव्य युरोपातील विकसित देश, तसेच उत्तर अमेरिका , ऑस्ट्रेलिया, फ्रान्स,

स्वित्झर्लंड या देशांमध्ये हे संक्रमण १९व्या शतकाच्या अखेरीला किंवा २० व्या शतकाच्या सुरुवातीला पूर्ण झाले. दक्षिण-पूर्व युरोपातील देशांमध्ये हे बदल विसाव्या शतकाच्या तिसऱ्या दशकामध्ये फिनलंड, ऑस्ट्रिया, अर्जेंटिना, स्वित्झर्लंड व आयर्लंड हे देश तिसऱ्या टप्प्यात होते. या शतकाच्या चौथ्या दशकात मात्र पूर्व व दक्षिण युरोपातील देश, तसेच, पूर्वीक्षमीचा रशिया व जपान हे तिसऱ्या टप्प्यात पोहोचले. नैर्ऋत्य युरोप व उत्तर अमेरिकेतील देशांशी तुलना करता दक्षिण व पूर्व युरोपातील देशांना हा बदल घडण्यास तुलनेने कमी वेळ लागला.

बरेचसे अविकसित देश सध्या संक्रमाणवस्थेच्या दुसऱ्या टप्प्यातून जात आहेत. भारत, चीन इ. देश स्वातंत्र्य मिळाल्यानंतर संक्रमणाचा दुसरा टप्पा अनुभवू लागले. इतर अनेक अविकसित देश १९६० नंतर या टप्प्याचा अनुभव घेऊ लागले. या अविकसित देशांना दुसऱ्या टप्प्यामधून तिसऱ्या टप्प्यात जाण्यास किती वेळ लागेल, हे सांगणे अवघड आहे. परंतु विकसित देशांच्या अनुभवांचा फायदा घेऊन अविकसित देश, हे संक्रमण कमी काळात घडवून आणण्याची शक्यता आहे.

सिद्धांतावरील आक्षेप

लोकसंख्या संक्रमण सिद्धांतावर महत्त्वाचे आक्षेप घेतले जातात.

१) या संक्रमणास किती वेळ लागेल याचा निश्चित अंदाज करता येत नाही. काही देशांत हे बदल १०० ते २०० वर्षांत झाले आहेत, तर काही देशांत हे बदल अगदी जलद म्हणजे ५० वर्षातही झाले आहेत.

२) संक्रमणोत्तर समतोल या अवस्थेत जन्मदर व मृत्युदर कोणत्या पातळीवर स्थिर होतील, हे सांगणे कठीण आहे. कारण काही देशांमध्ये हे दर तुलनेने उच्च पातळीवर स्थिरावरले असून, काही देशांत हे दर तुलनेने कमी पातळीवर स्थिरावलेले आहेत. शेती विकास व वैद्यक शास्त्रातील विकासामुळे कदाचित याहून खालच्या पातळीवरही ते जाण्याची शक्यता आहे.

३) संक्रमण होण्यास विकास आवश्यक आहे किंवा नाही, हे सांगणे कठीण आहे. कारण विकसित देशांच्या अनुभवांचा फायदा घेऊन व विकसित देशांतील शेती वे वैद्यक शास्त्रातील सुधारणांचा मोठ्या प्रमाणात उपयोग करुन काही अविकसित देशांमध्येही जन्मदर व मृत्युदर कमी करणे शक्य झाले आहे. त्यामुळे संक्रमाणासाठी विकास आवश्यक आहे, असे म्हणणे धाडसाचे होईल.

लोकसंख्या संक्रमाणाचे परिणाम

लोकसंख्या संक्रमणाचे वेगवेगळ्या देशांत खालील परिणाम झालेले आहेत.

१) लोकसंख्या व साधनसंपत्ती यांतील संबंधांवर याचा अनुकूल परिणाम होतो.

२) लोकसंख्येच्या साक्षरता, राहणीमान, आरोग्य इत्यादी गुणात्मक अंगांवर परिणाम होतो.

३) लोकसंख्या संक्रमाणामुळे लोकसंख्येची वयोरचना बदलते.

४) लोकसंख्या संक्रमणामुळे नागरी लोकसंख्येचे प्रमाण वाढते.

लोकसंख्या संक्रमण आणि भारत

भारत संक्रमण अवस्थेच्या दुसऱ्या टप्प्यातून १९०१ ते २०११ या काळात जात आहे. मृत्युदर दरहजारी ४८ पासून ५.४ इतका कमी झाला आहे. परंतु जन्मदर मात्र दरहजारी ४८ पासून २३.० इतकाच कमी झाला आहे. यामुळे लोकसंख्या झपाट्याने वाढत आहे. असे असले, तरी भारतातील वेगवेगळी राज्ये, त्यांच्या आर्थिक व सामाजिक पार्श्वभूमीप्रमाणे संक्रमणाच्या वेगवेगळ्या टप्प्यांत आहेत. उदा., बिहार, राजस्थान, मध्यप्रदेश, उत्तरप्रदेश अशी काही आर्थिक व सामाजिकदृष्ट्या मागासलेली राज्ये संक्रमणाच्या पहिल्या म्हणजे संक्रमणपूर्व अवस्थेत आहेत. याउलट, केरळ, गोवा, अशी काही राज्ये प्रगत संक्रमणावस्थेतून जात आहेत. या राज्यांचे मृत्यूदर कमी झाले आहेतच, पण जन्मदरही भारतातील इतर राज्यांपेक्षा खूपच कमी आहे. त्यामुळे त्यांचा लोकसंख्यावाढीचा वेगही झपाट्याने कमी होऊ लागला आहे. या राज्यांतील स्त्रियांचे साक्षरतेचे प्रमाण इतर राज्यांपेक्षा जास्त असून, त्यामुळे त्याचे लग्नाचे वयही वाढले आहे. यामुळे जन्मदर कमी होऊ लागला आहे. तसेच, तमिळनाडू, महाराष्ट्र, कर्नाटक, पंजाब ही राज्ये प्राथमिक संक्रमण अवस्थेतून प्रगत संक्रमण अवस्थेत जाण्याच्या तयारीत आहेत. भारतापुढील खरी समस्या बिहार, राजस्थान, उत्तरप्रदेश व मध्यप्रदेश ही राज्ये संक्रमणपूर्व समतोल या अवस्थेतून प्रगत संक्रमण अवस्था व संक्रमणोत्तर समतोल या टप्प्यामध्ये जलद कशी आणावीत ही आहे.

२) माल्थसचा लोकसंख्या सिद्धांत : (Malthus : Population Theory)

माल्थस ईस्ट इंडिया कॉलेजमध्ये इतिहास व राजकीय अर्थशास्त्र हे विषय शिकवीत होता.

(An Essay on the Principle of Population as it affects the Future Improvement of society with Remarks on the speculation of Mr.Godwin, Mr.Condorcef and other writers).

या शीर्षकाचा प्रबंध त्याने लिहिला.

इ.स. १७९८ मध्ये थॉमस रॉबर्ट माल्थसने हा सिद्धांत मांडला. माल्थस हा स्वतः धर्मोपदेशक व रँग्लर होता. पण जगातील अनेक भागांत वेगाने वाढणाऱ्या लोकसंख्येने त्याचे लक्ष वेधून घेतले. लोकसंख्येच्या वाढीचा वेग पाहून त्याला धक्का बसला. त्याचा लोकसंख्याविषयक सिद्धांत मुख्यतः दोन निरीक्षणांवर उभा राहिलेला आढळतो.

१) माणसाच्या अस्तित्वाकरता अन्न आवश्यकच आहे.

२) स्त्री-पुरुषांमधील आकर्षण ही कायम राहणारी गोष्ट असून ती भविष्यकाळातही बदलणार नाही.

या दोन नियमांचा स्वीकार केला, तर असे लक्षात येते, की लोकसंख्यावाढीचा वेग हा पृथ्वीवरील अन्ननिर्मितीच्या क्षमतेपेक्षा जोरदार असून तो शेती उत्पादनापेक्षा कितीतरी पट वेगाने वाढत असतो.

माल्थस म्हणतो,

१) लोकसंख्येची वाढ भूमितीश्रेणीने होते. भूमितिश्रेणीत आकडे दुप्पट होताना आढळतात.

उदा. १, २, ४, ८, १६, ३२......

प्रत्येक २५ वर्षांनी लोकसंख्या दुप्पट होताना आढळते.

२) पृथ्वीच्या विविध भागांतील शेतीउत्पादन किंवा अन्नपाण्याचे उत्पादन मात्र गणितीश्रेणीने वाढताना आढळते. गणितीश्रेणी म्हणजे आकडे दुप्पट होत नाहीत, तर पहिल्या आकड्यात केवळ एका परिमाणाची भर पडते.

उदा. १, २, ३, ४, ५, ६......

३) वेगाने वाढणाऱ्या लोकसंख्येला मंद वेगाने विकसित होणारी शेती उत्पादने पुरी पडत नाहीत व लोकसंख्या व अन्नधान्या यातील समतोल ढासळतो.

४) वेगाने वाढणाऱ्या लोकसंख्येला कमी वेगाने वाढणारी अन्नधान्य उत्पादने पुरी पडेनाशी होतात व थोड्याच कालावधीत लोक उपासमारीच्या संकटात सापडतात.

५) वेगाने वाढणारी लोकसंख्या व अपुरा अन्नधान्य पुरवठा यांतील असमतोल फार वाढला, की निसर्गच लोकसंख्यावाढीलवर काही नियंत्रक परिणाम करतो व नियंत्रकांमुळे लोकसंख्येचे मृत्युप्रमाण वाढून लोकसंख्यावाढीला आळा बसतो, उदा.,नैसर्गिक आपत्ती, दारिद्र्य, निसत्व अन्न, साथीचे रोग, युद्धे , मोठ्या शहरांचे दुष्परिणाम, मजुरांची वाईट स्थिती, इ. या नैसर्गिक संकटांच्या तावडीत सापडण्यास माणूस स्वतःच कारणीभूत ठरत असतो. उदा., एखाद्या शहरात वेगाने वाढणाऱ्या लोकसंख्येमुळे त्या शहरातून वाहणाऱ्या नदीकिनाऱ्यावर धोक्याच्या पातळीच्या आतही लोकांना जागेच्या टंचाईमुळे घरे बांधणे भाग पडते. स्वाभाविकपणे पुढील पुराच्या वेळी

अनेक माणसे पुराचे भक्ष्य बनतात. भूकंपामुळे होणारी प्राणहानीही दाट लोकसंख्येच्या शहरात जेथे गगनचुंबी इमारती व दाटीवाटीने राहणारे लोक आहेत तेथेच आढळते. विरळ लोकसंख्या प्रदेशात भूकंप झाला, तर तुलनेने प्राणहानी कमी होते.

६) या नैसर्गिक संकटांपासून वाचण्याचा एकच मार्ग, म्हणजे मानवाने स्वतःचे काही उपाय करुन लोकसंख्येच्या वाढीला मर्यादा घातल्या पाहिजेत. माल्थसने यासंदर्भात खालील उपाय सुचविले आहेत.

१) संयम : माल्थसने उशिरा लग्न, नैसर्गिक संयम, ब्रह्मचर्य, विवाहोत्तर संयम वगैरे गोष्टी सांगितल्या आहेत. माल्थस हा पाद्री असल्यामुळे व ख्रिश्चन कॅथॉलिक धर्माचा त्याच्यावर प्रभाव असल्यामुळे कुटुंबनियोजनाचे इतर उपाय उदा., गर्भपात वगैरे त्याने सांगितलेले नाहीत किंवा सांगण्याचे टाळले असावे. ह्या संयमनामुळे इतर काही विकृती निर्माण होण्याची किंवा विवाहबाह्य मार्गाने वासना शमविण्याची स्थिती निर्माण होईल, हे त्याने सांगितले आहे.

कोणत्याही काळात लोकसंख्या अन्नपुरठ्यापेक्षा वेगाने वाढत राहणार आणि गरिबांची स्थिती नेहमी खालावत जाणार व ते वरील नैतिक उपायांचा अवलंब करण्याची फार शक्यता नसल्याने अनेक प्रश्न भेडसावतच राहणार, असा निराश निष्कर्ष त्याने मांडला.

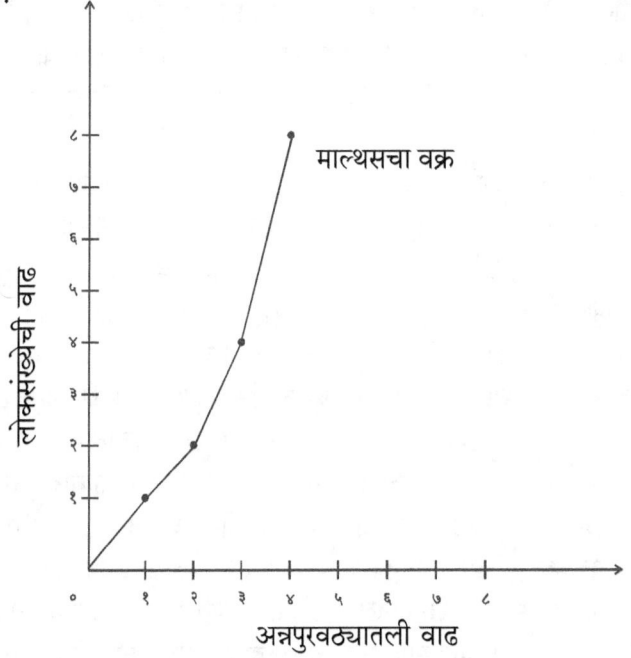

२) शिक्षणाचा प्रसार : शिक्षणाच्या प्रसाराने लोकांच्यात लोकसंख्येवर नियंत्रण ठेवण्याची उमज निर्माण होते. तसेच अन्नधान्य वाढीसाठीही नवनवीन प्रयोग व उपाय शोधले जातात.

३) तांत्रिक प्रगती : याशिवाय दळणवळणाच्या सोयी, वाढविण, तांत्रिक विकास, इ. आवश्यक ठरतात. तांत्रिक विकासामुळे नवनवीन साधनसंपत्ती शोधता येते. तसेच उपलब्ध साधनसंपत्तीचा जास्तीत जास्त व विविध प्रकारे उपयोग शक्य होतो. याचा परिणाम म्हणजे अधिक लोकसंख्येचे पोषण करता येते.

वेगाने वाढणारी लोकसंख्या व मंदगतीने वाढणारा अन्नपुरवठा यांतील असमतोल आलेखाच्या क्र. १०:१ च्या साहाय्याने स्पष्ट होतो.

माल्थसच्या सिद्धांतावर होणारी टीका

१) माल्थसने लोकसंख्या भूमितीश्रेणीने वाढते असे प्रतिपादन केले. परंतु प्रत्यक्षात जगातील विविध भागात लोकसंख्येची वाढ भूमितीश्रेणीने झालेली आढळतेच असे नाही. उलट, काही पाश्चात्य देशांत तर लोकसंख्येत घट झाली आहे. थोडक्यात, माल्थसचे लोकसंख्या भूमिती श्रेणीने वाढते, हे विधान चुकीचे आहे.

२) अन्नधान्याचे उत्पादन गणितीश्रेणीने वाढते, हे विधानही बरोबर नाही. माल्थसने शेतीक्षेत्रातील तांत्रिक प्रगतीचा, संशोधनाचा परिणाम लक्षात घेतलेला नाही. नवनवीन बियाणांमुळे, शेतीअवजारांमुळे, जंतुनाशकांमुळे शेतीउत्पादन जगातील काही भागांत गणितीश्रेणीपेक्षा किती तरी अधिक वेगाने वाढले आहे. उदा., कॅनडा, सं.संस्थाने, ऑस्टेलिया वगैरे.

३) माल्थस म्हणतो, स्त्री–पुरुषांतील लैंगिक आकर्षण कायम असल्यामुळे लोकसंख्यावाढीचा वेग कायम राहणार. परंतु माल्थसने हे लक्षात घेतले नाही, की लैंगिक आकर्षण जरी असले, तरी त्यामुळे लोकसंख्यावाढ अटळच ठरते, असे होत नाही. उदा., फ्रान्समध्ये लोकांच्यात लैंगिक आकर्षण तेवढेच असले, तरी आपला राहणीमानाचा दर्जा उच्च ठेवण्यासाठी त्या लोकांनी लोकसंख्यावाढ मर्यादित ठेवली आहे. कुटुंबनियोजनाची नवी साधने व सामाजिक बदल यांनी माल्थसचे भाकीत खोटे ठरविले.

४) माल्थसने ज्या काळात हा सिद्धांत मांडला, त्या काळात शेती हाच प्रमुख व्यवसाय होतो. आज परिस्थिती बदलली आहे. आज उद्योगधंद्यांच्या वाढीमुळे दुसऱ्या मार्गानीसुद्धा अन्नधान्य पुरवठा वाढविता येतो. शेतजमीन मर्यादित असली, तरी आपले द्वितीयक व तृतीयक व्यवसाय वाढवून अधिक धान्याची माणसाला आयात करता येते.

५) माल्थस म्हणतो, लोकसंख्यावाढीबरोबर जमीनपुरवठा वाढविता येत नाही, पण आज अनेक प्रदेशात समुद्र मागे हटवून तसेच डोंगरउतारांचा वापर करुन शेतीखाली

अधिकाधिक जमीन आणता येते. तसेच माल्थसने फक्त जमिनीचे क्षेत्रफळ एवढाच विचार केलेला दिसतो. जमिनीच्या क्षेत्रफळाबरोबर तिची उत्पादनकताही तेवढीच महत्त्वाची आहे.

६) माल्थसवर झालेल्या टीकेतील सर्वात महत्त्वाचा भाग, म्हणजे त्याला दूरदृष्टी नव्हती. भविष्यकाळातील औद्योगिक व वाहतूक क्षेत्रांतील प्रगतीचा त्याला नीट अंदाज बांधता आला नाही. म्हणूनच इतर व्यवसायांची प्रगती करुन अन्नधान्य इतर देशांकडून प्रगत वाहतूक माध्यमांकरवी थोड्याच वेळात आयात करु शकण्याची कल्पना त्याला करता आली नाही.

७) लोकसंख्यावाढ म्हणजे संकटच हा माल्थसचा दृष्टिकोनही निराशजनक आहे, कॅननच्या मते, लोकसंख्यावाढ म्हणजे श्रमशक्तीत वाढ. ही वस्तुस्थितीही आपण विसरता कामा नये. या संदर्भातील कॅननचे वाक्य फार महत्त्वाचे आहे. तो म्हणतो, ''जन्माला येणारा प्रत्येक माणूस केवळ तोंड व पोट घेऊनच जन्माला येत नाही, तर बरोबर दोन हातही घेऊन येतो.''

८) हा सिद्धांत माल्थसचाच स्वतंत्र सिद्धांत नव्हता. यातील अनेक मुद्दे आधीच्या लेखकांनी मांडले होते.

९) या सिद्धांतावर धार्मिकतेचा पगडा आहे. त्यामुळे प्रतिबंधक उपायांत केवळ नैतिक संयमाचाच उल्लेख माल्थसने केला. कुटुंबनियोजनाच्या इतर मार्गांचा उल्लेखही त्याने आपल्या सिद्धांतात केला नाही.

४ लोकसंख्या धोरण

(Population Policies)

४.१ प्रस्तावना (Introduction)

४.२ लोकसंख्या धोरण (Population Policies)

४.५ २००० चे राष्ट्रीय लोकसंख्या धोरण (National Population Policy-2000)

४.१. प्रस्तावना (Introduction)

एखाद्या प्रदेशाची सध्याची लोकसंख्या लिंग, वयोगटातील विभाजन व भूतकाळातील बदल लक्षात घेऊन भविष्यकाळात त्या प्रदेशाच्या विशिष्ट काळानंतरच्या लोकसंख्येचा अंदाज म्हणजे लोकसंख्येचे प्रक्षेपण होय. नियोजनासाठी लोकसंख्या, तिचा वाढीचा वेग, वयोगटांतील विभाजन, प्रादेशिक वितरण, ह्याचा अचूक अंदाज आवश्यक असतो. विशिष्ट काळानंतर देशाला अन्नधान्य किती लागेल, शाळेतील मुलांची संख्या किती असेल,व्यवसाय असलेले प्रौढ लोक किती असतील, वृद्ध व्यक्ती किती असतील व इस्पितळे किती लागतील,ही माहिती नियोजनासाठी आवश्यक असते. तसेच जनन व मर्त्यतेतील बदलामुळे लोकसंख्या कशी कशी बदलेल, प्रजोत्पादनक्षम वयात किती लोक असतील,इ.अंदाज प्रशासकांसाठीही आवश्यक असतात.

जनन व मर्त्यता पातळ्या न बदलल्यास व जनन व मर्त्यता पातळ्या बदल्यास भविष्यकाळातील लोकसंख्येचे वेगवेगळे अंदाज केले जातात. जनन, मर्त्यता व स्थलांतर ह्यांचे कल लक्षात घेऊन, लिंगवयोगटांच्या विभाजनाचा अंदाज केला जातो. ह्या अंदाजाचा उपयोग लोकसंख्येच्या प्रक्षेपणासाठी होतो.

४.२. लोकसंख्या धोरण (Population Policies)

अलीकडील काळात जगातील अनेक देशांमध्ये लोकसंख्या वाढीच्या समस्येची जाणीव होऊ लागली. विशेषतः दुसऱ्या महायुद्धानंतर आशिया, आफ्रिका व द.अमेरिकेतील अनेक देश स्वतंत्र झाले आणि आर्थिक व सामाजिक विकासासाठी प्रयत्न करू लागले. विकसित देशांमधून आयात केलेल्या वैद्यकीय ज्ञानामुळे अविकसित देशांतील मर्त्यता झपाट्याने कमी होऊ लागली. परंतु जननदरात बदल न झाल्यामुळे लोकसंख्या झपाट्याने वाढू लागली. लोकसंख्या विकासामध्ये अडसर वाटू लागली. व ह्यामुळे लोकसंख्येविषयी धोरणाची आवश्यकता जाणवू लागली.

लोकसंख्येबद्दल शासनाने निश्चित केलेली उद्दिष्टे व ती साध्य होण्यासाठी केलेले उपाय ह्याला 'लोकसंख्या धोरण' म्हणतात. थोडे वेगळ्या भाषेत सांगायचे झाले तर असे म्हणता येईल; की, लोककल्याणाच्या दृष्टीने शासनाने हाती घेतलेल्या योजना ह्याला 'लोकसंख्या धोरण' म्हणतात.

जननासंबंधी धोरणे दोन प्रकारची असू शकतात - १) जननप्रोत्साही २)जनननियंत्रक.

जननप्रोत्साही धोरणे

प्राचीन काळी मर्त्यतेची पातळी अधिक असल्याने समाज टिकविण्यासाठी जननपातळी अधिक असणे आवश्यक होते. त्यामुळे रोमन राजवटीत अविवाहित व संतती नसलेल्यांना शिक्षा दिल्या जात व मुले असणाऱ्यांना महत्त्वाची पदे दिली जात. जर्मनी, इटली व जपान ह्या देशांनी दोन महायुद्धांमध्ये जननाला उत्तेजन देणारी धोरणे अवलंबिली. त्याचा एक भाग म्हणून अधिकाधिक अपत्ये असलेल्या मातांना बक्षिसे दिली जात. तसेच, ह्या काळात अनेक देशांनी संततिनियमनांच्या साधानांना बंदी घातली होती. उदा. जर्मनीत हिटलरने गर्भपातावर बंदी घातली होती तसेच, विवाहांना प्रोत्साहन देण्यासाठी त्या काळात जर्मनीत विवाहासाठी कर्जे दिली जात. ह्याशिवाय कुटुंबाला अपत्यसंख्येप्रमाणे भत्ते दिले जात. हिटलरने तर शुद्ध वंशाच्या अधिक जननासाठी जर्मनांना आवाहन केले होते. फ्रान्समध्येही पहिल्या महायुद्धापासून जननाला प्रोत्साहन देणारे कायदे केले गेले. फ्रान्समध्ये पहिले महायुद्ध संपल्याबरोबर संततिनियमनाच्या साधनांना बंदी घातली गेली. तसेच, गर्भपातावरही बंदी घातली गेली. इतकेच नव्हे, तर दोनपेक्षा अधिक अपत्ये असलेल्या कुटुंबांना कुटुंब-भत्ता दिला जाऊ लागला. ह्या भत्त्यात प्रत्येक अपत्यागणिक वाढ होत असे. ह्याच तऱ्हेचे कायदे झेकोम्लोव्हाकिया, स्वीडन, इ. युरोपातील इतर देशांतही करण्यात आले.

जननियंत्रणक धोरणे

दुसरे महायुद्ध संपल्यापासून अविकसित देशांमध्ये जननपातळी खाली आणणे नितांत आवश्यक झाले. काहींच्या मते, वेगाने विकास घडवून आणणे हाच ह्यावर उपाय आहे. परंतु ह्या उपायाला खूप कालावधी लागतो व मधल्या काळात लोकसंख्या वाढते. ह्यावर मात करण्यासाठी जननाची पातळी खाली आणण्यासाठी अविकसित देशांनी कुटुंबनियोजनाचा स्वीकार केला आहे.

अविकसित देशांतील कुटुंबनियोजन

जननाची पातळी खाली आणणे हे मर्त्यतेची पातळी खाली आणण्याइतके सोपे नाही. जननाची पातळी खाली आणण्यासाठी दाम्पत्यांना छोट्या कुटुंबाचे महत्त्व पटणे आवश्यक असते. तसेच, त्यांना संततिनियमनांची जाणही आवश्यक असते. ह्याशिवाय संततिनियमनांच्या पद्धती दाम्पत्यांना सुलभपणे उपलब्ध असणेही आवश्यक असते. विकासामुळे हे बदल विनासायास होतात, असा विकसित देशांचा अनुभव आहे. विकसित देशांमध्ये दाम्पत्यांना स्वतःला समाजात उच्च स्थान मिळावे असे तीव्रतेने वाटत असते, व त्यासाठी आपत्यांची संख्या कमी ठेवणे आवश्यक आहे ह्याची जाणीव असते. त्यामुळे विकसित देशांतील दाम्पत्ये अपत्यसंख्या कमी ठेवतात. अविकसित देशांमध्येही विकासामुळे जननपातळी हळूहळू कमी होईल. परंतु अविकसित देशांजवळ हे घडून येण्यासाठी लागणारा वेळ देता येणे शक्य नाही.

अविकसित देश, विकास नाही म्हणून जनन कमी होत नाही, व जनन कमी होत नाही म्हणून विकास नाही, ह्या दुष्टचक्रात अडकले आहेत. ह्या दुष्टचक्रातून बाहेर पडण्यासाठी मोठ्या प्रयत्नांची आवश्यकता आहे व कुटुंबनियोजन हा त्या प्रयत्नांचा एक भाग आहे.

भारतामध्ये स्वातंत्र्य मिळाल्यापासून व विशेषतः १९५१ पासून असे प्रयत्न होत आहेत. अनेक अविकसित देशांमध्येही असेच प्रयत्न होत आहेत. ह्या देशांमधील जनतेस मोठ्या प्रमाणावर कुटुंबनियोजन सेवा उपलब्ध होऊ लागल्या आहेत. कुटुंबनियोजनाच्या अनेक साधनांचा उपयोग केल्यामुळे चीन, द. कोरिया, सिंगापूर, तैवान, थायलंड, हाँगकाँग, श्रीलंका, इजिप्त इ. अविकसित देशांमधील जननपातळी ५ ते ५० टक्के कमी झाली आहे. जनन-पातळी खाली आणण्यासाठी इतरही अनेक उपाय केले जात आहेत. उदा. कायद्याने मुलींच्या विवाहाचे वय वाढविणे, मुलींना अधिक शिक्षण देणे, त्यांना व्यवसायांत अधिक संधी देणे व गर्भपातासंबंधीचे कायदे शिथिल करणे, विवाह-वय वाढवणे. अनेक अविकसित देशांनी जननपातळी खाली आणण्यासाठी मुला-मुलींची विवाहवये कायद्याने वाढविली आहेत. चीनने १९५० साली मुलींचे विवाहाचे किमान

वय १८ वर्षे व मुलांचे किमान वय २० वर्षं केले. पाकिस्तानने १९६१ मध्ये मुलींचे विवाहाचे किमान वय १६ वर्षे व मुलांचे विवाहाचे वय किमान १८ वर्षे केले. भारतात १९७६ मध्ये मुलींचे विवाहाचे वय १८ वर्षे मुलांचे २१ वर्षे असा कायदा केला. ट्यूनिशियात १९६४ मध्ये बहुपत्नीकत्वास बंदी घालण्यात आली व मुलींचे विवाहाचे किमान वय १७ वर्षे व मुलांचे ३० वर्षे करण्यात आले. परंतु अविकसित देशांमध्ये ह्या कायद्याचे पालन होईल, ह्याची शाश्वती देता येत नाही; कारण अशा देशांत विशेषतः ग्रामीण भागात जन्म-नोंदी नीट ठेवल्या जात नाहीत. कदाचित मुलींचे लग्नाचे वय वाढविण्यासाठी मुलींची शैक्षणिक पातळी उंचावणे हा एक उपाय होऊ शकेल. श्रीलंका, दक्षिण कोरिया, इ. अविकसित देशांमध्ये मुलींची शैक्षणिक पातळी उंचावल्यामुळे मुलींचे लग्नाचे वय वाढले. अशाच तऱ्हेचा बदल विकासामुळेही होऊ शकेल कारण विकासामुळे शैक्षणिक पातळी उंचावते व कमी जननास अनुकूल असा दृष्टिकोन तयार होतो. प्रोत्साहने किंवा अधिक भत्ते देऊनही लहान कुटुंब कल्पनेस उत्तेजन देण्यात येते. अशा तऱ्हेचे प्रयत्न सिंगापूरमध्ये केले जातात. ह्या प्रयत्नांचा भाग म्हणून दोन पेक्षा जास्त अपत्ये असलेल्या कुटुंबाना स्वस्त जागा मिळत नाही. तसेच अशा कुटुंबांना प्राप्तीकरामध्ये सूट मिळत नाही. इतकेच नव्हे, तर प्रसूतीच्या वेळी सुट्टीदेखील मिळत नाही व प्रसूतीची फी जास्त आकारली जाते. ह्या प्रयत्नांचा एक भाग म्हणून काही देशांनी लोकसंख्या शिक्षण ह्या विषयाचा समावेश शालेय अभ्यासक्रमात केला आहे.

कुटुंब कल्याण कार्यक्रम (Family Welfare Programme)

आधुनिक काळात कुटुंब नियोजन कार्यक्रम लोकसंख्या विस्फोटावर उपाय म्हणून जागतिक पातळीवर प्रभावी ठरला आहे. चीन सारख्या देशाने एक अपत्य संकल्पनेतून जननदर दर हजारी १२ पर्यंत खाली आणला. जागतिक लोकसंख्या अहवाल २०१२ नुसार चीन या देशातील ८५% विवाहित स्त्रिया ज्या बालकांना जन्म देऊ शकतात. अशा स्त्रियांनी संतती नियमन साधनाचा वापर केलेला आहे. श्रीलंकेसारख्या देशांतही कुटुंब नियोजन कार्यक्रमांची योग्य अंमलबजावणी होऊन भारतापेक्षा चांगली स्थिती निर्माण केलेली आहे. भारतातील केरळ, तमिळनाडू, गोवा ही राज्ये वगळता इतर राज्यात कुटुंब नियोजन कार्यक्रमांची आजही स्थिती चांगली नाही असे म्हणता येईल.

साधारणपणे १९९० नंतरच्या काळात कुटुंब नियोजन कार्यक्रमाचे स्वरूप बदलून त्याला कुटुंब कल्याण कार्यक्रम असे व्यापक स्वरूप देण्यात आले.

कुटुंब कल्याण कार्यक्रमाच्या यशासाठी पुढील मुद्दे महत्त्वाचे मानण्यात आले -

१) जन माहिती कार्यक्रम.

२) प्रोत्साहन व नियंत्रण.

३) कुटुंब नियोजन केंद्रे.

४) संशोधन.

४.३. भारतातील कुटुंब कल्याण कार्यक्रम (Family Welfare Programme in India)

स्वातंत्र्यपूर्व काळात भारतात शासकीय लोकसंख्या धोरण नव्हते. १९२० सालापर्यंत मर्त्यता पातळी अधिक असल्याकारणाने लोकसंख्या वाढीच्या समस्येची विशेष जाणीवच नव्हती. १९२५ मध्ये प्रा. रघुनाथ धोंडो कर्वे ह्यांनी मुंबईत पहिले संततिनियमन चिकित्सालय उघडले. त्यापाठोपाठ १९३० मध्ये म्हैसूरमध्ये पहिले शासकीय संततिनियमन चिकित्सालय सुरू झाले. १९३२ साली मद्रास विश्वविद्यालयाने संततिनियमनविषयक शिक्षण देण्याची सूचना मान्य केली व १९३३ मध्ये मद्रास राज्यात संततिनियमन चिकित्सालये स्थापन झाली.

ह्याच सुमारास नेहरूंच्या अध्यक्षतेखालील नियोजन समितीने कुटुंबनियोजनास पाठिंबा दिला. स्वातंत्र्यानंतर विकासाचे युग चालू झाले व लोकांच्या आशा-आकांक्षा उंचावू लागल्या १९५० ते ५१ ह्या दशकात भारताची लोकसंख्या १३.३टक्क्यांनी वाढली. पहिल्या पंचवार्षिक योजनेच्या मसुद्यात लोकसंख्यावाढीचा दर कमी करण्याची आवश्यकता प्रतिपादन करण्यात आली होती. त्यासाठी कुटुंबनियोजनाची आवश्यकता आहे, असे म्हटले होते. परंतु पहिल्या पंचवार्षिक योजनेत कुटुंबनियोजनासाठी फक्त ६५ लाख रुपये उपलब्ध करून देण्यात आले होते. १९५१ मध्ये संततिनियमन चिकित्सालयांची संख्या ५० होती, ती १९५६ मध्ये १६५ झाली. दुसर्‍या पंचवार्षिक योजनेत संततिनियमनाला थोडे जास्त महत्त्व दिले गेले. ह्या काळात मध्यवर्ती कुटुंबनियोजन मंडळाची स्थापना झाली.

दुसर्‍या पंचवार्षिक योजनेत कुटुंबनियोजनासाठी ४९७ लाख रुपये देण्यात आले होते. ह्यामुळे कुटुंबनियोजन चिकित्सालयांची संख्या वाढून ४१३५ झाली. भारतात १९५८ पासून कुटुंबनियोजन शस्त्रक्रिया होऊ लागल्या. पुढील तीन वर्षांत १ लाख ५७ हजार शस्त्रक्रिया झाल्या. १९५७ मध्ये मुंबईला लोकसंख्या विषयक प्रशिक्षण व संशोधन संस्था स्थापन झाली. तरीही १९५१ ते ६१ ह्या दशकामध्ये भारताची लोकसंख्या २१.६४ टक्क्यांनी वाढली. त्यामुळे पहिल्या दोन पंचवार्षिक योजनांच्या काळातील कुटुंबनियोजनासाठी केलेले प्रयत्न अपुरे होते, हे स्पष्ट झाले त्यामुळे तिसर्‍या पंचवार्षिक योजनेच्या काळात लोकांमध्ये छोट्या कुटुंबाची कल्पना रुजवणे, त्यांना कुटुंबनियोजनाचे ज्ञान देणे व कुटुंबनियोजनाची साधने उपलब्ध करून देणे असे प्रयत्न झाले. १९६२ मध्ये दिल्लीला राष्ट्रीय कुटुंबनियोजन संख्या स्थापन झाली तिसर्‍या पंचवार्षिक योजनेत

२७ कोटी रुपये कुटुंबनियोजनाला देण्यात आल्यामुळे ५०५७ कुटुंबनियोजन चिकित्सालये स्थापन झाली. तसेच, कुटुंबनियोजनाच्या शस्त्रक्रिया १९६६-६७ साली फक्त नऊ लाख झाल्या होत्या. त्यांची संख्या १९६७-६८ साली १९ लाख झाली.

चवथ्या पंचवार्षिक योजनेत कुटुंबनियोजनाला २८२ कोटी रुपये देण्यात आले होते, तरीही त्यामुळे १९६१ ते १९७१ ह्या दशकात भारताची लोकसंख्या २४.८ टक्के वाढली. १ एप्रिल, १९७२ पासून गर्भपाताला कायदेशीर मान्यता देण्यात आली, ह्यामुळे १९७२-७३ ह्या वर्षात ३० लक्ष शस्त्रक्रिया झाल्या. ह्याचप्रमाणे शाळा व महाविद्यालयांतून लोकसंख्या विषयक शिक्षण दिले जाऊ लागले. पाचव्या पंचवार्षिक योजनेत अर्भक मर्त्यता कमी करण्याचे प्रयत्न झाले. ह्या सर्व प्रयत्नानंतरही १९७५ मध्ये प्रजोत्पादनक्षम वयातील फक्त १६ टक्के दाम्पत्यांनी संतति नियमन स्वीकारले होते. जननदर हजारी २५ इतका खाली आणण्यासाठी प्रजोत्पादनक्षम वयातील दाम्पत्यांपैकी ५० ते ६० टक्के दाम्पत्यांनी संततिनियमनाचा स्वीकार करणे आवश्यक आहे.

संततिनियमनाच्या प्रसारात महाराष्ट्र, केरळ, हरियाणा, पंजाब, तमिळनाडू ही राज्ये अग्रेसर आहेत. ह्या उलट उत्तरप्रदेश, राजस्थान, बिहार, आसाम प. बंगाल व मध्यप्रदेश ही राज्ये कुटुंबनियोजनाच्या प्रसारात मागासलेली आहेत.

१९७६ पासून कुटुंबनियोजनाच्या नवीन उपाययोजना सुरू झाल्या, त्यामध्ये कायद्याने मुलीचे लग्नाचे वय किमान १८ वर्षे व मुलांचे किमान २१ वर्षे ठरवले गेले. स्त्रीशिक्षण, बालकांचे आरोग्य व पोषण अर्भक-मर्त्यता व लोकसंख्या शिक्षण यांना प्राधान्य दिले जाऊ लागले तसेच, राज्यांना केंद्राकडून मिळणाऱ्या एकूण मदतीपैकी ८ टक्के मदत त्या राज्याच्या कुटुंबनियोजनविषयक प्रगतीप्रमाणे दिली जाऊ लागली. ह्याशिवाय आर्थिक प्रोत्साहनांची योजनाही कार्यान्वित झाली. १९७४ ते ७७ ह्या आणीबाणीच्या काळात कुटुंबनियोजन शस्त्रक्रियांची देशातील काही भागांत सक्ती केली गेली. त्यामुळे १९७४-७५ साली फक्त १४ दशलक्ष शस्त्रक्रिया झाल्या होत्या. १९७५-७६ साली २७ दशलक्ष व १९७६-७७ साली त्या ८१ दशलक्ष झाल्या.

ह्या काळात उत्तरप्रदेश, बिहार, मध्यप्रदेश, राजस्थान ह्या अविकसित राज्यांनी कुटुंबनियोजनात विशेष प्रगती दाखविली. परंतु ह्या खाजगी विषयात सक्ती झाल्याने देशात त्याविरुद्ध तीव्र भावना उमटली. ह्याचे पर्यवसान १९७७ च्या निवडणुकीत काँग्रेसचा पाडाव होण्यात झाले. जनता पक्षाने 'कुटुंबनियोजन' विषयक बाबतीत सक्ती थांबविली व कुटुंबनियोजनाऐवजी 'कुटुंबकल्याण' शब्द उपयोगात आणला. या सर्वांचा एकत्रित परिणाम म्हणून १९७१- ८१ या दशकात भारताची लोकसंख्या २५ टक्क्याने वाढली. जून १९९१ मध्ये झालेल्या लोकसभा व विधानसभा निवडणुकीत एकाही पक्षाने

कुटुंबनियोजनावर फारसा भर दिला नाही. परंतु आर्थिक सामाजिक बदल व शिक्षणाचा प्रसार तसेच मृत्यू व बालमृत्यूतील घट यामुळे २००१ ते ११ या दशकात भारतातील लोकसंख्या वाढीचा दर १७.६४ टक्के इतका कमी झाला. हा बदल आशादायक असला, तरी अजूनही लोकसंख्या वाढीचा वेग भीतिदायकच आहे. नजीकच्या भविष्काळात हा दर झपाट्याने खाली आणण्यासाठीच्या प्रयत्नांची देशाला नितांत गरज आहे.

४.४. भारतातील कुटूंब कल्याण कार्यक्रमाचे मूल्यमापन (Evaluation of Family Welfare Programme in India)

'कुटुंब नियोजन कार्यक्रम' शासकीय पातळीवर अंमलात आणणारा भारत हा पहिलाच देश आहे. गेली ६० वर्षे सातत्याने येथे लोकसंख्या नियंत्रणविषयक विविध उपक्रम राबवले जात आहेत. कोट्यवधी रुपये खर्च होत आहेत. देशाच्या विकासाच्या दृष्टीने लोकसंख्या वाढीवर नियंत्रण ठेवण्यासाठी कुटुंब नियोजन जितके महत्त्वाचे, समाजाचे, समाजातील प्रत्येक कुटुंबाचे स्वास्थ्य व उज्ज्वल भवितव्य घडविण्यासाठी 'कुटुंब कल्याण कार्यक्रम' ही तितकाच आवश्यक, तेव्हा कुटुंब नियोजन कार्यक्रमांचे जोडीनेच कुटुंब कल्याण कार्यक्रम परिणामकारकरीत्या राबविण्याचे ठरविण्यात आले. कुटुंब नियोजन कार्यक्रम यशस्वी करण्यासाठी प्रशिक्षणाची गरज लक्षात घेऊन, कुटुंब नियोजन कार्यक्रमाचे प्रशिक्षण देण्यासाठी देशात 'पाच सेंट्रल ट्रेनिंग इन्स्टिट्यूटस' स्थापन करण्यात आल्या. याशिवाय, ४४ प्रादेशिक केंद्रे व अनेक संशोधन केंद्रे उघडली गेली. ग्रामीण क्षेत्रातील लोकांना आरोग्यविषयक शिक्षण देणे, तेथील विवाहित दाम्पत्यांना संतती प्रतिबंधक पद्धती समजावून सांगणे. स्त्री/पुरुष संतती प्रतिबंधक शस्त्रक्रिया व गर्भपात इत्यादी उपक्रम राबविण्यासाठी शिबिरे घेणे इत्यादी कुटुंब योजनविषयक कार्यक्रमांसाठी ग्रामीण भागात अनेक आरोग्य केंद्रे, समाज अरोग्य केंद्रे, प्राथमिक आरोग्य केंद्रे व उपकेंद्रे स्थापण्यात आली. शहरी व ग्रामीण विभागांत विवाहित दाम्पत्यांना कुटुंबनियोजनासंबंधी सल्ला देण्यासाठी, मोफत स्त्री-पुरुष नसबंदी करण्याच्या हेतूने, विनामूल्य संतती प्रतिबंधक साधने व मोफत औषोधोपचार करण्यासाठी कुटुंब नियोजन केंद्रे उघडण्यात आली. शिवाय खाजगी डॉक्टर्स, स्त्रियांच्या सेवाभावी संस्था, सामाजिक संघटनांचे कार्यकर्ते, सरकारी खाती, पंचायत समित्या इत्यादी 'कुटुंब नियोजन व कुटुंब कल्याण' हा कार्यक्रम यशस्वी करण्यासाठी राबत आहेत. प्रशासनाच्या जोडीनेच खाजगी संस्थाही लोकसंख्या नियंत्रणाचे उद्दिष्ट साध्य करण्यासाठी झटत आहेत. हा उपक्रम सर्व राज्यांत,जिल्ह्यांत, तालुक्यांत,बहुसंख्य खेड्यांपर्यंत पोहोचला आहे.एवढे असूनही, या उपक्रमाला हवा तसा परिणाम साधता आलेला नाही,हे खेदाने नमूद करावे लागते आहे.

कोणतीही योजना कार्यरत होण्यासाठी, उपक्रम यशस्वी होण्यासाठी, तो

ज्यांच्यासाठी राबवला जाणार आहे. त्यांचा सहभाग, सहकार्य आवश्यक असते, त्यावरच त्या धोरणांची पूर्तता अवलंबून असते. हे विसरून चालणार नाही. शहरातील लोक शिकले-सवरलेले असल्यामुळे, आणि दैनंदिन जीवनात प्रसार माध्यमांच्या संपर्कात असल्यामुळे कुटुंब नियोजनाचे महत्त्व या लोकांना समजून आलेले आहे. त्यामुळे तेथे कुटुंब नियमनाचा अंगीकार स्वेच्छेने केला जातो. ग्रामीण भागातील चित्र मात्र वेगळेच आहे. एकतर ग्रामीण समाज अजूनही गरिबी, अंधश्रद्धा, अशिक्षितपणा यात खितपत पडलेला आहे, त्यात कुटुंब नियोजन कार्यक्रमांची प्रचार-प्रसार माध्यमे आणि ग्रामीण भागातील दैनंदिन जीवन, यात कुठेच ताळमेळ बसत नाही. त्यामुळे कुटुंब नियोजन उपक्रमाचा संदेश तेथील लोकांपर्यंत पोहोचतच नाही. जी गोष्ट मुळात समजलीच नाही, ती स्वतःहून अंगीकारली कशी जाणार या उपक्रमाकडे बघण्याचा लोकांचा दृष्टिकोन 'केवळ एक सरकारी उपक्रम' एवढाच असतो. आपल्याला या उपक्रमाशी काहीही देणे-घेणे नाही, असाच लोकांचा पवित्रा असतो. त्यामुळे या उपक्रमाबद्दल लोकांमध्ये चर्चाही होत नाही आणि लोक सहभागही घेत नाहीत.

शहरी विभागातील दारिद्र्यरेषेखाली जगणारे लोक, 'जास्त मुले म्हणजे कमाई करण्याची जास्त संधी' असा विचार करुन अधिकाधिक मुलांना जन्म देत राहतात. काही वेळा, मुल होणे कसे थांबवावे, हे ठाऊक नसल्याने आणि त्याबद्दल उघड चर्चा करणे लज्जास्पद वाटत असल्यामुळे 'पदरी पडले........' या भावनेने मुलांचा भरणा होतच राहतो. 'मुले ही देवाघरची देण असते. मुलं झाले नाही तर मृत्युनंतर नरकवास भोगावा लागतो' या आणि अश्या पूर्वापार चालत आलेल्या अंधश्रद्धा, 'घराण्याला वारस हवाच, वंशाला दिवा हवाच' या बुरसटलेल्या विचारांमुळे मुलगा होईपर्यंत मुलींना जन्म देत राहणे किंवा गर्भजलपरीक्षण करून मुलीचा 'गर्भ पाडणे' या मागासलेल्या विचारधारणेमुळे लोकसंख्या वाढते आहेच, शिवाय समाजातील स्त्रियांचे प्रमाणही घटते आहे, ज्यामुळे स्त्री-पुरुष प्रमाणातील संतुलन बिघडत चालले आहे. या गोष्टी सामाजिक स्थैर्यास हानिकारक ठरणाऱ्या आहेत.

लोकांच्या सहकार्याव्यतिरिक्त, लोकप्रतिनिधी, राज्यकर्त्यांच्या इच्छाशक्तीचा अभावही या योजनेच्या पूर्ततेच्या आड येतो, हे खेदाने मान्य करावे लागेल. चीनने 'एक दाम्पत्य एक अपत्य' हे धोरण स्वीकारून लोकसंख्यावाढीवर ताबा मिळवला. तेथे कुटुंब नियोजनासाठी स्वतंत्र खाते व मंत्री आहेत. भारतात मात्र या गंभीर समस्येकडे लक्ष देण्यास कोणत्याच राज्यकर्त्यास वा राजकीय पक्षास स्वारस्य नाही. अन्न, पाणी, ऊर्जा, दळणवळण, एकूण साऱ्या क्षेत्रातील समस्यांच्या मुळाशी लोकसंख्यावाढ हेच कारण आहे. हे कळत असूनही, मते (वोटबँक) बुडण्याच्या भयाने, राजकारणी जाणून-

बुजून त्याबद्दल बोलणे टाळतात, कायदे करून, लोकांच्या मानसिकतेला धक्का देऊन, लोकांच्या विरोधाला तोंड द्यावे लागू नये व सत्तेवरून पाय उतार होण्याची नामुष्की पत्कारावी लागू नये म्हणून गप्प बसणेच पसंद करतात.

कुटुंबकल्याण कार्यक्रमाचे अपयश

भारतात इ. स. १९५१ ते १९७६ पर्यंत कुटुंब नियोजन कार्यक्रम व्यवस्थित पार पडला, पण त्यानंतर मात्र या कार्यक्रमाला खिळ बसली, इ. स. १९७६ मध्ये महाराष्ट्र विधमंडळाने कुटुंब नियोजन सक्तीचे करणारी कायदा एकमताने संमत केला. त्यातच, आणीबाणीत संजय गांधी यांच्या आग्रही, आक्रमक प्रचार-प्रसाराची भर पडली. १९ एप्रिल १९७६ रोजी दिल्लीतील तुर्कमन गेटजवळील मुस्लीम झोपडपट्टीत 'कुटुंब नियोजन शस्त्रक्रिया' करण्यासाठी सक्ती करण्यात आली, ज्यामुळे हा कार्यक्रम जनमानसातून, विशेषतः पुरुषांच्या मनातून पार उतरला आणि पुरुषवर्गाचा सहभाग मोठ्या प्रमाणावर घसरला, जो अद्याप तसाच आहे.

'जे शासन सक्तीने जन्मप्रमाण खाली आणण्याचा प्रयत्न करेल ते सरकार खाली येईल.' ही ज्येष्ठ लोकसंख्याशास्त्रज्ञ फ्रँक नोटेस्ट्रीन यांनी इ. स. १९६७ मध्ये केलेली भविष्यवाणी १९७६ साली क्राँग्रेस सरकारच्या बाबतीत तंतोतंत खरी ठरली. त्यानंतर केंद्रातील कोणत्याही सरकारने सक्तीचे कुटुंब नियोजन सोडाच, कुटुंब कल्याण कार्यक्रमाकडेही आस्थेने पाहिले नाही.

जसे शासन, तसा प्रशासकीय कर्मचारी-अधिकारी वर्ग हा उपक्रम राबवणाऱ्या उच्च अधिकाऱ्यांपासून ते चतुर्थश्रेणी कर्मचाऱ्यांपर्यंत साऱ्यांची उपक्रमाप्रती असणारी कमालीची उदासीनता, हे सुद्धा कुटुंब नियोजन उपक्रमाच्या अपयशामागचे कारण आहे. आधीच लालफितीत अडकलेला कारभार, त्यात राज्यकर्त्यांच्या दृष्टीने 'कुटुंब नियोजन' उपक्रम तितकासा महत्त्वाचा ठरत नसल्याने, याबाबतच्या फायली वर येण्यास विलंब होतो. कर्मचारी-अधिकारी वर्ग वरून आदेश येण्याची वाट बघत बसतात, तोवर लोक आपले काम करत राहतात. लोकसंख्येत भर घालत राहतात. लोकसंख्याविषयक समस्या वाढत जातात.

लोकांच्या समस्या, लोकांचे प्रश्न कळकळीने जगासमोर मांडणारा, लोकांचे प्रतिनिधित्व करणारा इलेक्ट्रॉनिक मीडिया, सरकारकडून जाहिराती घेऊनही, केवळ टी.आर.पी. वाढवण्याच्या नादात, लोकसंख्याविषयक लोकप्रबोधन करू इच्छित नाही. लैंगिक अत्याचाराच्या बातम्या सर्वप्रथम व वारंवार- दाखवणारी न्यूज -चॅनेल्स कुटुंब नियोजनाबद्दल मात्र एकदाही बोलू इच्छित नाहीत, ही लोकसंख्या नियोजन कार्यक्रमाची शोकांतिका आहे. लोकांच्या प्रश्नावर काम कराणाऱ्या स्वयंसेवी संस्था लोकांपर्यंत

पोहोचून कुटुंब नियोजनाबद्दल लोकमत बनवण्यात अपयशी ठरल्या आहेत. प्रचंड लोकसंख्येच्या जीवावर तर उद्योगपतींचे उदयोग तग धरून असतात, ते लोकसंख्येवर आक्षेप कसा घेणार? एकंदर कुटुंब नियोजनाविषयी आपल्या देशात असलेली संपूर्ण अनास्थाच लोकसंख्यावाढीच्या समस्येचे मूळ आहे; असे म्हटले तर वावगे ठरू नये.

भारतासारख्या अफाट लोकसंख्या असलेल्या देशात कुटुंबनियोजन व कुटुंबकल्याण उपक्रम कार्यक्षमतेने राबविणे सोपे नाही. त्यासाठी अतिशय कार्यक्षम, जागृत व लोकाभिमुख सरकारी यंत्रणा हवी, जी भारताकडे नाही. उपलब्ध साधनांचा पर्याप्त वापर होणे आवश्यक आहे, जो आपल्याकडे होत नाही. प्रशिक्षित कर्मचारी वर्ग पुरेशा प्रमाणात व वेळेवर उपलब्ध असावयला हवा, जे भारतात अभावाने आढळते. एक तर कर्मचारी वर्ग प्रशिक्षित असेल असे नाही, आणि असलाच तर वेळेवर उपलब्ध होऊ शकतो हे सांगणे कठीण, त्यामुळे हजर असलेल्या कर्मचारी वर्गाकडून कामचलाऊपणा वा कामचुकारपणा अनुभवण्यास मिळतो.वर्षानुवर्षे हेच चालत आले आहे.

लोकसहभागाचे महत्त्व

केवळ उच्च प्रतीची उद्दिष्टे डोळ्यांसमोर ठेवून, मोठमोठी धोरणे आखून, काही होत नाही, त्या उद्दिष्टांच्या, धोरणांच्या पूर्ततेसाठी योग्य दिशेने वाटचाल होणेही गरजेचे असते. कडक कायदे व नियम बनवून, सक्ती करून कुटुंब नियोजन प्रत्यक्षात आणणे शक्य नाही हे इतिहासाने दाखवून दिले आहेच. लोकांनी मनापासून हा उपक्रम स्वीकारला, तरच लोकसंख्या काबूत ठेवणे शक्य होऊ शकते. लोकांचा उत्स्फूर्त सहभाग लाभावा यासाठी लोकमत तयार करणे अत्यावश्यक आहे; हे सर्व घडू शकते, ते लोकशिक्षण आणि लोकजागृतीद्वारे घडवून आणायला हवे. हे कार्य एकदा करून भागण्यासारखे नाही तर त्यात वारंवारता येणेही तितकेच गरजेचे आहे. हा कार्यक्रम राबवत असताना, समाजातील सर्व स्तरातील लोकांना एकाच तराजूत न तोलता, जिथे हा कार्यक्रम राबवण्याची नितांत गरज आहे त्या समाजिक स्तरावर लक्ष केंद्रित करणे आवश्यक आहे. त्या स्तरातील लोकांपर्यंत पोहोचून त्यांच्यात मिळून-मिसळून त्यांच्या कलाने घेऊन त्यांना उपक्रमाचे महत्त्व पटवून द्यायला हवे.

लोक प्रबोधन

लोकप्रबोधनासाठी मनोरंजनाच्या माध्यमांचा वापर करायला हरकत नाही. भारतीय समाजातील टेलिव्हिजन वाहिन्या, चित्रपट क्षेत्राचे स्थान लक्षात घेऊन या माध्यमाचा उपयोग कुटुंब नियोजनाचा संदेश तळागाळातील लोकांपर्यंत पोहोचविण्यासाठी केला

जाऊ शकतो. भारतात खेडोपाडी जिथे अजूनही इलेक्ट्रिक माध्यमे पोहोचलेली नाहीत, तिथे परंपरागत लोककलांच्या आधारे लोकजागृती घडवून आणता येऊ शकते. पूर्वीच्या काळी तुकाराम महाराज, एकनाथ महाराज, रामदास स्वामी यांसारख्या संतजनांनी भजने, भारुडं, गवळणी या माध्यमांतूनच तर अंधारात चाचपडणाऱ्या समाजाला ज्ञान-मार्गावर आणून सोडले, हे विसरून चालणार नाही. त्याचप्रमाणे हा उपक्रम राबविताना, कार्यक्रमाला लागणाऱ्या सोयी-सुविधा पुरवून भागणार नाही, तर पटवून दिले पाहिजे. कुटुंब नियोजन ही खाजगी बाब आहे, हे मान्य केले तरी, ही वैयक्तिक बाब देशाच्या सामाजिक जीवनाशी निगडित असल्यामुळे, ती देशातील एकंदर लोकसंख्यावाढीला हातभार लावत असते आणि तिचा परिणाम देशाच्या भविष्यावर कसा होऊ शकतो, याची जाणीव लोकांना करून द्यायला हवी. केंद्र सरकारने आखलेल्या लोकसंख्या नियंत्रणासाठीच्या उपक्रमांची जाणीवही लोकांना करून द्यायला हवी. 'कुटुंब नियोजन व कुटुंब कल्याण' उपक्रमाला सार्वत्रिक मोहिमेचे स्वरूप देणे आवश्यक आहे. कुटुंब नियोजन कार्यक्रम हा सामाजिक बदलाचा अंगभूत भाग असल्याचा प्रचार समाजात खोलवर रुजवला जाण्याची गरज आहे. सामाजिक हिताच्या दृष्टीने, लोकांमध्ये जागृती घडवून आणण्यासाठी जनजागर अभियान, सामाजिक चळवळी उभ्या राहणे आवश्यक आहे. जनजागृती करून या समस्येचे गांभीर्य समजावून सांगून, लोकसंख्येचा विस्फोट थांबविण्यासाठी लोकांना आवाहन करून, या चळवळीत प्रत्यक्ष सहभागी करून घ्यायला हवे. या समस्येचा मुकाबला करण्यासाठी रूढी, परंपरा, प्रथा, संकुचित धार्मिक संकल्पना, जात-धर्म, पक्षभेद दूर सारून जनआंदोलन उभारण्याची नितांत गरज आहे. जागतिक कीर्तीच्या विचारवंतांचे विचार लोकांपर्यंत पोहोचवणे गरजेचे आहे.

शासन यंत्रणा

सरकारी पातळीवर या समस्येबाबत निर्णय घेण्यासाठी विचारी, कृतिशील व धाडसी शासन असणेही गरजेचे आहे. लोकसंख्या वाढीवर अंकुश ठेवणाऱ्या ज्या पंचवार्षिक योजना पूर्णत्वास गेल्या आहेत, त्यांच्यासारखाच कल्पक आराखडा तयार व्हायला हवा. किंबहुना, असे म्हणता येईल की, आजवर ज्या पंचवार्षिक योजना मांडण्यात आल्या, त्यांचे उद्दिष्ट डोळ्यांसमोर ठेवून प्रामाणिकपणे वाटचाल केली गेली तरी पुष्कळ झाले. लोकसंख्या नियंत्रण हा एकांगी कार्यक्रम नसून साक्षरता, आरोग्य, आहार, शिक्षण आणि जनजागृती मोहीम या सर्व कार्यक्रमांची सांगड कुटुंब नियोजनाशी घातली गेली पाहिजे. मुलाचे वय २५ वर्षे व मुलीचे वय २१ वर्षे पूर्ण होईपर्यंत त्यांचा विवाह होणार नाही, याकडे लक्ष द्यायला हवे. चीनप्रमाणे 'एक दाम्पत्य एक अपत्य' वा 'हम दो हमारे दो' या धोरणाचा कटाक्षाने अवलंब होणे आवश्यक आहे. दोन मुलांत

योग्य अंतर, वयाच्या २१व्या वर्षापूर्वी गर्भधारणा टाळणे, अपत्यांची संख्या एक वा दोन पर्यंत मर्यादित ठेवणे, इत्यादिंसाठी जनजागर करून, जनमत तयार करण्यासाठी प्रभावी प्रयत्न व्हायला हवेत. त्याशिवाय समाजाच्या विचारसरणीत मुलभूत बदल घडवून आणले पाहिजेत. देशांतील स्त्रियांचा सामाजिक दर्जा उंचावला पाहिजे. स्त्रियांना शिक्षण व बेरोजगारांना रोजगाराच्या संधी उपलब्ध करून दिल्या पाहिजेत. धार्मिक संकल्पनांचा बाऊ न करता, कुटुंब नियोजन विषयक तंत्रांची प्रसार-प्रचार मोहीम उघडली पाहिजे. आपल्या रुग्णांना कुटुंब नियोजनासाठी प्रवृत्त करणाऱ्या डॉक्टर्स/ वैद्य यांच्या कार्याची दखल घेऊन त्यांना सुयोग्य प्रोत्साहने व पुरस्कार दिले गेले पाहिजेत.

लोकसंख्यावाढीच्या या समस्येला केवळ शासकीय कार्यक्रम करून तोंड देता येणे शक्य नाही, त्यासाठी खासगी क्षेत्रातील साथीची जोड घेणे सयुक्तिक ठरेल. खासगी प्रॅक्टिस करणारे डॉक्टर्स, मेडिकल रिप्रेझेन्टेटिव्ह (एम.आर.), औषधविक्रेते (केमिस्ट), प्रसूतीगृहांत काम करणारे कर्मचारी यांना प्रशिक्षण देऊन या कार्यात सहभागी करून घेता येऊ शकते.

लैंगिक शिक्षण

या साऱ्याचा विचार करत असताना, एका प्रमुख गोष्टीकडे दुर्लक्ष करून चालणार नाही, ती म्हणजे 'लैंगिक शिक्षण' 'संतती-नियमन वा नियमनाची साधने' याविषयी बोलणे कटाक्षाने टाळले जाते. स्वतःला सुशिक्षित व सुधारक म्हणवून घेण्यात धन्यता मानणाऱ्या शहरी भागात जर ही स्थिती आहे,तर मग ग्रामीण भागात विचारायलाच नको.

देशाला लोकसंख्या विस्फोटापासून वाचविण्यासाठी 'कुटुंब नियोजन व कुटुंब कल्याण' सारख्या संतती नियमनाच्या योजना राबवल्या जात आहेत; पण हे संतती नियमन म्हणजे काय, ते कसे करावे, या विषयक पायाभूत ठरणारे लैंगिक शिक्षण मात्र दिले जात नाही. तारुण्य प्राप्त होण्यापूर्वीच्या काळात मुलामुलींना तसेच विवाहापूर्वी विवाहेच्छुक दाम्पत्यांना शासकीय पातळीवर लैंगिक शिक्षण देण्याची परियोजना कार्यरत होणे गरजेचे आहे, जेणे करून अज्ञानातून जन्माला येणाऱ्या संततीचे प्रमाणे कमी होऊन, लोकसंख्येवरचा बोजा थोडाफार का होईना कमी केला जाऊ शकतो.

हे लैंगिक शिक्षण, जसे वयात येणाऱ्या मुला-मुलींना, नवपरिणीत जोडप्यांना मार्गदर्शक ठरणारे आहे, तसेच ते विवाहित जोडप्यांनासुद्धा उपयुक्त ठरणारे आहे. इच्छा असेल तेव्हाच गर्भधारणा होऊ देणे वा नको असल्यास ती टाळता येणे, हे सर्वस्वी त्या जोडप्याच्याच हाती असते, याची जाणीव विवाहित जोडप्याला करून देणारी समुपदेशन केंद्रे मोठ्या संख्येने सुरू होणे गरजेचे आहे. संतती नियमन करण्यासाठी कोणती काळजी

घ्यावी, कोणत्या प्रतिबंधक साधनांचा वापर करावा, दोन मुलांमध्ये अंतर कसे राखावे (पाळणा लांबवणे), या साऱ्या गोष्टींची समज लैंगिक शिक्षणाद्वारेच येऊ शकते. कुटुंब नियोजनाच्या एकूण शस्त्रक्रियांपैकी ९७% शस्त्रक्रिया स्त्रियांवर होत असून, केवळ ३% शस्त्रक्रिया पुरुषांवर होतात. वस्तुतः पुरुष निर्बीजीकरणाची प्रक्रिया अधिक सुलभ असून त्यादृष्टीने भर व प्रोत्साहन देण्यात यायला हवे. या सर्व गोष्टींचा विचार करता, शासकीय पातळीवर लैंगिक शिक्षणाचा प्रसार व प्रचार होणे, लोकसंख्या नियमनाच्या दृष्टीने महत्त्वाचे आहे.

लोकसंख्या वाढीचा वेग जर वेळीच रोखला गेला नाही तर माणूसच पृथ्वीवरील जीवनाच्या नाशास कारणीभूत ठरेल, असा गंभीर इशारा लोकसंख्या वाढीचा अमर्याद वेग सत्वर थांबवण्यासाठी कालबद्ध राष्ट्रीय कार्यक्रम हाती घेणे व तो युद्ध पातळीवर राबवणे अपरिहार्य बनले आहे.

४.५. राष्ट्रीय लोकसंख्या धोरण २००० (National Population Policly-2000)

भारतीय लोकसंख्येमध्ये झालेल्या बेसुमार वाढीमुळे विविध राज्यांमध्ये तसेच विविध विभागांमध्ये विपरीत परिणाम आर्थिक विकासावर झाला आहे. याशिवाय या लोकसंख्येच्या विस्फोटामुळे सामाजिक आणि राजकीय लोकक्षोभ वेळोवेळी झालेला दिसतो. याचा परिणाम म्हणून आर्थिक आणि सामाजिक विकासाद्वारे जनतेचे जीवनमान उंचावणे आणि कोट्यवधी लोकांचे सामाजिक स्तर सुधारणे हे केवळ एक मृगजळत उरले आहे. या देशामध्ये २६ टक्के म्हणजे ३१.५ कोटी लोक हे दारिद्र्यरेषेखाली असून ते दररोज सरासरीने पन्नास रुपये देखील कमावित नाहीत; हा एक ज्वलंत प्रश्न आहे अणि त्यावर त्वरित उपाय करणे गरजेचे आहे. १९५२ साली कुटुंब नियोजन कार्यक्रम देशामध्ये सुरू करण्यात आला. तथापि, त्याला प्रयत्न करून ही यश मिळाले नाही; म्हणून १५ फेब्रुवारी २००० ला नवीन राष्ट्रीय लोकसंख्या धोरण प्रसारित करण्यात आले. याद्वारे लोकांनी छोट्या कुटुंबाचा अवलंब करावा आणि प्रजनन व आरोग्यसेवा समाजात शेवटपर्यंत पोहचावी यासाठी सर्वतोपरी प्रयत्न करण्याचे ठरविण्यात आले.

संतती नियमन साधने, आरोग्य सेवा-सुविधा आणि मुलभूत प्रजनन आणि आरोग्य सेवा यांच्या एकात्मिक सेवा पुरवण्याची पद्धती याबाबत त्वरित कार्यवाही करणे हे राष्ट्रीय लोकसंख्या धोरण २००० चे प्रमुख उद्दिष्ट ठरविण्यात आले. एकंदर प्रजनन क्षमता दर (टी. एफ.आर.) हा २.१ या स्तरावर २०१० पर्यंत आणण्यासाठी विविध आरोग्यसेवेतील विभागांमध्ये समन्वय साधून कारवाई करणे, हे मध्यम स्तरावरील उद्दिष्ट ठरविण्यात आले. सन २०४५ पर्यंत लोकसंख्या वाढीचा दर शून्यावर आणणे हे

दीर्घकालीन धोरण निश्चित करण्यात आले. आर्थिक वाढ, समाजकल्याण, पर्यावरण संवर्ध व या तीनही बाबतच्या गरजा लक्षात घेऊन हे दीर्घकालीन धोरण ठरविण्यात आले.

प्रजनन दर कमी करणे आणि लोकसंख्या वाढीचा दर भरपाई स्तरावर (At Level of Replacement) यासाठी खालील बाबी सुचविण्यास आल्या आहेत -

१) प्रजनन, बाल संगोपन सेवा, पुरवठा आणि सुविधा याबाबत आजवर असलेला कमीपणा दूर करणे.
२) चौदावर्षे वयापर्यंत शिक्षण सक्तीचे आणि विनामूल्य करणे, मुले-मुली या दोहोबाबत प्राथमिक आणि माध्यमिक शिक्षण स्तरावर गळती ही वीस टक्क्यांच्या खाली आणणे.
३) बालमृत्यूचे प्रमाण हजार जन्मामागे २० पर्यंत खाली आणणे.
४) माता मृत्युदर हजरी लोकसंख्येमागे १०० इतका कमी करणे.
५) लसीकरणाने रोगमुक्ती होऊ शकणाऱ्या सर्व रोगांबाबत सार्वत्रिक लसीकरण मोहीम हाती घेणे.
६) मुलीचे लग्न १८ वर्षांच्या आत न होऊ देणे आणि शक्य झाल्यास ते २० वर्षे इतके जास्त राहील यासाठी प्रयत्न करणे.
७) किमान ६० टक्के प्रसूती या प्रसूतीगृहामध्ये होतील आणि १०० टक्के प्रसूती या प्रशिक्षिणात व्यक्तीकडून होती यासाठी प्रयत्न करणे.
८) प्रजनन नियमनासाठी आवश्यक माहिती, समुपदेशन आणि सेवा ह्याची सुविधा कायमस्वरूपी उपलब्ध करून देणे.
९) जन्म, मृत्यू, विवाह आणि गर्भधारणा यांची १०० टक्के नोंदणी करणे.
१०) एड्सचा प्रसार कमी करणे. प्रजननसंस्थेचा रोगसंसर्ग आणि यौवनसंबंधामुळे उद्भवणाऱ्या संसर्गजन्य रोगाचे नियमन करणे.
११) टाळणे शक्य असणाऱ्या रोगाचे उच्चाटन करणे.
१२) प्रजनन समस्येसाठी प्रत्येक घरापर्यंत पोहचण्यासाठी भारतीय उपचार पद्धतीचा प्रजनन आणि बाल आरोग्य यासाठी उपयोग करून घेणे.
१३) एकूण लोकसंख्या वाढीचा दर भरपाई स्तरावर म्हणजे शून्यदर आणण्यासाठी लहान कुटुंब याचे महत्त्व समजावून सांगणे आणि अंमलात आणणे.
१४) कुटुंब कल्याण कार्यक्रम लोकाभिमुख होण्यासाठी समाजकल्याण सारख्या कार्यक्रमाचे सहकार्य वाढविणे.

वरील उद्दिष्ट पूर्ततेसाठी इ. स. २०१० खालील राष्ट्रीय सामाजिक लोकसंख्या

उद्दिष्टे इ. स. २०१० पर्यंत पूर्ण करावयाची आहेत.

उपाययोजना –

वरील उद्दिष्टे पूर्ण करण्यासाठी खालील उपाययोजना अवलंबण्यास याव्यात.

१) नियोजन आणि कार्यक्रम अंमलबजावणीबाबत विकेंद्रीकरण करणे.

२) ग्रामस्तरावर सेवा उपलब्ध करून देणे.

३) बाल कल्याण सेवा

४) आरोग्य आणि आहारशास्त्र याबाबत स्त्रियांचा सहभाग वाढविणे.

५) कुटुंब कल्याण सेवेच्या तातडीच्या गरजा भागविण्याची तरतूद करणे.

६) शहरी झोपडपट्टीतील लोक, आदिवासी, डोंगराळ भागातील जनता, प्रकल्पग्रस्त आणि निर्वासित यांच्यासाठी विशेष धोरण ठरविणे, नियोजनबद्ध पालकत्वासाठी पुरुषांचा सहभाग वाढविणे.

७) विविध आरोग्य सेवा पुरविणारे निर्माण करणे.

८) आरोग्य सेवा, कुटुंब कल्याण, माता-बाल संगोपन इत्यादी सेवा पुरविण्यासाठी अशासकीय संस्थांचा (H.G.O.) आणि खाजगी संस्थांचा सहभाग मुक्तहस्त घेणे.

९) संतती नियमन तंत्रज्ञान व प्रजनन आणि बाल आरोग्य याबाबत संशोधन करणे.

१०) माहिती, शिक्षण आणि प्रचार (कायदा करणे, लोकांचा सहभाग घेणे, राष्ट्रीय लोकसंख्या आणि तंत्रज्ञान मिशन) भारत सरकारने राष्ट्रीय लोकसंख्या मिशनचे प्रमुख म्हणून पंतप्रधान यांना नेमले आहे.

थोडक्यात, असे म्हणता येईल की भारतामधली १०० कोटी जनता ही भारताची सर्वांत मोठी शक्ती झाली पाहिजे. आर्थिक आणि सामाजिक विकास व्हावयाचा असेल तर सर्वप्रथम लोकसंख्या स्थिरावते अवश्यक आहे. राष्ट्रीय लोकसंख्या धोरण २००० सर्वथा यशस्वी व्हावयाचे झाल्यास वर दिलेल्या दहा मुद्यांवर भारत सरकारने समाजातील सर्व स्तरांमधून सहकार्य मिळवून कार्य करणे जरुरीचे आहे. जितक्या लवकर हे शहराणपण सुचेल आणि अंमलामध्ये येईल तितके चांगले.

केंद्र सरकार ने पाच वर्षांच्या स्थगितीनंतर पुन्हा राष्ट्रीय लोकसंख्या मिशन सुरू केले आहे. या मिशनचा उद्देश कुटुंब नियोजनाचे काम जोमाने व योग्य दिशोने व गतीने व्हावे असा आहे. राष्ट्रीय राज्यस्तर आणि ग्रामपातळीवर कुटुंबकल्याण आणि नियोजन पोहचावे आणि सेवा स्तर उच्च राहील याकडे लक्ष देणे आवश्यक आहे. यामुळे

सर्वसामान्यांचे जीवनमान सुधारण्यास मदत होईल. राष्ट्रीय स्तरावर नियाजेनकर्ते, शास्त्रज्ञ यांनी आर्थिक तरतुदीपेक्षा सरस कामगिरी होईल असे पाहावे. गरज पडल्यास यासाठी नवीन धोरण ठरविणे कुटुंबनियोजन कायदा करणे बाबत विचार करावा. ग्रामीण स्तरावर स्थानिक नेतृत्वाकडून 'जनतेला पाहिले आताच नाही'. दोन मुलांमध्ये योग्य अंतर ठेवणे आणि शेवटी मर्यादित कुटुंब याबाबत कार्य करण्यासाठी उपयुक्त करणे अत्यंत गरजेचे आहे.

आरोग्य घटक

आरोग्य हा मानवी विकासांमधील महत्त्वाचा घटक आहे. निरामय जीवन आणि दीर्घायुष्य यावर आरोग्यदायी जीवन अवलंबून असते.

आरोग्य घटक खालीलप्रमाणे म्हणता येतील.

१) जन्मानंतर बाल मृत्युदर किमान असणे.

२) हजारी जन्मदर.

३) हजारी प्रजननदर.

४) हजारी मृत्युदर.

५) हजरा जन्मामध्ये बाल मृत्यूचे प्रमाण.

६) दर हजारी पाच वर्षांआतील बालकांमधील मृत्यूचे प्रमाण.

७) शेकडा माता मृत्युदर.

खाली दिलेल्या मुद्यांवरुन हे लक्षात येईल की भारतीय जनतेचे जीवनमान आता खूपच सुधारले आहे.

१) सन १९५१ मध्ये सरासरी आर्युमान ३७ वरून सन २००१ मध्ये ते ६४ इतके झाले आहे.

२) जन्मदर हजारी १९८१ मध्ये ३३.९० होता तो सन २००१ मध्ये २५ इतका खाली आला.

३) सन १९८१ मध्ये प्रजननदर दर हजारी ४.५ इतका होता तो कमी होऊन २००१ मध्ये ३.२० इतका झाला.

४) बाल मृत्युदर १९५१ मध्ये दर हजारी यामध्ये १४६ होता तो कमी होऊन सन २००१ मध्ये ७१ झाला.

५) सन १९५१ मध्ये पाच वर्षांखालील बालकामध्ये मृत्यूचे प्रमाण ३२६ प्रतिहजार होते ते सन २००१ मध्ये ६० झाले.

७) मातांमध्ये मृत्युचे प्रमाण १९४६ मध्ये २०.२०टक्क्यां इतके वरून सन २००१ मध्ये ४% झाले.

वरील मुद्यांचा परिणाम म्हणून सन १९४७ मध्ये आर्युमान ३१.७ वर्षे वरून सन २००१ मध्ये ६४ वर्षे झाले आहे.

सामाजिक सबलीकरण घटक

विकास म्हणजे मुक्ती, भूक , दारिद्र्य, दास्यत्व, अज्ञान, निरक्षरपणा, आणि असेच इतर समाजावर वरचष्मा असलेले घटक यापासून मुक्ती, यासाठी लोकांना सबळ आणि सहभागी करून घेऊन त्यांच्या वैयक्तिक क्षमतेचा सर्वांगीण विकास करणे आवश्यक आहे. लोक आणि त्यांचा परिसर याबाबत हवी त्याला संपूर्ण माहिती मिळणे हा मूलभूत घटक आहे. शिक्षण ही अशी माहिती मिळविण्यासाठी प्राथमिक गरज आहे.

देशाची लोकसंख्या २०४५ पर्यंत स्थिर ठेवण्याच्या हेतूने, केंद्र सरकारने १५फेब्रुवारी २००० रोजी लोकसंख्या नियत्रंणविषयक त्रिस्तरिय धोरण जाहीर केले. नव्या धोरणाची तीन भागात विभागणी करण्यात आली –

१) तातडीचे २) मध्यम व ३) दीर्घकालीन

१) तातडीचे – आरोग्य विषयक सुविधा, आरोग्य अधिकारी, कर्मचारी तसेच एकात्मिक सेवा योजनेच्या गरजांची पूर्तता करणे.

२) मध्यम – इ. स. २०१० पर्यंत कुटुंबातील मुलांची संख्या दोन पर्यंत मर्यादित ठेवणे.

३) दीर्घकालीन – आर्थिक व सामाजिक विकास आणि पर्यावरण रक्षणाचे उद्दिष्ट साध्य करताना सन २०४५ पर्यंत देशाची लोकसंख्या स्थिर ठेवणे.

५ वस्ती भूगोलाची ओळख

(Introduction of Settlement Geography)

५.१ प्रस्तावना (Introduction)
५.४ वस्ती भूगोलाची वैशिष्ट्ये (Characteristics of Settlement Geography)
५.५ वस्ती भूगोलाच्या शाखा (Branches of Settlement Geography)

५.१. प्रस्तावना (Introduction)

निवासस्थान हे मानवाच्या मूलभूत गरजांपैकी एक आहे. अगदी प्राचीन काळापासून मानवाने आपला निवास हा गुहामध्ये झाडांच्या फांद्यावर व खडकांच्या भेगामध्ये केलेला आढळून आलेला आहे. पृथ्वीवर सर्वांत बुद्धिमान व हुशार प्राणी म्हणून मानवाने केलेली प्रगती कल्पनेलाही थक्क करणारी आहे. आपल्या सभोवताली असणारे नैसर्गिक पर्यावरण व त्याचा मानवी जीवनासाठी होणारा उपयोग ह्याचा त्याने अतिशय काळजीपूर्वक व नियोजनपूर्वक उपयोग केलेला आहे. मानव ज्या परिसरात आपले वास्तव्य करतो, राहतो वसाहत करतो, यातूनच मानवी भूगोलाची एक मूलभूत उपशाखा म्हणून वस्ती भूगोलाचा उगम झालेला आपणास दिसून येतो.

मानवी पृथ्वीतलावरचे वास्तव्य हे सर्वसाधारणपणे २० लाख वर्षांपासूनचे आहेत, याचे पुरावे आज उपलब्ध आहेत. अगदी प्राचीन काळापासून आजपर्यंत मनुष्य समाजप्रिय असल्याने तो एकत्रित अथवा समूह करून वस्ती करत असतो. अगदी सुरूवातीला मनुष्य हा भटके जीवन जगत होता. सतत भटके जीवन जगणारा मनुष्य स्थैर्याच्या शोधात होता. लाखो वर्षे भटके जीवन जगल्यानंतर मनुष्याला शेतीची कला अवगत झाली व मानवी जीवनाला स्थैर्य प्राप्त झाले. अगदी सुरूवातीला सुपीक गाळानी बनलेल्या नद्यांच्या

प्रदेशांत मानवाने वस्ती करण्यास सुरूवात केली व सुपीक नद्यांच्या प्रदेशात मानवी संस्कृतीचा उदय व उगम झाला. भारतात गंगा, यमुना ह्या सुपीक नद्यांच्या काठ्यावर प्राचीन वस्ती स्थानाचे पुरावे आजही दिसून येतात. इजिप्तमधील नाईल नदीच्या काळी प्राचीन वस्ती स्थानाचे पुरावे उपलब्ध आहेत. हडप्पा, मोहंजोदडो, कागल, लोथल ह्या प्राचीन संस्कृतीचे अवशेष आजही भारतातील वस्त्या कशा प्रकारे आदर्श होत्या हे दाखवून देतात. शेतीविषयक ज्ञान प्राप्त झाल्यानंतर मनुष्याने मोठ्या प्रमाणावर एकत्रित राहण्यास सुरूवात केली व व्यवसाय, वितरण, उत्पादन यातूनच वस्त्यांच्या विकासास चालना मिळाली.

वस्त्या ह्या प्रामुख्याने सुरूवातीला शेती, त्यानंतर शेतीवर आधारित व्यवसाय लाकूडतोड, मासेमारी ह्या प्राथमिक व्यवसायांवर आधारित उदयोगधंद्यामुळे भरभराटीस आल्या असाव्यात व यामुळे ग्रामीण वस्त्यांचे स्वरूप व प्रारूप बदलत गेले व त्यांचे रूपांतर मोठ्या वस्त्यांमध्ये झाले.

सुरूवातीला वस्त्यांची कार्ये शेतीशी निगडित होती. यामध्ये नंतर फार मोठ्या प्रमाणात बदल होत गेला. भौगोलिक, ऐतिहासिक, सांस्कृतिक, राजकीय ह्या घटकांमुळे काही ग्रामीण वस्त्यांचा विकास फारच झपाट्याने झाला. १९ व्या शतकापर्यंत सिमला हे ठिकाण फार प्रसिद्ध नव्हते. मात्र ब्रिटिशांशी ह्या थंड हवेच्या ठिकाणाचा वापर करावयास सुरूवात केली व सिमला ह्या ठिकाणाचा नैसर्गिक कार्यामुळे फार मोठ्या प्रमाणात विकास झाला. २० व्या शतकाच्या सुरूवातीला पुणे हे सांस्कृतिक शहर ह्या कार्यामुळे पुण्याचा फार मोठ्या प्रमाणात वस्त्याच्या स्वरूपात कायापालट झाला आहे.

आज २१ व्या शतकामध्ये वस्त्यांच्या कार्यामध्ये फरक पडलेला आहे. औद्योगिक हे सुद्धा वस्त्यांच्या कार्यामध्ये आलेले आहे. पिंपरी-चिंचवड हे वस्त्याचा विकास ह्या औद्योगिक कार्याचा एक भाग आहे. भारतामध्ये असे औद्योगिक विभागामुळे अनेक ठिकाणी वस्त्यांच्या फार मोठ्या प्रमाणावर विकास झालेला आहे. उदा., पुणे-मुंबई पट्टा, दिल्ली-गुरगाव, सुरत-अहमदाबाद इत्यादी थोडक्यात, मानवी वस्त्यामध्ये अनेक बदल जे झाले आहते ते मानवाशी निगडित असणाऱ्या कार्यामुळे झालेले आहेत.

५.२. वस्ती भूगोलाच्या व्याख्या (Definitions of Settlement Geography)

मनुष्याने अगदी सुरवातीपासून निसर्गाशी संबध जोडला व ह्या संबंधांतूनच त्याने प्राकृतिक पर्यावरणात बदल घडवून आणले हे बदल म्हणजे सांस्कृतिक बदल होय व मानव निसर्ग सहसंबंध होय.

१) कोणतीही मानवी वस्ती ही मानव व निसर्ग यांच्यातील पारंपरिक क्रिया-प्रक्रियांचा अप्रत्यक्ष आलेखच असतो.

२) कृतिशील मानव व गतिशील निसर्ग यांच्यातील सातत्यपूर्ण स्थैर्याचा वस्ती म्हणजे प्रगमनशील संचय असते.

३) वस्ती म्हणजे मानवी गरजांची पूर्ततेची स्थल व काल सापेक्ष क्षेत्रीय व्यवस्था होय.

४) पर्यावरणाशी समरस होण्यासाठी मानवाने पहिले पाऊल टाकले म्हणजे वस्ती किंवा आधिवास होय.

५) रस्ते, वाड्या, गृहसमूह, चौक, समाज यांचे संकलित रूप म्हणजे वस्ती.

थोडक्यात, मानवाच्या आर्थिक, सामाजिक व सांस्कृतिक गरजा पूर्ततेसाठी मानवी समूह एकत्रित राहतात व त्यातूनच वस्त्या आकारास येतात.

५.३. वस्ती भूगोल – स्वरूप व व्याप्ती (Nature and Scope)

वस्ती भूगोल ही मानवी भूगोलाची एक उपशाखा आहे. नैसर्गिक घटक व मानवी वस्ती यांचा सहसंबंध आहे.मानवाने नैसर्गिक घटकांचा अभ्यास करूनच मानवी वस्ति स्थाने निर्माण केलेली आहेत.थोडक्यात,वस्ती भूगोल म्हणजे मानवी वस्त्यांवर परिणाम करणाऱ्या भौगोलिक घटकांच्या पारस्पारिक संबंधांची तर्कशुद्धपणे उकल करणारे शास्त्र आहे.

भौगोलिक घटकांचा मानवाच्या वस्त्यावर प्रभाव पडत असतो व त्यातूनच वस्त्या त्या प्रकारे आकार घेत असतात. उदा., राज्य व राष्ट्रीय महामार्गावर वस्त्या ह्या रेषीय स्वरुपाच्या आढळतात. नद्यांच्या काठावर वस्त्या ह्या काठाला खेटूनच रेषीय स्वरूपाच्या आढळतात. डोंगराळ प्रदेशात नैसर्गिक घटकानुसार डोंगरउताराला अनुसरून वस्त्या केलेल्या असतात. तलाव किंवा विहीरीच्या काठावर वस्त्या ह्या गोलाकार स्वरूपाच्या आढळतात. थोडक्यात, भौगोलिक घटकांचा मानवी वस्त्यांवर अगदी प्राचीन काळापासून आजपर्यंत प्रभाव पडला आहे व अगदी भविष्यातही यामध्ये मोठा बदल होणार नाही.

जसा भौगोलिक घटकाचा प्रभाव वस्त्यावर पडतो, तसेच मानवी घटकही वस्त्यावर प्रभाव पाडत असतात. मानवाशी संबंधित असणाऱ्या सर्व गोष्टी ह्या वस्तीची स्थापना विकास व प्रगती यामध्ये महत्त्वाची भूमिका असते. उदा., वस्ती स्थापन करत असताना, मनुष्य ह्या प्रामुख्याने त्याच्या मनाला आरामदायक आल्हादायक वातावरण असावे ह्या दृष्टिकोनातून विचार करतो व अशा ठिकाणी वस्तीची स्थापना करतो. आजकालच्या धकाधकीच्या जीवनामध्ये, मनुष्याला थोडा शरीराला मनाला आराम हवा असतो. यामधून दुसरे घर (Second home) ही संकल्पना उदयास आली आहे व डोंगराळ प्रदेशात ज्या ठिकाणी दाट झाडी, समुद्रकिनारे, थंड हवेची ठिकाणे, धबधबे ह्या ठिकाणी

वस्त्यांची स्थापना केली जाऊ लागली आहे.

वस्ती निर्माण होत असताना एक घर दोन घरे नंतर वस्त्या वाड्या, गाव, शहर असे स्वरूप असते. प्रत्येक वस्ती निर्माण होत असताना वस्तीतील मानवी समूहाच्या क्रिया प्रक्रिया, वस्तीचा आकार, रचना कार्ये व स्वरूपावर विशिष्ट तसेच सामूहिक परिणाम होत असतो. प्रत्येक वस्तीला स्वतंत्र व्यक्तिमत्त्व असते. वस्ती भूगोलामध्ये वस्तीचे, स्थान ठिकाण व स्थिती याबद्दल फार महत्त्व आहे. उदा., गंगा, यमुना नदीच्या काठी फार मोठ्या वस्त्या आढळतात. याचे महत्त्वाचे कारण म्हणजे सुपीक जमीन व मुबलक पाणी हे होय.

एकाच भौगोलिक प्रदेशामध्ये वस्त्यांमध्ये भिन्नता आढळून येते. संपूर्ण जगाचा वस्त्याच्या संदर्भात विचार केला तर वस्त्यांची स्थाने, वस्त्यांची रचना, वस्त्यांचा आकार व आकृतिबंध व कार्ये यामध्ये फार मोठी विविधता दिसून येते. मानवाची असणारी संस्कृती व प्राकृतिक पर्यावरण याचा वस्तीचे स्थान रचना, ठेवण व कार्य यांचा संबंध असतो. ब्रिटिश लोक भारतामध्ये आल्यानंतर भारतातील वस्त्यांच्या रचनेमध्ये फरक आढळून येतो. ब्रिटिश लोकांनी वस्त्या निर्माण करताना भारतीय शैली व ब्रिटिश शैली यांचा प्रभाव आढळतो. वस्त्या निर्माण होत असताना स्थळ व काळ ह्या नुसार बदल होत असतो. काळानुरूप वस्त्यामध्ये अनेक बदल झालेले आहेत. नवीन तंत्रानुसार आज वस्त्या निर्माण झालेल्या आहेत. उदा., पुण्यामध्ये अमानोरा, मगरपट्टा, लवासा, नांदेड सिटी अशा काळानुरूप वस्त्या निर्माण झालेल्या आहेत.

मानवी तंत्रज्ञानामुळेही वस्त्यांच्या निर्मितीमध्ये बदल झालेला आहे. अगदी सुरूवातीच्या काळामध्ये ज्या वस्त्यांचा आकार छोटा होता, त्या आज उभ्या रेषेमध्येही वाढत आहेत. जगामध्ये तंत्रज्ञानाची स्पर्धा सुरू असून वस्त्यांचा आकाराच्या बाबतीतही उभ्या व आडव्या रेषेमध्ये स्पर्धा सुरू आहे. उदा., दुबई येथे अलबुर्ज ही जगातील उंच इमारत बांधली गेली, त्या अगोदर चीन, थायलंड, फिलीपाईन्स येथे उंच इमारती होत्या. थोडक्यात,तंत्रज्ञानामुळे वस्त्यांचा आकार व आकृती यामध्ये मोठा बदल झालेला आहे.

मानवाची जीवन जगण्याची पद्धत, संस्कृती, कला ह्या गोष्टीही वस्त्यांवर परिणाम करतात. आधुनिक काळात धकधकीच्या जीवनात शांत जीवन जगावे असे वाटत असते. यामधूनच शांत ठिकाणी अनेक नवीन वस्त्यांची निर्मिती होत आहे. उदा., नवीन महाबळेश्वर, नवी दिल्ली, नवी मुंबई, नवे पुणे इ. संस्कृती व कला ह्या गोष्टीही मानवाच्या वस्त्यावर आपला ठसा नेहमीच उमटवीत असतात. ज्या संस्कृतीत मनुष्य राहत असतो. त्या संस्कृतीला अनुसरूनच वस्त्यांची निर्मिती होत असते.

वस्त्याची निर्मितीमध्ये इतरी अनेक गोष्टी महत्त्वाची भूमिका बजावत असतात.

उदा. सरकारी ध्येय धोरणे, नैसर्गिक आपत्ती, नवनवीनशोध, विशेष आर्थिक धोरण (SEZ) इ. अनेक नैसर्गिक आपत्तीमुळे वस्त्यांच्या प्रारूप व आकार बदलला गेला आहे. उदा., अगदी अलीकडे आलेल्या नेपाळमधील भूकंपामुळे त्या ठिकाणी वस्त्यांचा प्रारूप व आकार व निर्मिती यामध्ये मोठे बदल झालेले आहेत. पुरासारख्या नैसर्गिक आपत्तीपासून बचाव करण्यासाठी नदीकाठावरील लोक त्यांची घरे उंचावर बांधत असत. फार मोठी नैसर्गिक आपत्ती आली तर लोक ते मूळ ठिकाण सोडून दुसरीकडे वस्ती करत असतात. त्यामुळे नैसर्गिक आपत्तीही वस्त्यांच्या निर्मितीवर प्रभाव पाडत असते.

२१वे शतक हे माहिती तंत्रज्ञानाचे युग किंवा शतक म्हणून ओळखले जात आहे. याचाही आज वस्त्यांच्या निर्मितीवर फार मोठा ठसा दिसून येतो. संगणक क्रांतीमुळे भारतासह पाश्चात्त्य देशामध्येही नगररचना त्याचे विश्लेषण व नियोजन संगणकाच्या मदतीने केले जाऊ लागले आहे, यामुळे नगराची रचना कश्या प्रकारे असावी ती कशी दिसतील किती जागा यामध्ये जाईल या सर्व गोष्टी संगणकांच्या साहाय्याने करता येऊ लागल्या आहेत. आज भौगोलिक माहितीप्रणाली (G.I.S.) ही नगररचनेमध्ये फार मोठ्या प्रमाणावर प्रभाव पाडत आहे. थोडक्यात, आधुनिक तंत्रज्ञानाच्या मदतीने वस्त्या निर्मितीवर या गोष्टीचा प्रभाव पाडत आहे. विशेष आर्थिक क्षेत्र (SEZ) वस्त्या निर्मितीवर प्रभाव पाडत आहे. भारत सरकारने नव्या आर्थिक धोरणा अंतर्गत विशेष आर्थिक क्षेत्र (SEZ) निर्माण केले. ज्यामध्ये रोजगाराच्या संधी उपलब्ध होऊ लागलेल्या आहेत. व ह्या लोकांना राहण्यासाठी नवी-नवीन वस्त्या निर्माण होऊ लागल्या आहेत. उदा., पुणे-हिंजवडी राजीव गांधी इन्फोटेक पार्क. ज्यामुळे रोजगाराच्या संधी उपलब्ध झाल्यामुळे हिंजवडी, रावेत, बाणेर या भागांमध्ये नवनव्या वस्त्यांची निर्मिती झाली आहे.

अठराव्या व एकोणिसाव्या शतकांमध्ये औद्योगिक क्रांतीने फार मोठा प्रभाव वस्त्या निर्मितीवर पडला. औद्योगिक क्रांतीमुळे यांत्रिक गोष्टीसाठी फार मोठ्या प्रमाणावर मजुरवर्ग शहराकडे स्थलांतरित झाला व शहरांमध्ये वस्त्यांच्या आकारावर प्रभाव पडला. उदा., मुंबई हे रोजगारासाठी प्रसिद्ध असल्यामुळे अनेक लोक रोजगारासाठी मुंबईला आजही गिरणी कामगार जे कारखान्यात काम करण्यासाठी गेले होते, कालांतराने ह्या गिरण्या बंद पडल्या ज्यामुळे त्यांच्या वस्तीच्या प्रश्न आजही अनेक आंदोलनामध्ये आपणास दिसून येतो.

जसजशी शहरांची वाढ होत गेली उदा., पुणे, मुंबई, दिल्ली तसतसा वस्त्यांचा कायापालट फार मोठ्या प्रमाणावर झाला. शहराच्या अंतर्गत भागांत जागा नसल्यामुळे अनेकांनी शहराच्या बाहेर राहणे पसंत केले व ज्यामुळे वस्त्यांचे भूदृश्य (Settlement Landscape) बदलत गेला. पुण्याच्या आसपास फार मोठ्या प्रमाणावर वस्त्या निर्माण

झाल्या जसे मगरपट्टा सिटी, अमानोरा टाऊन, नांदेड सिटी, लवासा इ.

वस्त्यांची निर्मिती होत असताना स्थळ व काळ यांमुळे त्यामध्ये बदल होत आहेत. वस्त्यांची निर्मिती उद्‌गम, वाढ व विकास, क्षय किंवा ऱ्हास अंत, पुनरुज्जीवन असा प्रवास सुरू असतो.

स्थळानुसार वस्त्याची निर्मिती अगदी प्राचीन काळापासून आजही होताना दिसून येते. एखाद्या स्थळाचे एखादे वैशिष्ट्य त्या भागातील वस्त्यांच्या निर्मितीस कारणीभूत ठरते. उदा., थंड हवा हे डोंगराळ भागातील एक वैशिष्ट्य आहे. यानुसार डोंगराळ भागामध्ये थंड हवेची ठिकाणी जगभर वस्त्यांची निर्मिती झाली. महाराष्ट्रातील महाबळेश्वर या ठिकाणी थंड हवामान ह्या वैशिष्ट्यानुसार फार मोठ्या प्रमाणावर वस्त्यांची निर्मिती झाली, अगदी अलीकडे नवीन महाबळेश्वरही उदयास येत आहे. सिमला, दार्जिलींग मनाली ही ठिकाणेही त्या स्थळांच्या वैशिष्ट्यानुसार निर्मिती झाली.

काळ हा वस्त्याच्या निर्मितीस कारणीभूत आहे तसा तो अनेक वस्त्याच्या ऱ्हासास ही जबाबदार आहे. जगातील अनेक प्राचीन वस्तीस्थाने निसर्गाच्या आपत्तीमुळे काळाच्या पडद्याआड गेली. उदा., बॅबिलोऑन हे ५००० वर्षीपूर्वीचे नगर नाईल नदीच्या काठी असणारे वस्तिस्थान नैसर्गिक आपत्तीमुळे नष्ट झाले. मोहन-जो-दारो व हडप्पा सुमारे ४००० वर्षांपूर्वीची नगरे, कागल, लोथल ही सांस्कृतिक नगरे ही काळाच्या पडद्याआड नष्ट झाली. अगदी अलीकडील झालेल्या पूर, भूकंप ह्यामुळे जगातील अनेक प्राचीन वस्त्या, इमारती नष्ट झाल्या आहेत. उदा. नेपाळमधील भूकंप २०१५, इंडोनेशियातील त्सुनामी, जपानमधील त्सुनामी इ.

थोडक्यात, वस्त्यांना निर्मिती, विकास व क्षय अवस्थामधून जावे लागते. एखाद्या वस्तीची निर्मिती झाल्यावर विकास होईलच असे नाही. वस्त्यांचा विकास हा भौगोलिक पार्श्वभूमी व ऐतिहासिक गोष्टीवर अवलंबून असतो. काही ठिकाणांना स्थानांना स्थान ठिकाण स्थिती, संपदा याचे अधिकतम लाभ मिळालेले असतात. ऐतिहासिक घटकांचा अभ्यास केला तर त्या वस्त्यांचा विकास कसा झाला याची माहिती घेता येते. ऐतिहासिक घटकांमध्ये प्रामुख्याने ऐतिहासिक खुणा, भाषा, अवशेष यांचा उपयोग होतो वस्ती भूगोलाचा ऐतिहासिक किंवा इतिहासातील पुरातत्त्व विज्ञान, मानववंशशास्त्र व इतिहास यांच्याशी संबंध येतो. एखादा ऐतिहासिक वारसा किंवा गोष्ट वस्तीची निर्मिती करू शकते किंवा वस्त्यांचा ऱ्हास ही करू शकते. उदा., पुणे ह्या ठिकाणी छत्रपती शिवाजी महाराजांनी लालमहाल बांधून पुन्हा पुणे उभारण्याचा प्रयत्न केला व तो यशस्वी झाला. कालांतराने पुणे हे मराठीशाहीचे राजधानीचे केंद्र बनले म्हणजेच एखादा ऐतिहासिक वारसा सुद्धा वस्त्यांची निर्मिती करू शकतो. अनेक युद्धमैदाने, भूमिका बजावत आहे.

उदा., हैद्राबादमधील फिल्म रामोजी सिटी इ.

अनेक वस्त्या उदयास आल्या तश्या त्या ऱ्हासही पावल्या. यामध्ये सगळ्यात जास्त वस्त्याचा ऱ्हास हा औद्योगिक व नैसर्गिक आपत्तींमुळे होतो असे स्पष्ट होते. उदा., सोन्यांच्या खाणी, कोळसा, मँगनीज या खाणकामाच्या ठिकाणी खनिज मोठ्या प्रमाणावर उपलब्ध होते म्हणून या ठिकाणी मोठ्या प्रमाणावर वस्त्या विकसित होतात, मात्र त्या खाणींमधील खनिज संपले की त्या ठिकाणच्या वस्त्या पुन्हा ओसाड पडतात अशा ठिकाणांना भूतांची शहरे असे ही म्हणतात.

वस्ती भूगोलाच्या प्रामुख्याने दोन उपशाखा आहेत एक ग्रामीण वस्त्या व दोन नागरी वस्त्या हे होय. ह्या दोन्ही आकार, कार्ये व रचना वैशिष्ट्ये यांमध्ये फरक आहे. ग्रामीण वस्ती भूगोलात फक्त ग्रामीण भागातील वस्त्या त्यांचा आकार व रचना यांचा अभ्यास केला जाते. मात्र ग्रामीण वस्त्या याचे स्वरूप फारच मर्यादित आहे. याउलट नागरी वस्त्या किंवा नागरी भूगोल हा अतिशय वेगाने विकसित होणारी शाखा आहे. अलीकडील काळामध्ये नागरिकीकरण फारच वेगाने वाढत असल्याने नागरी भूगोल या शाखेला अनन्य साधारण महत्त्व प्राप्त झालेले आहे.

५.४. वस्ती भूगोलाची वैशिष्ट्ये (Characteristics of Settlement Geography)

१. वस्त्यांच्या उत्क्रांतीची प्रक्रिया वस्तीगणिक वेगवेगळी असते. उदा., काही वस्त्या तलावाच्या काठी निर्माण झाल्या उदा., पुष्कर तलावाभोवती पुष्कर ही वस्ती निर्माण झाली. तर बुलढाण्यातील लोणार सरोवरा नजीकची वस्ती निर्मितीची प्रक्रिया ही पूर्णपणे वेगळी आहे.

२. वस्तीचे स्थान, आकार व आकृतिबंध प्रत्येक वस्तीमध्ये वेगवेगळा आढळते. उदा., काही वस्त्या गोलाकार, काही रेषीय तर काही तारकाकृती ही असतात. वस्त्यांचा आकार हा त्या भागातील व्यवसाय, उद्योगधंदे यावर अवलंबून असतो. पुणे शहराचा पूर्व-पश्चिम, उत्तर-दक्षिण आकार वाढत आहे. याचे कारण पुणे शहराच्या सभोताली माहिती तंत्रज्ञान यामधील नोकऱ्यामुळे पुण्याची प्रचंड वाढ होत आहे. आकाराने पुणे मुबंईपेक्षा मोठ्या आकाराचे शहर म्हणून ओळखले जाऊ लागले आहे.

३. वस्तीची भौगोलिक पार्श्वभूमी व ऐतिहासिक पार्श्वभूमी प्रत्येक वस्तीची भौगोलिक व ऐतिहासिक पार्श्वभूमी इतर वस्तीपेक्षा निराळी असते. उदा., डोंगराळ भागातीला वस्ता ह्या मैदानी भागातीला वस्त्यापेक्षा पूर्णपणे बांधकाम साहित्य, रचना ह्या बाबतीत पूर्णपणे वेगळ्या असतात. ऐतिहासिक पार्श्वभूमी ही वस्त्याच्या निर्मितीबाबत अतिशय महत्त्वाची असते. जगातील अनेक वस्त्यांना निर्मितीबाबत ऐतिहासिक

पार्श्वभूमीची किनार लाभलेली आहे. उदा., दिल्ली हे राजधानीचे ठिकाण जरी असले तरी फार प्राचीन काळापासून दिल्ली ही मुघलांची राजधानी होती.

४. प्रत्येक वस्तीचे सांस्कृतिक पर्यावरण व श्रेणीरचना वेगवेगळी असते.

५. वस्ती नियोजन आधुनिक काळात वस्त्या बांधताना त्या नियोजनात्मक पद्धतीने बांधल्या जातात. उदा., पुणे शहरामधील मगरपट्टासिटी, अमानोरा टाऊन

५.५. वस्ती भूगोलाच्या शाखा (Branches of Settlement Geography)

भूगोलाच्या प्रामुख्याने दोन मुख्य शाखा आहेत. १) प्राकृतिक भूगोल २) मानवी भूगोल ह्या दोन शाखेच्या अनेक उपशाखा आहेत.

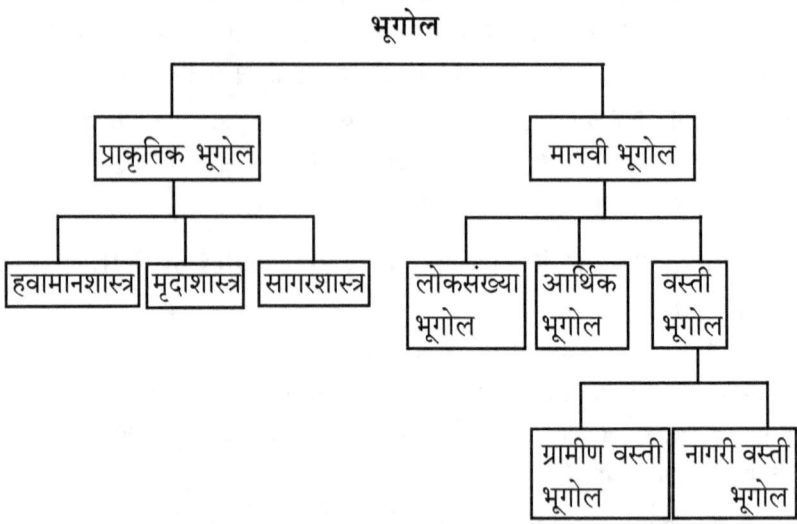

वस्ती भूगोल ही मानवी भूगोलाची मूलभूत उपशाखा आहे. वस्ती भूगोल प्रामुख्याने दोन शाखांमध्ये विभागला गेलेला आहे.

१) ग्रामीण वस्ती भूगोल

२) नागरी भूगोल.

ग्रामीण वस्ती भूगोलामध्ये प्रामुख्याने ग्रामीण वस्त्यांची निर्मिती उत्क्रांती, स्थान, आकार आकृतिबंध, वस्तीची ऐतिहासिक व भौगोलिक पार्श्वभूमी ग्रामीण वस्त्यांची रचना, कार्ये व प्रभाव क्षेत्र यांचा अभ्यास केला जाते. ग्रामीण वस्तीचे असणारे सांस्कृतिक व्यक्तीमत्व, वस्त्यामधील अनुबंध वस्त्यांचे नियोजन याचा अभ्यास केला जातो.

नागरी भूगोलामध्ये नगरांची निर्मिती त्यांचे आकार, आकृतिबंध कार्ये, रचना, ऐतिहासिक व भौगोलिक पार्श्वभूमी याचा अभ्यास केला जातो. प्रत्येक शहराची कार्ये

ही वेगवेगळी असतात. शहरामध्ये असणाऱ्या समस्या व त्यांचे उपयोजन ह्याचा अभ्यास केला जातो.

थोडक्यात, वस्ती भूगोलाचा अलीकडील काळात मोठ्या प्रमाणावर अभ्यास केला जाऊ लागला आहे. अगदी अलीकडे Smart City ही नवी संकल्पना भारतात येऊ लागलेली आहे. प्रत्येक शहर किंवा वस्ती ही स्वयंपूर्ण असावी व त्यामध्ये समस्यांचे निराकारण करण्याची शक्ती असावी असा त्याचा अर्थ होतो. ग्रामीण वस्ती भूगोल व नागरी वस्ती भूगोल ह्यांना खऱ्या अर्थाने ह्यांचे महत्त्व वाढणार आहे.

६ मानव पर्यावरण सहसंबंध

(Man Environment Relationship)

६.१ प्रस्तावना (Introduction)
६.२ प्राकृतिक घटक (Physical factor)
६.३ सामाजिक घटक (Social factor)
६.४ आर्थिक घटक (Economic factor)
६.५ राजकीय घटक (Political factor)

६.१. प्रस्तावना (Introduction)

मानवी वस्तीच्या विकासात स्थान व स्थिती या दोन घटकांना अनन्य साधारण महत्त्व आहे. स्थान हे ज्या ठिकाणी वस्ती स्थापन झाली त्या भूमीशी निगडित असते तर स्थिती ही वस्तीच्या सभोवतालच्या नैसर्गिक व सांस्कृतिक पर्यावरणाशी निगडित असते. मानवाचा पर्यावरणाशी असलेल्या संबंधांतून मानवी वसाहतीवर परिणाम करणारे प्राकृतिक घटक स्पष्ट होतात. प्राकृतिक घटक व सांस्कृतिक घटक ज्या ठिकाणी अनुकूल असतात त्याच ठिकाणी ग्रामीण वस्त्यांची वाढ होते.

मानवाच्या ज्या मूलभूत गरजा आहेत त्या ज्या ठिकाणी पूर्ण होतील अशा भौगोलिक स्थानाची निवड करून मानवाने वस्ती स्थापन केल्या. मूलभूत गरजा ज्या ठिकाणी पूर्ण होतील अशा स्थानाची निवड केल्यानंतर त्या गरजांची पूर्ती केली. या गरजा पूर्ण झाल्यानंतर मानवाला सांस्कृतिक व आर्थिक विकासाची जोड मिळाली व वस्त्यांचा विकास फार झपाट्याने झाला. मात्र ज्या ठिकाणी निसर्गाशी कायम संघर्ष केल्यामुळे त्या ठिकाणच्या वस्त्या ह्या अस्थायी स्वरूपाच्या राहिल्या व ज्या ठिकाणी गरजांची पूर्ती झाली त्या वस्त्यांचा विकास झाला.

अगदी सुरूवतीच्या काळात मनुष्याचे जीवन हे भटक्या स्वरूपाचे होते. त्यावेळेस मनुष्याच्या गरजाही मर्यादीत होत्या. कंदमुळे, फळे, शिकार ह्या स्वरूपाचे मनुष्याचे

व्यवसाय होते त्यामुळे मनुष्य हा अस्थायी स्वरूपाच्या वस्त्यामध्येच राहायचा एकतर तो गुहांमध्ये, झाडांच्या फांद्यावर किंवा शिकार केलेल्या प्राण्यांच्या कातडीपासून तयार केलेल्या तंबूमध्ये राहत असे, काळाच्या ओघात मनुष्याला शेतीचा शोध लागला व त्याने स्थायी स्वरूपाची वस्ती करण्यास सुरूवात केली, ह्यामध्ये नैसर्गिक घटकही मनुष्यास मात्र अस्थिर करत होते. या काळात वस्त्यांची वाढ होऊ मनुष्य जीवनास स्थैर्यत्व प्राप्त झाले.

वस्त्यांच्या वाढ व वितरणावर परिणाम करणारे घटक (Factors Influencing the Growth and Distribution of Settlements)

वस्त्या निर्माण होत असताना मूलभूत गरजांची पूर्ती होईल अशाच ठिकाणी वस्त्या होत असल्या तरी त्या अस्थायी स्वरूपाच्या वस्त्या होत्या, कारण काळाप्रमाणे मानवाच्या गरजा बदलल्या, काही नैसर्गिक सांस्कृतिक राजकीय कारणामुळेही वस्त्या अस्थिर झाल्या. थोडक्यात, वस्त्यांच्या स्थानिश्चितीवर प्राकृतिक व सांस्कृतिक हे घटक परिणाम करत असतात.

मानवी वसाहतीचे स्थान हे नैसर्गिक किंवा सांस्कृतिक परिस्थितीच्या विशिष्ट घटकांशी म्हणजे भूमी, पाणीपुरवठा, नैसर्गिक साधनसंपत्ती या घटकांशी संबंधित असते. मैदानी अथवा डोंगराळ भागांतील वसाहती या वसाहतीची स्थिती वर्णन करतात, परंतु त्यांचे अचूक स्थान वेगळे असू शकते. उदा., डोंगरमाथ्यावरील, डोंगरउतारावरील, डोंगराच्या पायथ्याशी, खिंडीतील वसाहती, खोऱ्यातील वसाहती, नदीच्या संगमावरील नदीच्या काठावरील नदीच्या मध्यभागातील वसाहती या वसाहतीचे स्थान वर्णन करतात.

मानवी वसाहतीची निर्मिती व विकास हा अनेक सामूहिक घटकांचा परिणाम म्हणून उदयास येतो. वस्त्यांची वाढ व वितरण यांवर परिणाम करणारे विविध घटक प्रामुख्याने चार गटांत विभागात येतात ते पुढीलप्रमाणे –

१. प्राकृतिक घटक (Physical factor)

२. सामाजिक घटक (Economic factor)

३. आर्थिक घटक (Social factor)

४. राजकीय घटक (Political factor)

६.२. प्राकृतिक घटक (Physical factor)

भौगोलिक घटकांचा वस्ती निर्मिती व वितरण यावर फार मोठा परिणाम होतो. ज्या ठिकाणी भौगोलिक घटक मानवी जीवनासाठी अनुकूल आहेत अशा भागात वस्त्यांची निर्मिती मोठ्या प्रमाणावर होते; तर जेथे भौगोलिक घटक मानवी जीवनाला अनुकूल नाहीत अशा ठिकाणी वस्त्यांची निर्मिती होत नाही. ग्रामीण वस्त्यांच्या निर्मिती

व वितरण यांवर परिणाम करणाऱ्या भौगोलिक घटकात पाणीपुरवठा, भूरचना, हवामान, जमीन, जंगले, सागरसान्निध्य या घटकांचा समावेश होतो.

१) भूरचना : (Topography)

अ) पर्वतमय प्रदेश (Mountain Region) : भूरचनेचा वस्ती निर्मिती व वितरणावर फार मोठा प्रभाव पडतो. पृथ्वीच्या पृष्ठभागाचे सर्वत्र सारखा नाही. पृथ्वीचा काही भाग पर्वतमय, पठारी, तर काही भाग मैदानी स्वरूपाचा आहे. या सर्वच भागांमध्ये वस्त्यांचे प्रमाण कमी आधिक आहे, याचे कारण मानवी जीवनसाठी या भागांमध्ये अनुकूल वातावरण नाही.

पर्वतमय भाग उंचसखल असल्यामुळे वस्त्यांची निर्मिती व वाहतुकीच्या दृष्टीने पर्वतमय प्रदेश दुर्गम ठरतात. या सर्व बाबींमुळे पर्वतीय भागात वस्ती अतिशय कमी स्वरूपात आढळतात. उदा., भारतात आसाम, अरुणाचल प्रदेश, सिक्कीम इ. डोंगराळ प्रदेशात तीव्र उतार, उथळ व नापीक जमीन, थंड हवा ह्यामुळे वस्त्यांचे वितरण अतिशय विरळ स्वरूपाचे आढळते. अगदी अलीकडील काळामध्ये पर्यटनामुळे त्या ठिकाणी वस्त्यांच्या निर्मितीला जरी चालना मिळाली असली तरी त्याचे प्रमाण अतिशय कमी आहे. उदा., हिमालय, टॉकी, ॲडीज, आल्प्स इत्यादी

ग्रामीण वस्त्यांच्या स्थाननिश्चीतील थोडीशी सपाट जागाही पुरेशी होते व त्या ठिकाणी वस्त्यांची निर्मिती होते. भारतात आसाम, हिमाचल, प्रदेश, अरुणाचल प्रदेश या क्षेत्रांत पिकायोग्य जमिनीचे प्रमाण कमी असल्यामुळे ह्या ठिकाणावरील वस्त्या ह्या अस्थायी स्वरूपाच्या व तुरळक आहेत.

डोंगराळ भागामध्ये पायथ्याशी किंवा माथ्याशी वस्त्यांची निर्मिती होते. उतारावर उंच सखलपणामुळे शक्यतो वस्ती टाळली जाते. याचे महत्त्वाचे कारण म्हणजे मृदा, पाणी, वाहतूक यांची प्रतिकूलता हे होय. डोंगराच्या पायथ्याजवळ असणाऱ्या वस्त्यांना (Foothhill Settlement) असे म्हणतात;तर डोंगराच्या माथ्याजवळ असणाऱ्या वस्त्यांना (Hill top Settlement) असे म्हणतात.उदा.,कोकणामध्ये अनेक ठिकाणी या प्रकारच्या वस्त्या आढळतात. मालवणमध्ये या प्रकारच्या वसाहतीचे प्रमाण अधिक आहे.

काळाच्या ओघात विकसित तंत्रज्ञानाचा उपयोग करून डोंगराच्या उतरारावर वस्त्यांची निर्मिती केली जाऊ लागली आहे व अशा ठिकाणावरील वस्त्यांमध्ये राहण्यासाठी भरमसाठ पैसे मोजून लोक राहायला जात आहे. उदा., पुण्याशेजारील लवासा पर्वतमय प्रदेशामध्ये पर्यटकांना आकर्षित करण्यासाठी अनेक ठिकाणी विश्रांतिगृहे, होटल्स, मोटेल्स बांधली गेलेली आहेत. उदा., सिमला, मनाली, दार्जिलिंग, उटी ह्या ठिकाणी पर्यटकांच्या गरजा पूर्ण होतील अशा निवास स्थानांची उभारणी केलेली

आहे. डोंगराळ प्रदेशामध्ये वैद्यकीय (Medical) सुविधा ह्या प्राचीन पद्धतीच्या उपलब्ध आहेत, त्यामुळे वस्त्यांची संख्या वाढलेली आहे. उदा., हिमाचल प्रदेश.

ब) पठारी प्रदेश (Plateau Region): पर्वतीय प्रदेशाच्या तुलनेने पठारी प्रदेश मानवी वस्त्यांच्या निर्मितीस योग्य असे पर्यावरण आढळते. पठारी प्रदेशात शेती योग्य जमीन, विविध स्वरूपाचे उद्योगधंदे हे व्यवसाय शक्य असतात. त्यामुळे वस्त्यांचे वितरण हे पर्वतीय प्रदेशाच्या तुलनेने आधिक आढळते.

खनिज संपत्तीच्या बाबतीत पठारी प्रदेश हे आदर्शच असल्यामुळे ह्या ठिकाणी आर्थिक संधी उपलब्ध होतात व दाट वस्ती ह्या ठिकाणी आढळते. उदा., दक्षिण आफ्रिकेचे पठार, ऑस्ट्रेलियाचे पठार ह्या भागात सोने व हिरे सापडत असल्यामुळे ह्या भागात वस्त्यांची निर्मिती झाली व आज हे भाग दाट लोकवस्तीचे भाग म्हणून ओळखले जातात.

भारतातील पठारी प्रदेशामध्ये उदा., भारतातील दख्यनचे पठार, छोटा नागपूरचे पठार ह्या भागात मुबलक खनिजसंपत्तीचे साठे सापडत असल्यामुळे ह्या ठिकाणी दाट लोकवस्ती आढळते.

क) मैदानी प्रदेश (Plain Region): मैदानी प्रदेश दाट लोकसंख्येचे प्रदेश म्हणून ओळखले जातात. सुपीक मैदानी प्रदेश ह्यामुळे शेतीवर आधारित उदयोगधंद्याचा विकास होऊन आर्थिक संधी उपलब्ध झाल्या व मोठ्या प्रमाणावर वस्त्यांची निर्मिती झाली मैदानी प्रदेशात बारमाही वाहणाऱ्या नद्या, सखल व सुपीक जमीन, मानवाच्या मूलभूत गरजांची पूर्ततेसाठी मैदानी प्रदेश हे आदर्श ठरत असल्यामुळे दाट वस्ती ह्याच भागांमध्ये फार प्राचीन काळापासून आढळून येत आहे व भविष्यातही ह्यामध्ये फारसा फरक पडणार नाही. उदा., गंगा-यमुना सुपीक मैदानी प्रदेश हा भारतातील दाट वस्त्यांचा भाग म्हणून ओळखला जाते. २०११ च्या जनगणनेनुसार सर्वाधिक दाट लोकवस्तीचा भाग आहे.

२) जमीन (Land)

वस्त्यांच्या निर्मिती व उभारणीसाठी कोरडी जमीन आवश्यक असते. वस्ती उभारण्यासाठी लागणारी प्रत्यक्ष जागा आणि वाहतुकीसाठीची जागा जमिनीपासून उपलब्ध होते म्हणून वस्त्यांच्या निर्मिती वर परिणाम करणारा महत्त्वाचा घटक आहे.

अ) कोरडी जमीन (Dry Land): नद्यांच्या काठावर ज्या ठिकाणी पुर येणार नाही अशा ठिकाणी वस्त्यांची स्थापना केली जाते. अशा वस्त्यांना शुष्कस्थान वस्त्या असे म्हणतात. उदा., महाराष्ट्रात अशा वस्त्या कोल्हापूरची पंचगंगा नदी, कृष्णानदी यांच्या ठिकाणी पहावयास मिळतात. नदीचा आकार जर वक्राकार असेल व नदीचा उतार

दुसऱ्या बाजूस जात असेल तर उंच काठावर वस्तीची निर्मिती होते. उदा., पंढरपूर या ठिकाणी नदीचा उतार व वक्राकार बाजू हे गृहीत धरुन वस्त्यांची निर्मिती केलेले आहे. दिल्ली हे शहर यमुनेच्या पश्चिम काठावर वसवले गेलेले आहे. याचे कारण पूर्वेकडील काठ हा तीव्र उताराचा आहे व या बाजूस पुराचा धोका असतो.

जमीन कोरडी ठेवण्यासाठी नदीकाठावर घाट बांधले जातात. उदा., गंगा नदीवर अलाहाबाद, प्रयाग, वाराणशी ह्या ठिकाणी मोठमोठे घाट बांधलेले आहेत. महाराष्ट्रामध्ये गोदावरी नदीवर नाशिक येथे घाट बांधलेले आहेत.

पश्चिमेकडील राज्यामध्ये उदा. आसाम, नागालँण्ड, मणिपूर ह्या भागांत भरपूर पडणारा पाऊस, येणारा पूर, वनस्पतीचे आच्छादन, सरपटणाऱ्या प्राण्यापासून असणारी भीती यामुळे पाण्यात लाकडी ओंडके रचून किंवा, झाडावर बांबूचा वापर करून वस्ती केली जाते.

ज्या ठिकाणी जमिनीची पातळी व नदीच्या काठ समान पातळीत असतात अशा ठिकाणी कृत्रिम पूरतट (उंचवटे) बांधले जातात व जमीन कोरडी ठेवली जाते. उदा., उत्तर भारतात उगम पावणाऱ्या नद्या गंगा, यमुना, कोसी, घागरा, गंडक ब्रम्हपुत्रा ह्या नेहमी पात्र बदलतात यापासून संरक्षण मिळण्यासाठी नदीकाठावर कृत्रिम पूरतट बांधलेले आहेत.

जपानमध्ये त्सुनामी लाटापासून संरक्षण होण्यासाठी ती जमीन कोरडी रहावी या करिता सागरकिनाऱ्यावर फार मोठ्या कृत्रिम स्वरुपाच्या भिंती बांधलेल्या आहेत.

३) शेतीसाठी जमीन (Agricultural Soil)

जगातील एकूण लोकवस्तीपैकी ६० % लोकवस्ती ही मैदानी प्रदेशात आढलते याचे महत्त्वाचे कारण शेतीसाठी योग्य जमीन हे होय.

प्राचीन काळी शेतीची कला अवगत झाल्यावर मानवी वस्त्या नद्यांच्या सुपीक खोऱ्यात सुरूवात होऊन विकास झाला. गंगा, यमुना नाईल, तैग्रीस, युफ्राटीस, व्हॉग हो-यांगत्से नद्यांच्या खोऱ्यामध्ये महान संस्कृतीचा उदय, उगम व विकास झाला. उदा., भारतात हडप्पा, कागल, लोथल, मोहंजोदारो या ठिकाणी प्राप्त उत्खननावरून त्या ठिकाणच्या प्रगत कृषी संस्कृतीचे पुरावे उपलब्ध आहेत.

शेतातून मानवाच्या मूलभूत गरजा अन्न, वस्त्र, निवारांची पूर्तता होते. शेतीबरोबर, शेतीवर आधरित उद्योगधंदे व त्यापासून विविध उत्पादने उपलब्ध होतात. पशुपालन हा व्यवसायही मोठ्या प्रमाणावर मैदानी प्रदेशात शेतीवर आधारित आढळतो, मात्र ह्यशा सर्वांसाठी अतिशय महत्त्वाचे म्हणजे सुपीक जमीन, फायदेशीर असल्याने सामान्यतः हा नद्यांची खोरी, सुपीक गाळाची मैदाने, त्रिभुज प्रदेश अशा ठिकाणी मृदा व पाणी असा

दुहेरी फायदा होत असतो अशा ठिकाणी वस्त्यांचे घनदाट जाळे आढळते. उदा., गंगेच्या सुपीक मैदानी प्रदेशात लोकवस्ती अतिशय दाट आहे.

महाराष्ट्रामध्ये शेतामध्ये वस्त्या करण्याचे प्रमाण अधिक आढळते. ग्रामीण भागामध्ये शेती हे एकमेव अर्थसाधनाचे कार्य असल्यामुळे शेतावरती वस्ती प्रमाण अगदी अलीकडील काळामध्येही वाढत आहे. अशा वस्त्यांना वाड्या असे म्हणतात. ह्या वाड्यांना त्या परिसरामध्ये असलेला पर्वत, देवाचे मंदिर, व्यक्तीचे नाव, जातीचे नाव, वृक्षांचे नाव, आडनाव यावरून ओळखले जाते. उदा., चिंचेचे बन, जाधववाडी, पाटीलवाडी, ज्योतिबाची वाडी इ.

आधुनिक युगामध्ये बांधकाम क्षेत्रामधील अत्याधुनिक तंत्रज्ञानाचा उपयोग करुन मनुष्याने जवळजवळ सर्वच ठिकाणी कमी अधिक प्रमाणात वस्त्यांची स्थापना केलेली आहे. तंत्रज्ञानामुळे बदल झाला असला तरी पर्वतमय प्रदेश, पठारी या भौगोलिक घटकाचा प्रभाव जाणवत आहे.

४) भूस्तररचना (Geological Structure)

भूस्तररचना अथवा भूगर्भरचना वसाहतीच्या निर्मितीवर परिणाम करते. खनिजाचे साठे भूगर्भरचनेवर अवलंबून असतात. खनिज साठ्यामुळे वसाहती निर्माण होतात, तर खनिजाचे साठे संपले की वसाहती पुन्हा नाहीशा होतात. उदा., मध्यपूर्व आशियामध्ये तापमान कक्षा ही नेहमीच जास्त असूनही तेलाच्या साठ्यामुळे मोठ्या प्रमाणावर वसाहती निर्माण झाल्या. जगातील विविध वेगवेगळी प्रकारची वसाहतीमधील वैविध्ये, जगातील उंच इमारती ह्या मध्यपूर्वेतील राष्ट्रामध्येच दिसतात. अलास्कासारख्या थंड प्रदेशात खाणीच्या क्षेत्रांत वसाहती झालेल्या आहेत.

५) हवामान (Climate)

वस्त्याच्या निर्मिती व वितरणावर परिणाम करणाऱ्या विविध भौगोलिक घटकांपैकी हवामान हा घटक महत्त्वाचा आहे. सर्वसाधारणपणे अनुकूल हवामानाच्या प्रदेशांत लोकवस्ती जास्त आढळते. तर प्रतिकूल हवामानाच्या प्रदेशांत लोकवस्ती कमी आढळते.

वस्त्यांच्या निर्मितीवर हवामानाचा प्रत्यक्ष संबंध असतो. वस्त्यांच्या दृष्टीने स्वच्छ सूर्यप्रकाश, आरोग्यदायी हवामान आवश्यक असते. भारतात वस्त्या तयार करताना. प्राकृतिक घटकांचा विचार करूनच घरांची रचना वैशिष्ट्यपूर्ण पद्धतीने केली जाते. घरांच्या बांधणीसाठी व रचनेसाठी लागणाऱ्या साहित्याची गरज ही हवामानावर अवलंबून असते या बरोबरच हवामानाच्या विविध अंगापासून (थंडी, उन, वारा, उष्णता, पाऊस, धुके, हिमवर्षाव) मानवाला संरक्षण हवे असते. शारीरिक व मानवी थकवा घालवायला

विश्रांतीची गरज असते म्हणून निवारा व वस्ती ह्या गोष्टी आवश्यक ठरतात. मनुष्य घराची रचना व बांधणीसाठी सहजपणे साहित्य उपलब्ध होईल अशा ठिकाणी घरबांधणी करतो. प्राकृतिक घटकाबरोबर, आर्थिक कुवत उपलब्ध साहित्य, धार्मिक, सांस्कृतिक या घटकांचा घराच्या निर्मितीत मोठा सहभाग असतो.

अरण्याच्या प्रदेशांत उपल्बध नैसर्गिक साहित्याचा वापर करून म्हणजेच वनस्पत्तीची पाने, फांद्या यांचा वापर करून घरे बांधतात. थंड हवामानाच्या प्रदेशात लाकडापासून बनविलेल्या घरामध्ये वास्तव्य करतात. उदा., टुंड्रा प्रदेशात बर्फाने बनविलेल्या घरामध्ये (इंग्लू) हिवाळ्यात राहतात. तर उन्हाळ्यात रेनडियरच्या कातड्याने बनविलेल्या तंबूमध्ये (ट्यूपिक) मध्ये राहतात.

वस्त्या किंवा घराची निर्मिती करताना नेहमी पूर्वेकडे घराचा दरवाजा असावा याची काळजी घेतली जाते याचे कारण स्वच्छ सूर्यप्रकाश याचा वापर झाल्याने घरातील किड-कीटक यांचा नाश होतो.

जगात सर्वत्र हवामानाचे परिस्थितीसारखी नसल्यामुळे वस्त्यांचे वितरणही असमान आढळते. अतिथंड व अतिउष्ण हवामानाच्या प्रदेशात लोकवस्ती विरळ आढळते. कारण हे प्रदेश वसाहतीसाठी योग्य नसतात. ध्रुवीय प्रदेश, अलास्का, ग्रीनलँड, सैबेरियाचा भाग अतिशय थंड असल्याने वर्षभर या ठिकाणी बर्फच असतो. तापमान कायमच गोठणबिंदूच्या खाली गेल्यामुळे उदर निर्वाहाची साधने उपलब्ध नाहीत, असे तापमान मानवी जीवनास अयोग्य असे आहे. ४° सें ते १३° सें पर्यंत तापमान मानवी जीवनास आदर्श असे समजले जाते. याउलट गोठणबिंदूखाली तापमान असल्यास ते मानवी आरोग्यस अपायकारक असल्याने या ठिकाणी लोकवस्ती फारच विरळ आढळते. अंटार्क्टिकासारख्या प्रदेशात तापमान कायमच गोठणबिंदूच्या खाली आढळत असल्याने ह्या प्रदेशात मनुष्य आढळत नाही, पर्यायाने वस्तीच नाही. अलीकडील काळात खनिज संशोधनासाठी अनेक देशांनी संशोधन संस्था उभारल्या आहेत. उदा., भारताने १९८१ साली मैत्री नावाचे संशोधन केंद्र अंटार्क्टिका या ठिकाणी उभारले आहे. यामुळे या ठिकाणी मानवी वस्ती निर्माण झाली आहे.

वाळवंटीय भागामध्ये विषववृत्ताच्या दोन्ही बाजूस २०° उत्तर ते ३०° उत्तर व दक्षिण या ठिकाणी उष्ण हवामानाचा मानवी वसाहतीवर परिणाम होत असल्याने या ठिकाणी मानवी वस्ती अतिशय कमी आढळते. उदा., सहारा, कलहरी, गोबी, भारतातील थरचे वाळवंट, अटाकामा इ. वाळवंटी भागात पाण्याची टंचाई, प्रचंड तापमान, धुळीची वादळे, पर्जन्याचा अभाव यामुळे मानवी वस्त्यांचे वितरळ अतिशय विरळ आढळते.

अमेझॉन खोरे, कांगो खोरे येथील विषववृत्तीय उष्ण व दमट हवामान मानवी

आरोग्यास अपायकारक असल्याने विषववृत्तीय प्रदेशात मानवी वस्त्यांचे प्रमाण कमी आहे.

मोसमी प्रदेश, पश्चिम युरोपीयन हवामान विभाग, भूमध्य सागरी हवामान इ. हवामानाचे विभाग अनुकूल हवामान मुबलक पर्जन्य व शेतीस अनुकूलतेमुळे मानवी वसाहतीच्या दृष्टीने महत्त्वाचे ठरले आहेत. कृषी उद्योग व व्यापार यांच्या विकासामुळे या हवामान विभागात वसाहतीचे प्रमाण सर्वाधिक आहे. अशा प्रकारे हवामानाच्या प्राकृतिक घटकांचा मानवी वसाहतीच्या वाढीवर व वितरणावर परिणाम होतो.

६) पाणीपुरवठा (Water Resource)

पाणी ही मानवाची मूलभूत व व्यावसायिक गरज असल्याने पाणीपुरवठा निश्चित असणाऱ्या क्षेत्रात लोकवस्ती एकवटलेली आढळते. मानवाला पाण्याचा उपयोग फक्त पिण्यासाठी होतो असे नाही तर शेती, उद्योगधंदे, घरकाम, जल विद्युत निर्मिती, शारीरिक स्वच्छता अशा वेगवेगळ्या कारणासाठी पाण्याचा उपयोग होतो. त्यामुळेच नद्या, तळी, सरोवरे कालवे या पाणीपुरवठ्याच्या साधनांच्या शेजारी वस्त्या एकवटतात व त्यांची वाढ व विकास होतो.

अ) नदीकाठावरील वस्ती (River bank Settlement)ः पाण्याला 'जीवन' असे म्हटले जाते. पाणी ही मानवाची मूलभूत गरज असल्यामुळे बारमाही वाहणाऱ्या नद्यांच्या काठावर वस्त्यांची निर्मिती झालेली आढळते. उदा. यमुनेच्या काठावर दिल्ली, आग्रा तर गंगेच्या काठावर काशी, अलाबाद, प्रयाग वाराणशी अशी महत्त्वाच्या वस्त्या उदयास आलेल्या आहेत. जगातील अनेक नद्याच्या काठावर अशा वस्त्याचे वितरण फार प्राचीन काळापासून आढळते. उदा. नाईल, यांग्त्से, मिसिसिफी ह्या नद्यांच्या काठावर प्राचीन संस्कृतीचे अवशेष आढळून आले आहेत.

नदीकाठावरील वस्त्या ह्या स्थायी स्वरूपाच्या असतात. परंतु काही नैसर्गिक कारणामुळे ह्या वस्त्यांचे स्थलांतर होते. नद्यांचे पूर, पात्रबदल अतिगाळाचे संचयन ह्यामुळे वस्त्यांचे स्थलांतर होते व पूर प्रवण क्षेत्रामध्ये वस्त्यांच्या संस्थेत बदल होतो. भारतात ब्रह्मपुत्रा, गंगा, यमुना, दामोदर, घागरा, गंडक, कोसी यांच्या पुरामुळे दरवर्षी जीवीत हानी, वित्तहानी होते त्यामुळे वस्त्या ह्या जलमय झाल्या.

संगमावरील वस्त्यामध्ये अलाहाबाद, प्रयाग वाराणशी, कराड, पुणे (संगमवाडी) ह्या ठिकाणी ही मोठ्या प्रमाणावर वस्त्या आपणास प्राचीन काळापासून आढळतात. संगम झालेले ठिकाण हे आदर्श मानले गेल्यामुळे त्या ठिकाणी मोठ्या प्रमाणावर वस्त्यांचे केंद्रीकरण झालेले आढळते.

ब) झऱ्याकाठावरील वस्त्या (Spring Site Settlement) : झऱ्यांच्या भोवती असणाऱ्या वस्त्यांना निर्झररेषीय वस्त्या असे म्हणतात. महाराष्ट्रात ठाणे जिल्ह्यामध्ये उन्हेरे, कान्हेरे ह्या गरम पाण्याच्या (Hot Spring) च्या काठावर वस्त्यांची निर्मिती झालेली आढळते. ग्रेटब्रिटनमध्ये लिंकनशायर व मेंडीसच्या डोंगराळ प्रदेशात छेड्डर ॲक्सब्रीज, रेडबॉर्न ह्या वस्त्या निर्झर वस्त्या आहेत. पुणे जिल्ह्यातील शिवनेरी जवळही वस्त्या ह्या निर्झर वस्त्या प्रकारामध्ये येतात.

क) आर्द्रस्थान वस्त्या (Wet Point Settlement) : वाळवंटीय ओसाड, निमओसाड प्रदेशांत पाण्याच्या ठिकाणी ज्या वस्त्या निर्माण होतात. त्या आर्द्रस्थान वस्त्या असतात. अशा स्थळांना मरुद्याने (Oasis) असे म्हणतात. सहारा वाळवंटात अशा मरुदयानांच्या जागी असणाऱ्या या वस्त्यांमध्ये पाणीपुरवठा उपलब्धतेमुळे खजूर, मका, गहू, फळे यांसारखी पिके घेतली जातात.

ड) चुनखडीच्या प्रदेशातील वस्त्या (Karst Topography Settlements): चुनखडीच्या क्षेत्रात उथळ खड्ड्यांमध्ये पाणी साठून सरोवर निर्माण होतात. संयुक्त संस्थानामधील प्लोरिडा प्रांतांत या सरोवराच्या परिसरात वस्त्या निर्माण झाल्या आहेत. त्यांना **(Karst Topography Settlements)** असे म्हणतात. इंग्लंडमध्ये ही चुनखडीच्या प्रदेशात अशा प्रकारच्या वस्त्या आढळतात.

इ) सरोवर काठावरील वस्त्या (Lake Site Settlements) : भारतात गंगेच्या मैदानात मध्य प्रदेशमधील भोपाळ, केरळ व तमिळनाडूमध्ये ही निसर्ग-निर्मित व मानव निर्मित तलावांच्या काठावर वस्त्या निर्माण झाल्या आहेत. महाराष्ट्रात लोणार सरोवराच्या सभोवतालची वस्ती ह्या प्रकारामध्ये मोडते. अगगदी अलीकडील काळात धरणांच्या प्रदेशामध्येही (Backwater) अशा प्रकारच्या वस्त्यांची निर्मिती झालेली आहे. उदा., खडकवासला धरणाच्या (Backwater) क्षेत्रामध्ये लवासा ह्या वस्त्यांची निर्मिती झालेली आहे. महाबळेश्वर जवळ असणारे तापोळा या ठिकाणी नवीन महाबळेश्वर ह्या वस्तीच्य निर्मितीस सुरूवात झाली आहे. थोडक्यात, मानवनिर्मित तलाव किंवा नैसर्गिक तलाव हे दोनही वस्त्यांच्या निर्मितीस कारणीभूत ठरतात.

ई) सागर किनाऱ्यावरील वस्त्या (Sea Beach Settlement) : जगाच्या संपूर्ण भागामध्ये किनाऱ्यावरील वस्त्या ह्या मोठ्या प्रमाणावर आढळून येतात.जगातील १/३ लोक हे किनारी प्रदेशात राहत असल्यामुळे लोकवस्तीची वाढ मोठ्या प्रमाणावर झालेली आहे. उदा.,अमेरिकेतील कॅलिफोर्निया ह्या शहराची वाढ किनारी प्रदेशामध्ये झालेली आहे. भारतात गोवा हे ठिकाण स्वच्छ समुद्र किनारे यासाठी प्रसिद्ध आहे. ह्यामुळे

अनेक परदेशी लोकांचे आवडते ठिकाण असल्यामुळे हया लोकांच्या विश्रांतीसाठी वस्त्यांची वाढ मोठ्या प्रमाणावर झालेली आढळते. केरळचे सोनेरी किनारे हे ही वस्त्यांच्या निर्मितीस कारणीभूत आहेत.

फ) एकाकी वस्त्या (Isolated Settlement) : अंदमान व निकोबार बेटावरील जारवा आदिवासी भटके जीवन जगतात दाट जंगलाच्या अंतर्गत भागात वस्त्या करून राहतात. कंदमुळे, फळे शिकार हे व्यवसाय करतात बाहेरील जगापेक्षा एकाकी जीवन जगणाऱ्या ह्या वस्त्या इतर वस्त्यांपेक्षा भिन्न आहेत.

वस्त्यांचे वितरण हे पाणवठ्याशेजारी किंवा नदी काठावर सर्वांत जास्त आढळते.

७) जमीन किंवा मृदा (Soil)

मानवी वसाहतीच्या विकासामध्ये जमीन किंवा मृदा अतिशय महत्त्वाचा घटक मानला जातो. सुपीक जमिनीच्या प्रदेशांत लोकवस्ती स्थिर होते तर नापीक जमीनीच्या प्रदेशांत लोकवस्ती अस्थायी स्वरूपाच्या असतात. सुपीक जमिनीच्या प्रदेशात शेतीच्या प्रगतीमुळे कच्चा माल मोठ्या प्रमाणावर उपलब्ध होत असल्याने शेतीवर आधारित व इतर उद्योगधंद्यांचाही विकासही होतो. थोडक्यात, सुपीक जमीनिच्या प्रदेशांत वस्तीचे वितरण दाट स्वरूपात आढळते.

अनुउत्पादकता व नित्कृष्ठ मृदा असलेल्या प्रदेशांत वसाहती निर्मितीस प्रतिकूल परिस्थिती असते. अरुणाचल प्रदेश, नेपाळ, भूतान, तिबेट ह्या सुपीक मृदेच्या अभावी वसाहती विरळ आहेत.

जगातील प्राचीन वसाहतीची सुरूवात नद्यांनी वाहून आणलेल्या सुपीक गाळाच्या मैदानी प्रदेशांत व त्रिभूज प्रदेशाच्या ठिकाणी झालेली आढळते. जगातील गवताळ प्रदेश, नद्यांची सुपीक खोरी (गंगेचे सुपीक मैदान), किनारी प्रदेश दाट लोकवस्तीचे प्रदेश म्हणून ओळखले जाऊ लागले. याउलट दलदलीचे प्रदेश, कोरड्या जमिनीचे प्रदेश, वाळवंटी प्रदेश हे मानवी वसाहतीच्या दृष्टीने निरुपयोगी ठरतात.

८) बांधकाम साहित्य (Building Material)

वसाहतीच्या निर्मितीसाठी बांधकाम सामग्रीची उपलब्धता असणे अतिशय आवश्यक असते. अगदी प्राचीन काळी वसाहतीच्या दृष्टीने दगड, माती, लाकूड ज्या प्रदेशांत जास्त प्रमाणात सहजपणे उपलब्ध होतील त्या ठिकाणी वसाहतीची निर्मिती झाली. उदा., ध्रुवीय प्रदेशामध्ये बर्फाच्या विटा एकावर एक रचून (इग्लू) पद्धतीचे घर बनविले जात, कारण ध्रुवीय प्रदेशात बर्फ मोठ्या प्रमाणावर उपलब्ध असते. जंगलाच्या प्रदेशामध्ये अमेझॉन व कांगो नद्यांच्या खोऱ्यामध्ये सरपटणाऱ्या प्राण्यापासून संरक्षण

करण्यासाठी झाडावर घरे बांधली जातात. आसाम नागालँड ह्या ठिकाणी झाडावर घरे बांधली जातात.

कमी पर्जन्याच्या प्रदेशांत केवळ मातीचा वापर करून घरे बांधली जातात. महाराष्ट्राच्या अनेक दुष्काळग्रस्त प्रदेशामध्ये ज्या ठिकाणी पावसाचे प्रमाण अत्यंत कमी आहे. या ठिकाणी मातीची घरे (धाब्याची घरे) बांधली जातात. उष्णतेचे प्रमाण कमी व्हावे. आतमध्ये थंड रहावे. याकरिता छतावर मातीचा जाड मुलामा दिला जातो. अश्या प्रकारची घरे विदर्भ, मराठवाड्या ह्या भागांमध्ये मोठ्या प्रमाणावर आढळतात.

६.३. सामाजिक घटक (Social factor)

मनुष्य हा समाजशील प्राणी असल्याने तो समाजाशिवाय राहू शकत नाही. समाजातील विविध स्वरूपाचे घटक व वस्त्यांची निर्मिती ह्यांचा अत्यंत जवळचा संबंध आहे. मनुष्याचे समाजाशी एक वेगळे प्रकारचे नाते असते. समाजामधील वैशिष्ट्ये विविध पद्धती, समाज रचना ह्यांच्याशी तो एका प्रकारे बांधला गेलेला असतो. मनुष्यामधील एकत्र राहण्याच्या पद्धतीमुळे एका वस्त्या तयार झाल्या. मनुष्याने काही सामाजिक बंधने, निर्बंध स्वतःवरही व समाजावरही अप्रत्यक्षपणे लादली आहेत. समाजनियम काही गोष्टींमुळे निर्माण झालेले आहेत. उदा.

१. मनुष्याला फार प्राचीन काळापासून दुसऱ्या टोळीपासून भीती वाटत होती. त्यामुळे त्याने एकत्रित वस्ती केली याकरिता त्याने स्वतःच्या वस्त्यांभोवती तट बांधले. ह्या सर्वांचा उद्देश म्हणजे सामाजिक संरक्षण होता.

२. मनुष्याने शेती करायला सुरवात केल्यानंतर मनुष्याला मनुष्याबळाची गरज वाटू लागली. शेतीमध्ये काम करणारे लोक व त्यामधून होणार संवाद यांमधून सहकार्याची भावना लोकांमध्ये वाढीस लागली. यामधूनच साधनसपंत्तीची लोकांमध्ये विभागणी करण्याची गरज निर्माण झाली.

३. सर्व समाजातील लोक एकत्र आल्यानंतर लोकांमध्ये आपुलकीची भावना निर्माण झाली. यातून विवाह झाले व कुटुंबव्यवस्था तयार झाली विविध स्वरूपाची मित्र मंडळी नाती-गोती समाजप्रिय लोक कुटुंब व्यवस्थेतूनच तयार झाले. विविध स्वरूपाच्या टोळ्या किंवा गट (समूह) एकत्र राहायला लागल्यानंतर वर्चस्वा दृष्टिकोनातून त्यामध्ये वारंवार भांडणे होण्यास सुरूवात झाली. ह्यावर काहीतरी मार्ग शोधण्याकरिता संरक्षण (सुरक्षितता) न्यायव्यवस्था बळकट होण्यास सुरवात झाली.

४. समाजामध्ये स्थैर्यत्व आल्यानंतर संस्कृती, नैतिक मूल्य, ऐक्यांची भावना वाढीस लागल्या व समाजामध्ये मोठी प्रगती झाली. समाजाचा विकास होण्यास सुरवात झाली.

ह्या गोष्टीचा विचार करता मनुष्य हा समाजशील प्राणी आहे. मात्र समाजामध्ये राहत असताना त्याला समाजातील आचार-विचार, नीतिनियम ह्या सर्वांचा विचार करूनच तो जीवन व्यथीत करत असतो व यामधूनच वस्त्यांचा विकास होतो. ज्या ठिकाणी समाजनियम व्यवस्थित पार पाडले जातात अशा ठिकाणी वस्त्यांची वाढ मोठ्या प्रमाणावर होते व ज्या ठिकाणी समाजनियमांची पायमल्ली होते अशा ठिकाणी हवामान व इतर घटक जरी चांगले असले तरी त्या ठिकाणावरील वस्त्यांचा नाश होतो त्या वस्त्यांची प्रगती होत नाही.

भारतामध्ये प्राचीन काळापासून सामाजिक घटकांचे प्रभुत्व वस्त्यांच्या निर्मिती, वाढ व वितरणावर आहे. भारतीय समाजामध्ये असणारी जातिव्यवस्था, समाजव्यवस्था, याचा परिणाम वस्त्यांच्या निर्मितीवर झालेला आहे. ग्रामीण वस्त्यात जातिव्यवस्थेवर आधारित समाजरचनेला बारा बलुतेदारी व्यवस्था म्हणतात. महाराष्ट्र व उत्तर प्रदेश यांमध्ये जमीनदारी किंवा बलुतेदारी व्यवस्था होती. गावाच्या मध्यभागी किंवा उंचावर त्या जमिनदाराचे घर असायचे गावातील नेतृत्व जमीनदार किंवा पाटील यांच्याकडे असायचे. त्याच्या घराला खेटूनच इतरांची घरे उदा., ब्राह्मण व उच्चवर्णी याची घरे असायची. ब्राह्मण समाजाकडे गावातील धार्मिक विधी करण्याचे काम असायचे. गावच्या पाटलाच्या घराला खेटूनच विधी करण्याचे म्हणजे ब्राह्मणाचे नंतर सामाजिक स्तराप्रमाणे वस्त्यांची रचना असायची यामध्ये माळी, शिंपी, लोहार, चांभार, सुतार, भाट यांची वस्ती असे. गावातील मागास जमातींमधील लोकांची घरे ही गावच्या वेशीच्या बाहेर किंवा तटाबाहेर या सामाजिक स्तरापेक्षा वेगळी असायची.

बलुतेदारीचे प्रमाण आजच्या आधुनिक काळामध्ये जरी कमी झाले असले तरी आजही भारतातील उत्तर प्रदेश, महाराष्ट्र या राज्यांमध्ये ह्याचा प्रभाव जाणवतो. जुलमी जमीनदाराच्या प्रभावाला कंटाळून अनेक लोक त्या प्रदेशातून स्वतःची वस्ती सोडून दुसरीकडे राहायला जातात.

समाजामध्ये असणारी धार्मिक तेढ कधी कधी वस्त्यांच्या ऱ्हासास कारणीभूत ठरते. उदा., अलीकडे उत्तर प्रदेशमधील मझफ्फरनगर मध्ये झालेल्या दोन धार्मिक दंगलीमध्ये आज तीन वर्षे झाले तरी त्या समाजातील लोक त्या ठिकाणी राहायला गेलेले नाही. लोकांनी दुसरीकडे वस्ती केलेली आहे. थोडक्यात, समाजामधील असणारी जातिव्यवस्था, धार्मिक व्यवस्था, समाजव्यवस्था ह्यांचा प्रभाव आधुनिक काळामध्येही मोठ्या प्रमाणावर जाणवतो.

६.४. आर्थिक घटक (Economic factor)

एखाद्या प्रदेशामध्ये मनुष्य कोणत्या प्रकारचा व्यवसाय करतो यानुसारच त्या

ठिकाणी वस्त्यांची निर्मिती होत असते. उदा., कृषी किंवा शेतीशी संबंधित उदयोगधंद्यामुळे त्या ठिकाणी मर्यादीत वस्ती निर्माण झाली. १८ व्या शतकाच्या उत्तरार्धात आधुनिक यंत्राचा शोध लागल्यामुळे उद्योगधंद्यांचा विकास झाला व वस्त्यांच्या निर्मितीत प्रचंड वाढ झाली. व्यवसाय हे प्रामुख्याने प्राथमिक, द्वितीय, तृतीयक व चतुर्थ प्रकारचे असल्याने व्यवसायाच्या प्रकारवरून वस्त्यांचे वितरण व निर्मिती ठरत असते.

ज्या भागात खनिजसंपत्ती व शक्तिसाधने जास्त आहेत, अशा भागात लोकवस्ती जास्त आढळते. जी खनिजे मौल्यवान व दुर्मीळ ठिकाणीच उपलब्ध होतात त्या ठिकाणी लोकवस्ती दाट आढळते. दगडी कोळसा, लोहखनिज हे औद्योगिक विकासासाठी आवश्यक असल्याने उपलब्ध खाणीच्या प्रदेशांमध्ये कारखानदारीचा उगम व विकास झाला. परिणामी, मजूर, तंत्रज्ञ, बाजारपेठा यांची मागणी वाढली व मोठ्या प्रमाणावर लोकवस्ती त्या ठिकाणी केंद्रित झाली. उदा., भारतातील छोटा नागरपूरचे पठार या ठिकाणी मोठ्या प्रमाणावर मँगनीज, लोहखनिज, कोळसा हे उपलब्ध झाल्याने लोहपोलाद उद्योग उभे राहिले व यामुळेच त्या ठिकाणी मोठ्या प्रमाणावर वस्त्यांची निर्मिती झाली.

खनिजसंपत्तीच्या बाबतीत एक महत्त्वाची गोष्ट म्हणजे एखाद्या भागात जोपर्यंत खनिज आहे तोपर्यंत तेथे वस्ती मोठ्या प्रमाणावर राहते. परंतु खनिजसंपत्तीचे साठे संपल्यानंतर मात्र त्या भागातील लोकवस्ती स्थलांतर करते व त्या ठिकाणांना भुताची शहरे (Ghost Town) असे म्हटले जाते. उदा., कर्नाटकातील कोलार ह्या ठिकाणी पूर्वी सोन्याचे साठे सापडत होते. उत्खननचा खर्च व उपलब्ध साठा ह्याचे गणित न जुळल्यामुळे खाणकाम बंद पडले व पर्यायाने तेथील लोकांना ते ठिकाण सोडून जावे लागले.

अ) औद्योगिक विकास (Industrial Development)

ज्या भागांमध्ये औद्योगिक विकास झाला आहे. अशा ठिकाणी मोठ्या प्रमाणावर वस्त्यांची निर्मिती झालेली आढळते. औद्योगिक विभागामध्ये कुशल अकुशल मजुरांची गरज असते. अशा लोकांना औद्योगिक विभागामध्ये रोजगार उपलब्ध होते व पर्यायाने अशा ठिकाणी वस्त्यांची निर्मिती होते. उदा., मुंबई येथील कापडगिरण्यांमध्ये काम करण्यासाठी महाराष्ट्र व देशाच्या इतर भागातून मोठ्या प्रमाणावर लोक आले व मुंबई आज फार मोठे शहर निर्माण झाले.

महाराष्ट्र सरकारने (MIDC) महाराष्ट्र औद्योगिक विकास महामंडळाची स्थापना करुन ग्रामीण भागामध्ये मोठ्या प्रमाणावर उदयोगधंदे उभारले त्यामुळे त्या भागामध्ये काम करण्यासाठी लागणाऱ्या मजुरवर्गाची मोठ्या प्रमाणावर वस्त्या निर्माण झाल्या

उदा., पुणे जिल्ह्यातील रांजणगाव, चाकण ह्या ठिकाणावर मोठ्या प्रमाणावर वस्त्यांची निर्मिती झालेली आहे.

भारत सरकारने २००५ मध्ये (SEZ) विशेष आर्थिक विभागा अंतर्गत अनेक उद्योगधंदे उभारले यामुळे त्या ठिकाणी काम करण्यासाठी येणाऱ्या कामगारांना घरे उभारावी लागली व त्यामुळे वस्त्यांची निर्मिती मोठ्या प्रमाणावर झाली. उदा., पुणे व मुंबई येथे माहिती व तंत्रज्ञानाचा विशेष विभाग स्थापन केल्याने पुण्याच्या चारही बाजूला वस्त्यांची मोठ्या प्रमाणावर निर्मिती झाली उदा., हिंजवडी, खराडी, कोथरुड (पुणे) नवी मुंबई इत्यादी.

भ) वाहतूक व दळणवळण (Transport and Communication)

वाहतुक व दळणवळणाच्या साधनांच्या विकासामुळे वस्त्यांची निर्मिती मोठ्या प्रमाणावर झाली. वाहतुक व दळणवळणाच्या साधनांना योग्य व्यवस्था पुरवण्यासाठी थोडक्यात, निवास, भोजन इ. वाहतूक मार्गाच्या बाजूला मोठ्या प्रमाणावर वस्त्यांची निर्मिती झाली. उदा., राष्ट्रीय महामार्ग पुणे–बैंगलोर या वरती खेडशिवापूर ह्या मोठ्या वस्तीची निर्मिती झाली. समुद्रमार्ग ही नैसर्गिक देणगीमुळे विविध बंदराचा विकास झाला व त्याभोवती वस्त्यांची निर्मिती झाली. उदा. कोलकाता इ.

६.५. राजकीय घटक (Political factor)

वस्त्यांच्या निर्मिती, ऱ्हास व विकास यांमध्ये राजकीय घटक अतिशय इ. घटक वस्त्यांच्या वितरणावर परिणाम करतात.

अ) सरकारी ध्येय धोरणे (Government Policies)

सरकारी ध्येय धोरणामुळेही कधी लोकवस्तीची निर्मिती होते. उदा., ऑस्ट्रेलियासारखी राष्ट्रे दरवर्षी आपल्या लोकसंख्येच्या १ ते २ % लोकांना दुसऱ्या देशांतून आपल्या देशामध्ये रोजगारासाठी बोलावतात याचा परिणाम असा होतो की गेलेले लोक त्याठिकाणी स्थायिक होतात व मोठ्या प्रमाणावर वस्त्यांची निर्मिती होते. सरकारी ध्येयधोरणाचे एक आदर्श उदाहरण म्हणजे निवृत्त सनदी आधिकाऱ्यांना जमिन देऊन त्यांना अंदमान व निकोबार बेटांवर स्थायी स्वरूपाच्या वस्त्यासाठी प्रोत्साहन दिले गेले आहे.

ब) स्थलांतर (Migratioin)

विविध राष्ट्रामध्ये चालणारे धार्मिकवाद, ह्यामुळे राजकीय अस्थिरता निर्माण होते व यामुळे एका भागातून दुसऱ्या भागांत स्थलांतर झाल्याने दुसऱ्या ठिकाणी वस्त्यांची निर्मिती होते तर पहिल्या भागातील वस्त्या ओसाड पडतात. उदा., भारत व पाकिस्तान

यांमध्ये फाळणी झाल्यानंतर सिंध प्रांतातील अनेक हिंदू धर्मीय लोक भारताच्या वायव्य भागात स्थायिक झाले त्यामुळे तेथे मोठ्या प्रमाणावर वस्त्यांची निर्मिती झाली. भारतातील अनेक तामिळ लोक श्रीलंकेमध्ये गेल्यावर त्या ठिकाणी स्थायिक झाले व वस्त्यांची निर्मिती केली. उत्तर प्रदेशामध्ये रोजगाराच्या संधी कमी असल्याने, रोजगारासाठी हे बहुसंख्य लोक मुंबई या ठिकाणी आल्यानंतर वस्त्यांची मोठ्या प्रमाणावर निर्मिती झाली आहे.

७ वस्ती

(Settlement)

७.१. प्रस्तावना (Introduction)

वस्त्यांची उत्क्रांती किंवा निर्मिती ज्या ठिकाणी होते त्या संदर्भात स्थळ व स्थिती ह्या संकल्पना वापरल्या जातात. मानवी वस्त्या निर्मिती होताना प्रामुख्याने त्या भौगोलिक प्रदेशांमध्ये उपलब्ध असणाऱ्या किंवा होणाऱ्या गोष्टी पाहूनच होत असतात. मानव सुरुवातीला अस्थायी स्वरूपाची वस्ती करत होता, कालांतराने जीवन स्थिर झाल्यानंतर त्याने स्थायी स्वरूपाच्या वस्त्या केल्या.

७.२. वस्तीचे स्थळ व रचना (Settlement Site and Situation)

७.२.१. वस्तीचे स्थळ (Site of Settlement)

वस्तीचे प्रत्यक्ष स्थान ज्या विशिष्ट घटकांच्या संदर्भात व्यक्त केले जाते, त्यास ठिकाण किंवा स्थळ असे म्हणतात. उदा., एखादी वस्ती एखाद्या डोंगरावर उभारली गेली असेल तर त्यास स्थान असे म्हणतात. महाराष्ट्रामध्ये नदीच्या काठी अनेक वस्त्या निर्माण झाल्या आहेत त्यांची नावे जरी सारखी असली तरी अलीकडील काठावरील व पलीकडील काठावरील वस्ती असे म्हटल्यास वस्तीचे स्थळ किंवा ठिकाण होय. उदा., हवेली तालुक्यात भीमा नदीच्या काठावर अलीकडील बाजूस बुद्रु खुर्द तर पलीकडील बाजूस वद्रु बुद्रुक आहे, मात्र अलीकडील काठ व पलीकडील काठ हे त्यांचे स्थळ

किंवा ठिकाण आहे. स्थळ किंवा ठिकाण निश्चितीसाठी त्या ठिकाणी असणाऱ्या प्राकृतिक गोष्टी उदा., वाळवंटी जमीन, चराई जमीन, पाणी, धबधबे, नदी इ. घटक विचारात घेतले जातात.

७.२.२. वस्तीची स्थिती (Settlement Situation)

वस्तीच्या सभोवताली जो परिसर असतो (उदा., डोंगर, जंगल, टेकड्या, पूरप्रदेश, भूप्रदेश, भूरचना) त्यांची अभिव्यक्ती म्हणजे वस्तीची स्थिती होय. वस्तीच्या सभोवताली असणारी भौगोलिक किंवा सांस्कृतिक गोष्टी त्या वस्तीची स्थिती दर्शवितात. उदा., महाबळेश्वर हे ठिकाण सह्याद्री डोंगराच्या रांगामध्ये आहे.

थोडक्यात, ठिकाण व स्थिती प्राकृतिक भूरूपाच्या गुणविशेषाद्वारे व्यक्त होत असतात.

७.३. वस्त्यांचे प्रकार (Types of Settlements)

वस्त्यांचे केंद्रीकरण व विकेंद्रीकरण या दोन्हीही क्रिया भौतिक पार्श्वभूमीवर आर्थिक, सामाजिक व सांस्कृतिक घटकांच्या प्रभावाचा परिणाम वस्त्यांच्या परस्परांतील अंतरावरून वस्त्यांचे पुढील प्रकार पडतात.

१) सधन वस्त्या (Compact type)
२) विखुरीत वस्त्या (Dispersed type)
३) संमिश्र वस्त्या (Composite type)
४) अपखंडित वस्त्या (Fragmented type)

१) सधन वस्त्या (Compact type)

सधन प्रकारच्या वस्त्या माळवा पठारावर नर्मदा नदीच्या खोऱ्यामध्ये, बिहार, उत्तर प्रदेशमधील विंध्य पठार, पश्चिम उत्तर प्रदेश या ठिकाणी मोठ्या प्रमाणावर आढळतात. या ठिकाणी असणाऱ्या सुपीक मैदानी प्रदेशामुळे प्राचीन काळापासून त्या ठिकाणी वस्त्यांची निर्मिती झाली आहे. कृषी संस्कृती व संरक्षण व सामाजिक संघटनेच्या जाणिवेमधून सधनीकरणाची क्रिया घडलेली आहे.

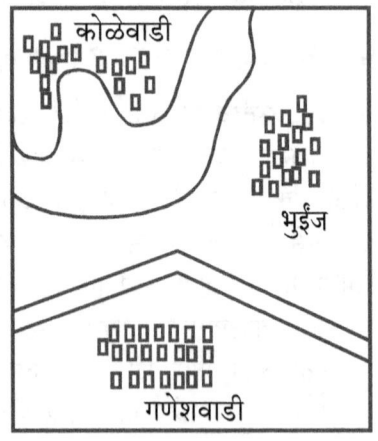

सधन प्रकारच्या वस्त्यामध्ये घरे एकमेकाला खेटूनच असतात, सहसा

त्यांच्यामध्ये कोणत्याही प्रकारचे अंतर आढळत नाही. अशा वस्त्यांना सधन प्रकारच्या वस्त्या असे म्हणतात. अशा वस्त्यांमध्ये एकोपा निर्माण झालेला असतो. समाज एकत्रित झाल्याबरोबरच त्याच्यामध्ये आर्थिक, धार्मिक व सांस्कृतिक कार्यांची लक्षणे आपोआपच स्पष्ट दिसतात. या वस्त्यांमध्ये समाजजीवनासाठी आवश्यक अशा सर्व गोष्टींची निर्मिती केली जाते. उदा., रस्ते, समाजमंदिरे, मंदिरे, गटारे इ. संपूर्ण भारतात सधन प्रकारच्या वस्त्यांची निर्मिती ही मैदानी प्रदेशांमध्ये झालेली आहे.

२) विखुरीत वस्त्या (Dispersed type)

जेव्हा दोन घरांतील अंतर स्पष्टपणे जाणवते, तेव्हा अशा वस्त्यांना विखुरीत वस्त्या असे म्हणतात. या प्रकारच्या वरच्या डोंगराळ प्रदेशामध्ये उदा., आसाम, हिमाचल प्रदेश, सह्याद्रीचा पायथा या भागांत मोठ्या प्रमाणावर आढळतात. प्राकृतिक कारणे वस्त्या विखुरण्यास कारणीभूत ठरतात असे असले तरी सांस्कृतिक कारणामुळेही वस्त्या विखुरल्या जातात. मृदेची उपजनक्षमता, वस्तीसाठी अयोग्य जागा, पाणीपुरवठ्याची अनिश्चित साधने, डोंगराळ प्रदेश ह्या कारणामुळे वस्त्या ह्या विखुरल्या जातात.

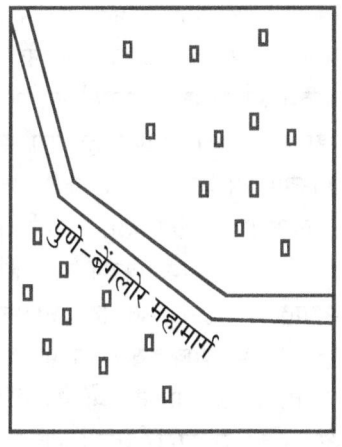

महाराष्ट्रामध्ये कोकणात या प्रकारची वस्ती आढळते. डोंगराळ भाग विकेंद्रित अस्थायी व्यवसाय व सलग सपाट सुपीक जमिनीचा अभाव यांमुळे विकेंद्रित वस्त्या तयार झालेल्या आहेत. पश्चिम महाराष्ट्रामध्ये सातारा, सांगली, कोल्हापूर या भागांमध्ये सुपीक जमीन व पाण्याचा मुबलक पुरवठा ह्या कारणामुळे शेतावर जाऊन वस्त्या करण्याचे प्रमाण अधिक असल्याने वस्तीची निर्मिती करण्यास हे घटक कारणीभूत ठरतात त्यामुळे प्रत्येकाच्या शेतामध्ये घर असल्याने त्या वस्त्या विखुरलेल्या स्वरूपात आढळतात. कालवे, जमिनीच्या तुकड्याचे झालेले विभाजन हे विकेंद्रित वस्त्या तयार करण्यास कारणीभूत ठरतात. उदा., गुजरात, महाराष्ट्र, पंजाब, हरियाणा ह्या राज्यात विकेंद्रित वस्त्या मोठ्या प्रमाणात आहेत.

३) संमिश्र वस्त्या (Composite type)

मुख्य वस्ती व तिच्या सभोवताली घरे काहीशा अंतरावर वेगवेगळ्या समूहामध्ये वसलेली असतात, यास संमिश्र वस्ती असे म्हणतात. शेतावरची वस्ती किंवा वाड्या व मुख्य वस्ती मिळून संमिश्र वस्त्या निर्माण झाल्या आहेत. सामाजिक, सांस्कृतिक व प्रशासकीय ह्या वरच्या मूळ वस्तींशी संलग्न असतात. महाराष्ट्रामध्ये ग्रामीण भागात अशा प्रकारच्या वस्त्या मोठ्या प्रमाणावर आढळतात.

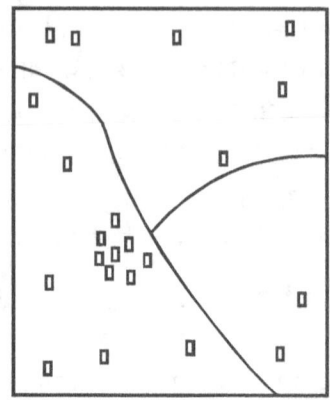

४) अपखंडित वस्त्या (Fragmented type)

एकाच वस्तीतील घरे एकमेकांपासून विलग पण काहीशा अंतरावर अनियमितपणे वसलेली असतात. अशा वस्त्यांना अपखंडित वस्त्या असे म्हणतात. अपखंडन होण्याचे कारण म्हणजे त्या ठिकाणी होणारा साधनांचा अनियमित पुरवठा हे असते. उदा., शेतजमिनीची उपलब्धता, पाणीपुरवठा, सामाजिक अथवा व्यावसायिक विकेंद्रीकरण इ. महाराष्ट्रामध्ये सह्याद्रीच्या डोंगर उतारावर घाटाला लागून पूर्वेकडे व पश्चिमेकडे वस्त्यांचे अपखंडित भूदृश्य दिसते. उदा., आकृतीमध्ये मैदानी भागातील अपखंडित वस्त्या दर्शविल्या आहेत.

७.४. वस्त्यांमधील जागा (Spacing of Settlement)

वस्त्यांमधील जागा याचा अर्थ जास्तीत जास्त जागेचा वापर कमीत कमी श्रम घेता केला असा आहे. यामध्ये कमीत कमी खर्चामध्ये जास्तीत जास्त जागा कशी वापरता येईल याचाही समावेश होतो. वस्त्यांमधील जागा ही बदलणारी संज्ञा आहे. वस्त्यांमधील जागा ही काही स्थिर अशी गोष्ट नसून ती गुंतागुंतीची बनलेली आहे. आधुनिक काळात प्रत्येक फुटाचा वापर केला जातो व यामधून प्रश्न सुटण्याऐवजी जटिल बनत जातात.

वस्त्या ह्या जवळजवळ येण्याचे महत्त्वाच्या गोष्टी म्हणजे जमीन, मृदा, पाणीपुरवठ्याची साधने, जमीन धारणा पद्धत, जीवन जगण्याची पद्धत, संरक्षण आणि तंत्रज्ञान हे होय. वस्त्यांमधील जागा ही संकल्पना (Packing theory) शी वेगवेगळ्या बाजूंनी जुळलेली आहे. ह्यामध्ये वस्त्या ह्या एकमेकांच्या खूपच जवळ असतात, घरे एकमेकाला एकदम खेटूनच उभी असतात.

वस्त्यांमधील जागा किंवा दोन घरामध्ये असणारे अंतर काढण्यासाठी खालील सूत्रांचा उपयोग केला जातो.

$$\text{Areality} = A = \frac{\text{तालुक्याचे क्षेत्रफळ चौ.कि.मी.}}{\text{वस्त्यांची संख्या}}$$

खालील पद्धतीने वस्त्यांमधील जागा काढली जाते.

१) मध्यम जागा (Moderate spacing) (≤२.०० कि.मी.)

२) मध्यम जास्त जागा (Moderately spacing) (२.०० – २.५ कि.मी.)

३) जास्त जागा (High spacing) (२.३ – ३.० कि.मी.)

४) अत्यंत जास्त जागा (Very High spacing) (>३.००कि.मी.)

वस्त्यांमधील अंतर, जागा हे त्या भागांमध्ये एखादा उद्योग उभारल्यास तो फायदेशीर ठरेल किंवा नाही ह्यासाठी उपयोग होतो.

ज्या ठिकाणी वस्त्या एकदम जवळजवळ असतील अशा ठिकाणी शासकीय कार्यालये, विविध स्वरूपाचे उद्योग ह्या ठिकाणी व्यवस्थित उभी येऊ शकतात. उदा., ज्या ठिकाणी वस्त्यामधील जागा (spacing) एकदम कमी असे. अशा ठिकाणी अनेक शॉपिंग मॉल उभारले गेलेले आहेत. वस्त्यांमधील जास्त अंतर हे प्रामुख्याने डोंगराळ प्रदेश, दलदलीचे प्रदेश ह्या ठिकाणी असते. अशा ठिकाणी सामाजिक व आर्थिक समस्या ह्या कायमच असतात. उदा., रस्ते, वीजपुरवठा, आरोग्य,इ.

थोडक्यात, वस्त्यामधील अंतर हे कमी, जास्त, मध्यम स्वरूपाचे असते हे होण्यामागील कारणे त्या ठिकाणची भौगोलिक व सांस्कृतिक परिस्थिती असते.

७.५. वस्त्यांचे आकार (Settlement Patterns)

वस्त्यांची निर्मिती सुरुवातीला लहान लहान गृहसमूह एकत्रित येऊन वस्ती आकार घेण्यास सुरुवात करते. प्रत्येक वस्तीला एक विशिष्ट आकार असतो. वस्त्यांची निर्मिती सोयीप्रमाणे केलेली असते. ज्या ठिकाणी वाहतूक दळणवळण, शेती, मंदिर अशा ठिकाणी वस्त्यांची रचना असते. जगाच्या विविध भागांत वस्त्यांचे आकार पुढीलप्रमाणे आढळतात.

१) रेषीय आकाराच्या वस्त्या (Linear)
२) आयताकृती वस्त्या (Rectangular)
३) त्रिकोणाकृती वस्त्या (Triangular)
४) चौरसाकृती वस्त्या (Square)
५) वर्तुळाकार वस्त्या (Circular)
६) अरिय वस्त्या (Radial)
७) बहुभुजाकृती वस्त्या (Polygonal)
८) नालाकृती वस्त्या (Shoeshape)
९) द्विकेंद्रीय वस्त्या (Double Nucleated)
१०) आकारहीन वस्त्या (Shapeless)
११) लंबाकार वस्त्या (Elongated)
१२) इंग्रजी आकाराच्या वस्त्या (English Letter)

१) रेषीय आकाराच्या वस्त्या (Linear) : रेषीय आकाराच्या वस्त्यांची निर्मिती नदी, कालवे, रस्ते, समुद्रकिनारे यांच्या बाजूला होत असते. नदीच्या दोन्ही काठावर समांतर रचनेत घरे असतात तर रस्त्याच्या कडेला दोन्ही बाजूस ह्या प्रकारची रचना दिसते. महाराष्ट्रामध्ये अनेक वस्त्या रस्त्याच्या कडेला विकसित झाल्या आहेत. उदा., पुण्याजवळील खेडशिवापूर ही वस्ती रस्त्याच्या कडेला म्हणजेच पुणे-बंगळुरू राष्ट्रीय महामार्ग क्र.४ च्या दोन्ही बाजूला वसलेली आहे. रस्त्याच्या किंवा नदीकाठाच्या, कालव्याच्या कडेला सरळ रेषेत विकसित झालेल्या वस्त्यांना रेषीय वस्त्या असे म्हणतात. उत्तर भारतामध्ये गंगा नदीच्या किनाऱ्यावर अनेक ठिकाणी रेषीय वस्त्या दिसतात.

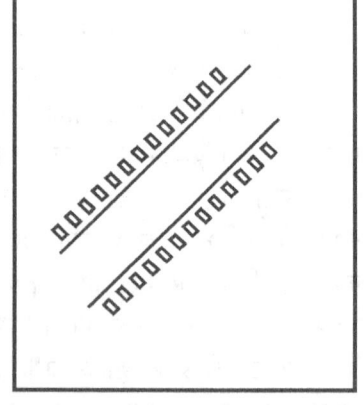

केरळमध्ये कायलच्या दोन्ही बाजूला समांतर वस्त्या वसलेल्या आहेत. श्रीवर्धन ह्या ठिकाणी किनारा सरळ असून त्याला समांतर वस्त्या आहेत.

२) आयताकृती (Rectangular) : आयताकृती वस्त्या मुख्यत्वे चौक, शेतीक्षेत्राच्या आयताकृती आकारामुळे निर्माण होतात. ज्या ठिकाणी चौक एकत्र येतात त्या ठिकाणी आयताकृती वस्त्या किंवा इमारत उभी राहिलेली दिसते. आयताकृती शेती असेल तर वस्त्यांनाही आयताकृती आकार येतो. आयताकृती आकाराचे फायदेही ह्या वस्तीला

मिळत असतात. आयताकृती आकारामुळे हवा, प्रकाश, सौरऊर्जा उपलब्ध होते व दुसरा फायदा म्हणजे विस्तृत लांब-रुंद, पूर्व पश्चिम किंवा उत्तर दक्षिण असे क्षेत्र उपलब्ध होते.

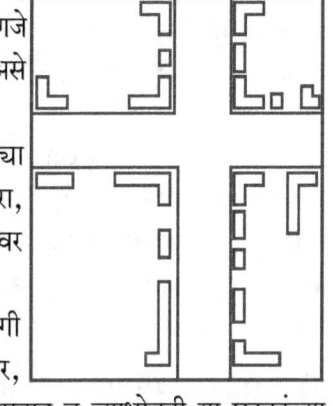

महाराष्ट्रामध्ये आयताकृती आकार मोठ्या प्रमाणावर आढळतो. पश्चिम महाराष्ट्रामध्ये सातारा, सांगली, कोल्हापूर ह्या जिल्ह्यांमध्ये मोठ्या प्रमाणावर आयताकृती वस्त्या आढळतात.

काही आयताकृती वस्त्यांच्या केंद्रभागी मोठी पाणवठ्याची जागा (चौरसाकृती विहीर, तलाव, पाण्याची टाकी) मंदिर, मशीद, चर्च असतात व त्याभोवती या घटकांच्या आकारामुळे आयताकृती वस्त्या निर्माण होतात. बऱ्याच ठिकाणी मोकळ्या जागेत मैदान, बाजाराची जागा, शाळा, पंचायत, चावडी, मठ, पार अशा सर्व सार्वजनिक उपयोगासाठी असणाऱ्या जागा असतात. त्यांच्याभोवती ग्रामीण वस्त्या आयताकृती आकार धारण करतात.

ग्रामीण भागामध्ये दोन रस्ते ज्या ठिकाणी छेदतात त्या ठिकाणी आयताकृती आकार प्राप्त होत असतात. मुख्य रस्त्याच्या कडेला (दोन्ही बाजूकडे) लांब लांब अंतरावर घरे वसतात व छेदून जाणाऱ्या दुय्यम रस्त्याच्या बाजूला कमी घरे असतात. त्यामुळे त्या वस्त्यांना आयताकृती आकार प्राप्त होतो.

३) त्रिकोणाकृती वस्त्या (Triangular) : काही वस्त्यांना नैसर्गिक किंवा सांस्कृतिक भूदृश्यामुळे विकासाला मर्यादा येतात व वस्त्या त्रिकोणाकृती स्थापन केल्या जातात. त्यास त्रिकोणाकृती वस्त्या असे म्हणतात. दोन रस्ते इंग्रजी वाय आकाराप्रमाणे जात असतील तर त्रिकोणाकृती वस्त्या असे म्हणतात. नद्यांच्या संगमामुळे वस्त्यांना वाढीस नैसर्गिक बंधने येतात व वस्त्यांचा आकार त्रिकोणाकृती होतो.

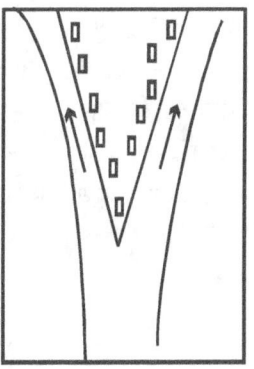

उदा., पुणे ह्या ठिकाणी संगमवाडी ह्या ठिकाणी नद्यांचा संगम झालेला आहे, नद्यांच्या संगमामुळे वस्त्यांच्या वाढीस मर्यादा आलेल्या आहेत.

४) चौरसाकृती वस्त्या (Square) : ज्या ठिकाणी दोन रस्ते एकमेकांस छेदतात तेथे रस्त्याच्या चारही बाजूला वस्ती विकसित होते. त्यास चौरसाकृती वस्ती असे म्हणतात.

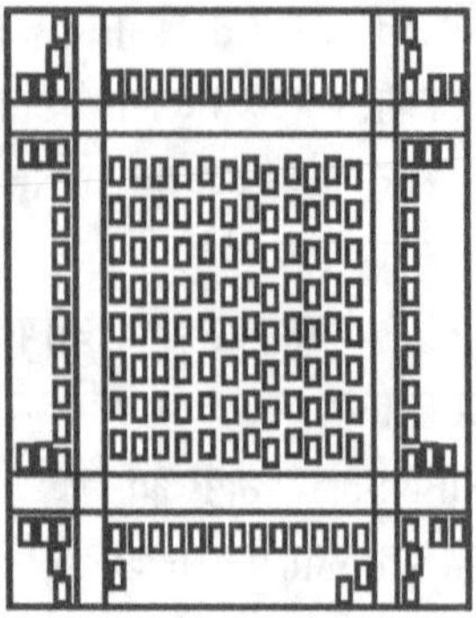

चौरसाकृती वस्त्याच्या विकासाला प्रामुख्याने जलमय भाग, डोंगराळ भाग, टेकड्या हे अडथळे ठरतात. चौरसाकृती वस्त्या ह्या प्रामुख्याने सलग सपाट मैदानी प्रदेशात मोठ्या प्रमाणावर आढळतात. उदा., चंदीगड, दिल्ली.इ.

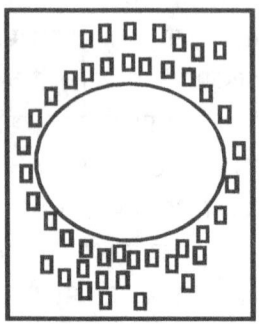

५) वर्तुळाकार वस्त्या (Circular) : पाणवठ्याची साधने, वाहतूक ह्यामुळे वस्त्यांना गोलाकार आकार निर्माण होतो. विहिरीच्या सभोवताली वस्त्या निर्माण झाल्यामुळे आपोआपच त्यांना गोलाकार आकार प्राप्त झाला आहे. उदा., तलाव यांच्या सभोवताली वस्ती वाढत जाते, मात्र वस्तीची वाढ होताना अर्ध्या भागातच वस्ती वाढते व अर्ध्या भागात वस्ती वाढीस मर्यादा येतात त्यास अर्धवर्तुळाकार वस्ती असे म्हणतात. उदा., कोल्हापूरमधील रंकाळा तलावाच्या अर्ध्या भागाभोवती वस्ती निर्माण झालेली आहे.

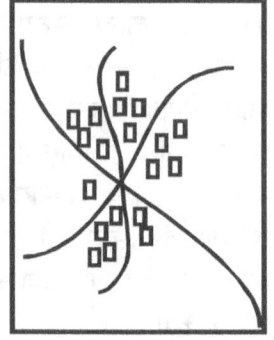

६) अरिय आकाराच्या वस्त्या (Radial) : ग्रामीण वस्तीच्या केंद्रातून तीन-चार दिशांना वाहतूक मार्ग निघू लागले म्हणजे त्या मार्गावर घरे उभारली जातात. वर्तुळाच्या त्रिज्यांना अनुरूप असणारे रस्ते व त्यांच्या बाजूला वस्ती प्रकार बऱ्याच वेळा असा आकार दिसतो त्यांना अरिय वस्त्या असे म्हणतात.

७) बहुभुजाकृती वस्त्या (Polygonal) : एखाद्या केंद्रित वस्तीमधून सर्व दिशांना वाहतूक मार्ग विकसित झाले तर त्या नव्या वाहतूक मार्गावर नवीन वस्त्यांची निर्मिती होते. अनेक उद्योगधंदे व्यापार, वाहतूक दळणवळण, बँका, कार्यालये यांमुळे ज्या मार्गावर वाहतूक मोठ्या प्रमाणावर सुरूवात होऊन आजूबाजूला वस्ती तयार होते यास बहुभुजाकृती वस्त्या असे म्हणतात.

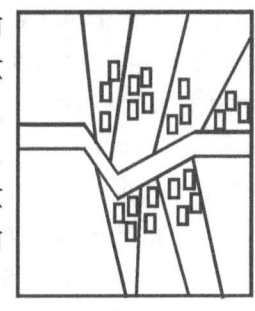

८) नालाकृती वस्त्या (Shoeshape) : बुटाच्या पुढील नालेच्या आकाराप्रमाणे जेव्हा वस्तीला आकार प्राप्त होतो तेव्हा त्या वस्तीला नालेच्या आकाराची वस्ती असे म्हणतात. हा आकार प्रामुख्याने डोंगराच्या कडेला असलेली वस्ती थोडीशी वक्राकार झाल्यामुळे निर्माण होतो. नालाकृती आकार कधी कधी रस्त्याच्या वळणाप्रमाणे तर कधी कधी नदी वक्राकार मार्गाने (चंद्राचा आकार) वाहण्यामुळे तयार होतो. उदा., चंद्रभागा नदीने पंढरपूरजवळ वक्राकार (चंद्राकार) आकार प्राप्त झाल्याने पंढरपूर जवळ नालाकृती वस्ती तयार झालेली आहे.

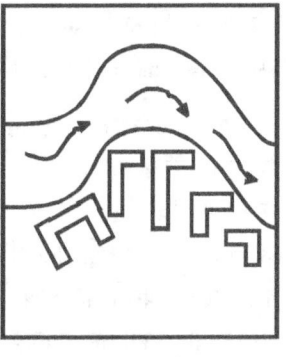

९) द्विकेंद्रित वस्त्या (Double Nucleated) : ग्रामीण भागामध्ये एकाच वस्तीचे किंवा गावाचे काही नैसर्गिक किंवा प्राकृतिक, सांस्कृतिक घटकांमुळे विभक्तीकरण झाल्यास त्यांना द्विकेंद्रित वस्त्या असे म्हणतात. नैसर्गिक घटकामध्ये तळी, तलाव, नदी, पर्वत, पठार तर सांस्कृतिक घटकांमध्ये रस्ता, लोहमार्ग ह्यामुळे द्विकेंद्रीय वस्त्या निर्माण होतात. महाराष्ट्रामध्ये नदीच्या किंवा तलावाच्या, खाडीच्या, डोंगराच्या अलीकडे व पलीकडे जेव्हा एकच वस्तीची निर्मिती होते त्यास द्विकेंद्रित वस्ती असे म्हणतात.

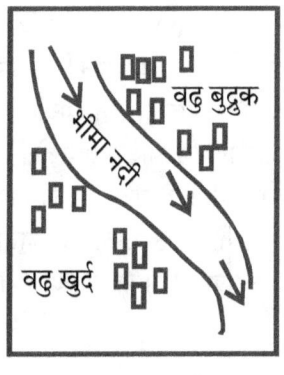

मूळ किंवा प्रमुख वस्तीला खुर्द असे म्हणतात तर दुय्यम वस्तीला बुद्रुक असे म्हणतात.

१०) आकारहीन वस्त्या (Shapeless) : वस्ती निर्मितीच्या वेळेस जर विविध घटक कार्यरत असतील तर वस्तीला विशिष्ट असा आकार प्राप्त होत नाही. अशा वस्तीला आकारहीन वस्ती असे म्हणतात. विविध भागांतून होणारे स्थलांतरित लोक आल्यानंतर ज्या भागामध्ये जागा उपलब्ध होतील त्या ठिकाणी वस्ती करतात व वेगळ्याच आकाराची वस्ती निर्माण होते. बांधकाम, रस्ते बांधणी, धरण बांधणी या कामावरती कामगार लोक जेथे जागा

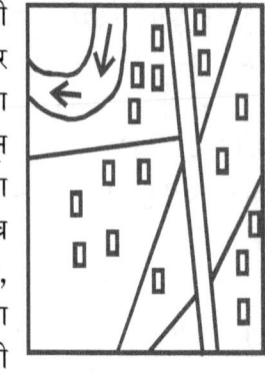

मिळेल त्या ठिकाणी वस्ती करतात, काम संपले तरी ती वस्ती कायम तशीच राहते, अशी वस्ती आकारहीन स्वरूपाची असते.

११) लंबाकार वस्ती (Elongated) : ज्या वस्ती राष्ट्रीय महामार्ग, राज्य महामार्ग, लोहमार्ग ह्यांच्या दोन्ही बाजूस विस्तृतपणे विकसित होतात त्यांना लंबाकार वस्त्या असे म्हणतात. पुणे-मुंबई, दिल्ली-आग्रा, मुंबई-आग्रा ह्या लंबाकार वस्त्यांची महत्त्वाची उदाहरणे आहेत. रस्त्यांच्या सरळ रेषेप्रमाणे ह्या वस्त्या लांबच लांब आकाराप्रमाणे होतात व लंबाकार वस्ती तयार होते.

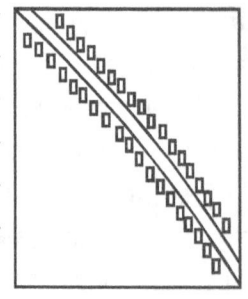

१२) इंग्रजी आकाराच्या वस्त्या (English Letter) : इंग्रजी अक्षराप्रमाणे वस्त्याचा आकार असतो. हा आकार प्राकृतिक किंवा सांस्कृतिक घटकांपैकी एक घटक अशा वस्तीच्या विकासाला मर्यादा घालतो व वस्तीला इंग्रजी अक्षराप्रमाणे आकार प्राप्त होतो. कधी कधी रस्ता तर नदीचा संगम चौक हे घटक इंग्रजी अक्षराप्रमाणे वस्त्या निर्मितीस कारणीभूत ठरतात. इंग्रजीतील V, Y, S, T, L ह्या अक्षराप्रमाणे अनेक वस्त्या महाराष्ट्रभर आहेत.

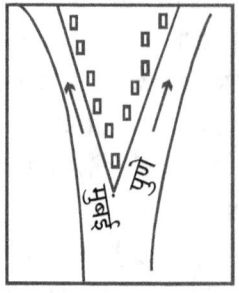

८ वसाहत संकल्पना आणि नागरिकीकरण

(Concepts of Settlement and Urbanization)

८.१. प्रस्तावना (Introduction)

Urban हा शब्द लॅटिन भाषेतील Urbs या शब्दापासून आलेला असून त्याचा अर्थ Urbs म्हणजे नगर किंवा शहर असा आहे. या प्रकारे गावाची सर्वांगीण प्रगती होऊन नगर किंवा शहराचे रूप धारण करण्याच्या प्रक्रियेला नागरिकीकरण असे म्हणतात. परिवर्तनशीलता हा या प्रक्रियेचा स्थायिभाव असून या प्रक्रियेमध्ये हळूहळू बदल घडून येणे अपेक्षित असते. नागरिकीकरण हे कोणत्याही देशाच्या आर्थिक प्रगतीचे प्रमुख लक्षण मानले जाते. लोकसंख्याशास्त्रीय घटना व सामाजिक जीवनपद्धतीमध्ये मूलभूत बदल हे नागरिकीकरण प्रक्रियेमधील प्रमुख घटक आहेत. लोकसंख्येत वाढ होऊन नगरे अथवा मोठी शहरे निर्माण होऊन तेथे अनेक जातिधर्मांचे लोक एकत्रित येतात व तेथील लोकांमध्ये सामाजिक बदल होतो. यालाच नागरिकीकरण असे म्हणतात.

८.२. नागरिकीकरण (Urbanization)

व्याख्या (Definition)

१) स्टॅम्स : कृषी व्यवसायाशी संलग्न असलेल्या लहान समुदायांचे, वास्तुनिर्माण उद्योग, व्यापार, व्यवस्थापन व तत्सम उद्योगांत असणाऱ्या मोठ्या समुदायाकडे लोकांचे मोठ्या प्रमाणावर स्थलांतर होण्याच्या प्रक्रियेस नागरीकरण असे म्हणतात.

२) मार्विन ओल्सन : एखाद्या नगराभोवतालच्या विस्कळीत ग्रामीण भागातून नागरी वसाहतीकडे लोकांचे स्थलांतर होण्याच्या प्रक्रियेस नागरिकीकरण असे म्हणतात.

३) बर्गेल : नागरिकीकरण ही अशी प्रक्रिया आहे की ज्या प्रक्रियेत ग्रामीण वसाहतीचे नागरी वसाहतीमध्ये रूपांतर होते.

नागरिकीकरणाची वैशिष्ट्ये (Characteristics of Urbanization)

१) नागरिकीकरण ही हळूहळू घडणारी प्रक्रिया आहे.

२) नागरिकीकरण ही प्रक्रिया सदैव गतिशील व कार्यान्वित असते.

३) नागरिकीकरण ही प्रक्रिया तशी प्राचीन असून औद्योगिक क्रांतीनंतर उद्योगशीलतेमुळे तिला गतिमान स्वरूप प्राप्त झालेले दिसून येते.

४) विसाव्या शतकात जागतिक पातळीवर नागरिकीकरण मोठ्या प्रमाणावर झाल्याने त्यास 'नागरिकीकरण युग' असे संबोधले जाते.

५) नागरिकीकरण प्रक्रियेत आर्थिक, औद्योगिक व तांत्रिक विभागांमुळे आर्थिक स्थलांतरासारख्या प्रवृत्तीला संधी प्राप्त झाली आहे.

६) नागरिकीकरण प्रक्रियेमुळे व्यक्तिगत व सामाजिक जीवनामध्ये आमूलाग्र बदल झालेले दिसून येतात.

नागरिकीकरण ही प्रक्रिया त्रिकोणी आकाराच्या मनोऱ्यासारखी असून त्या त्रिकोणाच्या पायाशी ग्रामीण व सर्वोच्च बिंदूकडे महानगरपालिका आहे. यांना जोडणारा दोन बाजूंचा दुवा म्हणजे औद्योगिकीकरण व व्यापारीकरण आहे. या त्रिकोणाच्या तीनही

बाजू त्याच्या परस्पर संबंधित कार्यामुळे एकत्रितपणे योग्य रीतीने जोडल्या गेल्यास त्या देशाचे नागरिकीकरण योग्य मार्गाने होते.

महाराष्ट्राचे नागरिकीकरण (Urbanization of Maharashtra)

महाराष्ट्र हे राज्य भारतात नागरिकीकरणाच्या बाबतीत आघाडीवर आहे. महाराष्ट्राची २०११ मध्ये सुमारे ४६% लोकसंख्या नगरात राहणारी होती. २०३० पर्यंत हे प्रमाण सुमारे ६०% वर पोचलेले असेल. आजच्या मोठ्या शहरांची वाढ मुंबई, पुणे व नागपूर ही शहरे सुमारे तीस वर्षांपूर्वीच मोठी शहरे होती. आज त्यांची संख्या काही पटींनी वाढलेली आहे. तसेच मागील २०-३० वर्षांमध्ये लहान शहरांचे मोठ्या शहरांमध्ये रूपांतर झाले आहे व त्या शहरांच्या महानगरपालिका बनल्या आहेत.

ग्रामीण भागाचे नागरिकीकरण होत आहे. शहरी भागाचे असलेले आकर्षण, शिक्षणाच्या सोयीसुविधा, करमणुकीची सुविधा, रस्ते, रेल्वे, वाहतूक, दळणवळण, रोजगार, नोकरी, व्यापार अशा अनेक घटकांमुळे ग्रामीण भागातील लोक नागरी भागाकडे स्थलांतर करत आहेत व शहरी फुगत चालली आहेत.

८.३.केंद्रीकरण (Centrality)

कोणत्याही वसाहतीचे स्थान आणि ठिकाणाचे महत्त्व इतकेच त्या सभोवतालच्या परिसराची मानवी वैशिष्ट्येही महत्त्वाची असतात. कारण त्यांचा वसाहतीची वैशिष्ट्ये आणि वाढ यावर परिणाम होतो. एखाद्या वसाहतीला तेथील वाहतुकीच्या साधनांच्या एकत्रीकरणामुळे त्या वसाहतीला प्राप्त झालेले महत्त्व व्यक्त करण्यासाठी भूगोलतज्ज्ञ केंद्रीकरण या संज्ञेचा उपयोग करतात. वसाहतीत झालेल्या वाहतुकीच्या मार्गांचे केंद्रीकरण हे ते मार्ग वापरणाऱ्या वाहणांच्या संख्येवरून मोजले जाते किंवा वसाहत केंद्र म्हणून करीत असलेल्या कार्याच्या प्रमाणात मोजतात. वसाहत आजूबाजूचा प्रदेश आणि सभोवतालच्या इतर वसाहती या संदर्भात करीत असलेल्या केंद्रीकरणाच्या कार्याच्या प्रमाणात त्या वसाहतीचे महत्त्व मोजले जाते.

व्याख्या (Definition)

"वाहतुकीच्या दृष्टीने असणारा वसाहतीचा फक्त केंद्रबिंदू नसून तो मानवाच्या वाहतुकीच्या कलाचा परिणाम दाखविणारे केंद्र म्हणजेच केंद्रीकरण होय." केंद्रीकरण हे मानवाला देवाण-घेवाण करण्याच्या दृष्टीने जास्तीत जास्त स्वातंत्र्य मिळण्याची जागा असते. अशा व्याख्यामध्ये लोकसंख्येची घनता, वाहतुकीची सुलभता व वसाहतीच्या विविध कार्याची उपलब्धता या सर्वांचा विचार केला जातो.

८.४. नागरी क्षेत्र (City Region)

कोणत्याही शहराचा विचार केला तर ते शहर आणि त्याच्या सभोवतालचा प्रदेश यांचे अतिशय घनिष्ठ संबंध असतात. कोणतेही शहर सभोवतालच्या प्रदेशाला किती प्रमाणात उपयोगी ठरते यावर त्या शहराचे अस्तित्व व महत्त्व अवलंबून असते. यालाच त्या शहराचे नागरी क्षेत्र असे म्हणतात. तसेच त्याला नागरिकीकरणाच्या प्रभावाचे क्षेत्र असेही म्हणतात. सामाजिक, सांस्कृतिक, आरोग्यविषयक व व्यावसायिक सेवांचा फायदा घेणारे लोक मुख्यत्वेकरून ग्रामीण भागातून नगराकडे येत असतात. म्हणून नगराला एकत्रीकरणाचे केंद्र, बाजाराचे केंद्र तसेच इतर सेवांचे केंद्र म्हणून स्वतःच्या परिसीमांच्या पलीकडील प्रदेशात उपयुक्तता लाभलेली असते. बाहेरच्या जगातील कोणताही महत्त्वाचा बदल हा नगरामधून त्याच्या नागरी क्षेत्रात हळूहळू पसरत जात असतो.

मोठमोठ्या शहरांच्या बाबतीत त्यांची प्राथमिक आणि दुय्यम अशी दोन प्रकारची नागरी क्षेत्र असतात. कोणत्याही शहराची आजुबाजूच्या प्रदेशांत सेवा पुरविण्याच्या क्षमतेची तीव्रता जसजसे अंतर वाढत जाते तसतशी तीव्रता कमी होत जाते. यास काही वैद्यकीय सेवा, शासकीय कार्य, करमणूक, आर्थिक यांचा अपवाद असू शकतो. काही वैशिष्ट्यपूर्ण बाबींच्या बाबतीत मात्र त्या नगराचे नागरी क्षेत्र जास्त अंतरापर्यंत असू शकते. काही वेळा संपूर्ण देशही त्या नागरी क्षेत्रात सामावला जातो. उदा.,मुंबई.

नागरी क्षेत्राचे आकारमान हे शहराच्या मुख्य कार्याशिवाय इतर घटकांवरही अवलंबून असते. उदा. सभोवतालच्या प्रदेशांतील लोकसंख्येची घनता कमी असेल तर सेवा पुरविण्याचे क्षेत्र खूप मोठे असते. पण घनता जास्त असल्यास सेवा पुरविण्याचे क्षेत्र लहान असते.

मोठ्या शहराच्या नागरी क्षेत्रामध्ये त्यांच्यापेक्षा लहान आकाराच्या अनेक नगरांची अनेक लहान लहान नागरी क्षेत्रे असतात. एखाद्या लहान शहरामध्ये आठवड्याचा बाजार, चित्रपटगृह, शाळा, बँका, वैद्यकीय सेवा उपलब्ध असतात. अशा सेवांसाठी आजूबाजूच्या खेड्यांतील लोक या शहरांकडे येत असतात. पण क्वचितच लागणाऱ्या जास्त महाग असणाऱ्या वस्तू खरेदीसाठी किंवा उच्च शिक्षण, वैद्यकीय सेवा यासाठी लहान शहरातील व आसपासच्या खेड्यांतील लोक दुसऱ्या एखाद्या मोठ्या शहरांकडे जात असतात. ते त्या मोठ्या शहराचे नागरी क्षेत्र असते. अशा प्रकारे एका मोठ्या शहराच्या नागरी क्षेत्रात लहान लहान शहरांची अनेक नागरी क्षेत्रे असू शकतात.

विविध शहरांची नागरी क्षेत्र ही एकमेकांपासून वेगवेगळी असतातच असे नाही. काही ठिकाणच्या दोन शहरांमध्ये असा भाग असतो की त्या भागातील लोक नियमितपणे

त्या दोन शहरात जात असतात. ती दोन शहरे देत असलेल्या सेवा प्रकारांवर आणि सेवा मिळविण्याच्या सुलभतेवर अवलंबून असते. म्हणून एकाच प्रदेशावर दोन शहरांच्या नागरी क्षेत्राचा प्रभाव असू शकतो.

शहरांचा नागरी क्षेत्र हे ज्या भागात वाहतुकीची साधने व मार्ग उपलब्ध असलेल्या दिशेला दूरपर्यंत जाणवतो. तर पर्वतीय भाग, समुद्र किनारे असे प्राकृतिक आभळे असणाऱ्या दिशेला जास्त दूरपर्यंत जाणवत नाही.

डिकीनूसन या भूगोल तज्ज्ञाने शहर व त्याचे नागरी क्षेत्र याच्या संबंधाचे सामाजिक संबंध, व्यापारी संबंध, दैनंदिन संबंध व शेतकी संबंध असे चार प्रकार पडले आहेत.

नागरी क्षेत्राचे आकारमान ठरविण्यासाठी विविध मार्ग अवलंबिले जातात. वर्तमानपत्रांचे वितरण, सार्वजनिक वाहतुकीच्या सोयीसुविधा, किरकोळ व घाऊक व्यापार, उच्च शिक्षण, दैनंदिन प्रवास, वैद्यकीय सेवा अशा मार्गांचा अवलंब केला जातो.

८.५. ग्राम–नगर सीमांत क्षेत्र (Rural - Urban Fringe)

नागरी वस्तीच्या बाह्य सीमेपलीकडे व ग्रामीण वस्त्यांना सुरुवात होण्यापूर्वी जे क्षेत्र असते तेथे नागरी किंवा ग्रामीण वस्तीपेक्षा सांस्कृतिक भूदृश्य वेगळेच असते. नगर व ग्रामीण अशा दोन्ही विभागांची वैशिष्ट्ये असलेला हा जो भाग असतो त्यालाच 'ग्राम–नगर सीमांत क्षेत्र' असे म्हणतात. असे क्षेत्र नगराच्या प्रभावाखाली असते. असे पेहल या शास्त्रज्ञाचे मत आहे. ग्राम–नगर सीमांत क्षेत्रात जमिनीचा वापर अनेक कारणांसाठी केलेला असतो. त्यामुळे असे क्षेत्र नेहमी गतिमान असते. सामाजिक विभक्तीकरण, निवडक स्थलांतर व भौगोलिक ऱ्हास ही ग्राम–नगर सीमांत क्षेत्राची वैशिष्ट्ये आहेत.

सभोवतालचा ग्रामीणपट्टा हा शहरी लोकांच्या दैनंदिन लोकांच्या गरजा भागविण्यासाठी भूमी उपयोजन बदलतो. भाजीपाला, फळे, दूध, अंडी, मांस अशा गोष्टींची गरज असते. त्यामुळे शेतकरी भाजीपाला, फळे, फुले यांची लागवड करतो. पशुपालन करतो व दुग्ध व्यवसाय व त्यावरील आधारित उद्योग वाढत जातात. ग्रामीण नागरी भूमिउपयोजनाचा सर्व प्रथम अभ्यास व्हॉन येनून (१८२०) ने केला. त्यानंतर पेहल, वायलिंग, आर.एस.सिंग, चटर्जी यांनी केलेला आहे. शहरातील कचरा ग्रामीण भागात टाकला जातो त्यातून संघर्ष होतात. तसेच स्मशानभूमी, पाणीपुरवठा, गोडाऊन संघर्ष उभे राहतात. तसा हा भाग हळूहळू विकसित होत जाऊन तो शहरी भागात समाविष्ट होत जातो व तेथील जागेच्या किमती वेगाने वाढत जातात.

ग्राम-नगर सीमांत क्षेत्राची वैशिष्ट्ये (Characteristics of Fring Smart City)

१) ग्राम-नगर सीमांत क्षेत्रातील लोक नागरी संस्कृतीशी पूर्णतः एकरूप झालेले असतात. हे क्षेत्र अर्धनागरी व अर्धग्रामीण स्वरूपाचे असतात. येथील राहणारे लोक ग्रामीण क्षेत्रातले पण ते नोकरी, व्यवसाय, व्यापार व सामाजिकदृष्ट्या ते नागरी क्षेत्राशी संलग्न झालेले असतात.

२) या क्षेत्रात कचरा डेपो, दगडाच्या खाणी, स्मशाने, गोडाऊन्स, कत्तलखाने व महागड्या बाजारपेठा असतात.

३) या क्षेत्रातील भूमिउपयोजन सतत बदलत राहते कारण त्यास तसा वाव असतो.

४) या क्षेत्रातील लोकसंख्याही स्थिर नसते. अनेक लोक कामधंद्यासाठी येऊन येथे राहतात पण वेगळी संधी मिळताच ते स्थलांतरही करतात.

५) या क्षेत्रात शहरी भागाच्या तुलनेत जागेच्या किमती कमी असतात म्हणून अनेक लोक अशा शांत ठिकाणी निवास तयार करतात.

६) या क्षेत्रात मोठी उलाढाल होत असल्याने बाहेरून अनेक लोक येथे येतात. त्यातूनच झोपडपट्ट्याही वाढत जातात. अनेक लोक झोपडपट्ट्यांचा आश्रय घेत असतात.

७) मूळ रहिवासी व स्थलांतरित होऊन आलेले लोक यांच्यात अनेकदा कटकटी होतात. त्यातून सामाजिक तणाव निर्माण होतात.

८) या क्षेत्रात जागेच्या किमती तशा कमी असल्याने नियोजनबद्ध वस्तीला वाव असतो. पण सामान्यतः असे होताना दिसत नाही.

९) नगरांचा विकास होत असताना काही ग्रामीण वस्त्या दुर्लक्षित राहून जातात व त्यातूनच असे क्षेत्र निर्माण होते.

१०) नगरातील आर्थिक व सामाजिक घडामोडींचा या क्षेत्रावर परिणाम होतो पण फारसा फरक पडत नाही.

११) डॉ.ॲलीस कोलमन यांच्या मते ग्राम-नगर सीमांत क्षेत्रातील शेतजमिनीचे प्रमाण दिवसेंदिवस कमी कमी होत जाते व नागरिकीकरणाचा प्रभाव वाढत जातो. म्हणून या क्षेत्रात भूमिउपयोजन सतत बदलत असते.

१२) ग्राम-नगर सीमांत क्षेत्रात अनेक जाति धर्मांचे विविध प्रांतातील लोक येऊन राहत असल्याने त्यांच्यातील जाति धर्मांची तेढ कमी होत जाते व तेथे जातीय सलोखा निर्माण होतो.

१३) अशी क्षेत्रे विकसित होऊन त्यातून जुळी शहरे जन्माला येतात.

१४) अशा क्षेत्रातील समस्या नागरी भागापेक्षा खूपच वेगळ्या असतात.

८.६. श्रेणी–आकार नियम (Rank-Size Rule)

इ.स. १९१३ मध्ये फेलिन्स अरबाच यांनी नागरी केंद्राचा मेणी आकार नियम सर्वप्रथम मांडला. त्यानंतर १९४१ मध्ये जॉर्ज के यांनी 'नॅशनल युनिटी अॅन्ड डिसयुनिटी' हा ग्रंथ प्रकाशित केला. त्यात त्यांनी श्वेणी आकार नियम अधिक विकसित करुन मांडला व तो लोकप्रिय केला. कोणत्याही नागरी केंद्राची श्वेणी किंवा क्रमवारिता ठरविण्यासाठी श्वेणी आकार नियमाची मदत होते. तसेच नागरी केंद्राचा अभ्यास करताना त्यांचा दर्जा ठरविणे व श्वेणी निश्चित करणे गरजेचे असते. त्यासाठी शहराचा आकार, त्यांचे कार्य व महत्त्व लक्षात घेऊन दर्जा ठरविणे महत्त्वाचे असते. सर्वसाधारणपणे शहराची लोकसंख्या व कार्य लक्षात घेवून त्या शहराची श्वेणी निश्चित केली जाते.

साधारणतः नागरी प्रणालीचा विचार करता मोठ्या शहरांपेक्षा लहान लहान शहरांची संख्या अधिक असते. बहुतांशी विकसित देशांमध्ये प्रादेशिक विविधता दिसून येते. अशा देशांमध्ये नागरी श्वेणी ही श्वेणी आकार सिद्धांतानुसार ठरविली जाते. त्यामध्ये 'क्ष' या सर्वांत मोठ्या शहाराचा आकार शहर राष्ट्रीय प्रणालीमध्ये लक्ष असतो. दुसऱ्या क्रमांकाच्या शहराचा आकार पहिल्या शहराच्या एक द्वितीयांश म्हणजे निम्मा असेल तर दहाव्या क्रमांकाच्या शहराचा आकार पहिल्या शहराच्या एक–दशमांश इतका असेल.

सर्वसामान्यपणे श्रेणी आकार नियम पुढील सूत्रांनी काढला जातो.

$Pn = P_1 \times R^{n-1}$

Pn = अभ्यासाच्या शहराच्या लोकसंख्येचा आकार

P_1 = सर्वांत मोठ्या शहराच्या लोकसंख्येचा आकार

R^{n-1} = अभ्यासाच्या शहराची श्वेणी/क्रमवारिता

R^{n-1} = Rank of City to -1 Power or 1/Rn

वरील नियमानुसार त्या देशातील दुसऱ्या क्रमांकाचे मोठे शहर प्रथम क्रमांकाच्या सर्वांत मोठ्या शहराच्या आकाराच्या निम्मे असेल. तर तिसऱ्या क्रमांकांचे शहर सर्वांत मोठ्या शहरांच्या एक–तृतीयांश असेल. तर चौथ्या क्रमांकाचे शहर हे सर्वांत मोठ्या शहराच्या एक–चतुर्थांश असेल. याप्रकारे क्रमवारी राहील. अनेक देशांसाठी व जागतिक क्रमांकासाठी या नियमाचा वापर उत्तम ठरतो. संयुक्त संस्थाने, रशिया सारख्या देशांत दिर्घकालीन नागरिकीकरणाची प्रक्रिया आहे. सामाजिक व आर्थिक प्रणालीमध्ये गुंतागुंत आढळते. अशा देशांसाठी हा नियम संयुक्त ठरतो. फ्रॉन्स व मेक्सिको सारख्या देशांत बिशप नागरी केंद्रे आहेत. तेथील एका शहरात त्या देशातील एक तृतीयांश लोकसंख्या आढळते. यालाच प्रायमेट सिटी असे म्हणतात. अशा देशांसाठी श्वेणी–आकार नियम

मात्र अपवाद ठरतो. कॅनडामध्ये मोठी शहरे नाहीत तर ऑस्ट्रेलिया सारख्या देशात लहान शहरे नाहीत. त्या ठिकाणीदेखील हा नियम अपवाद ठरतो.

$R^n SR = M$

R = शहराची श्रेणी

SR = श्रेणी शहराची लोकसंख्या

R & M & N = स्थिरांक

ख्रिस्तलर व लॉश यांच्या सिध्दांताच्या थोडासा विरोधी श्रेणी आकार नियम आहे. हा नियम म्हणजे एक निरीक्षण वाढते ते अनुमानात्मक प्रतिमान वाटत नाही.

सर्वसाधारणपणे ज्या शहरांची वाढ दीर्घकालीन व विविधांगी स्वरूपाची असते. नागरीकरणाचे अनेक घटक असतात व प्रभाव क्षेत्र विस्तृत्व असते तेथेदेखील श्रेणी आकार नियम लागू होत नाही. असे असले तरी संयुक्त संस्थाने व रशिया येथील काही शहरे श्रेणी आकार नियमांशी मिळतीजुळती आहेत. याशिवाय विकसनशील देशांतील एखादा घटकाच्या प्रभावामुळे नागरी केंद्राची निर्मिती झालेली असेल तेथे ही हा नियम फारसा उपयुक्त ठरत नाही. काही देशात तर द्वितीय श्रेणीच्या लोकसंख्येच्या दुपटीपेक्षा अधिक लोकसंख्या असलेल्या प्रमुख शहराने संपूर्ण नागरीप्रणाली प्रभावित झालेली आढळते. अनेक वेळा अशी द्वितीयक श्रेणीची मान्यवर शहरे प्रणालीत नसतात. मध्यम शहरेदेखील तेथे आढळत नाहीत. संपूर्ण क्षेत्र लहान लहान नागरी केंद्रांनी व्यापलेले आढळते.

वेगवेगळ्या विकसनशील देशांमध्ये राजधानीचे किंवा राजधानीसारखे एखादेच शहर सर्वार्थाने प्रमुख असे असते. असे शहर प्रशासकीय केंद्रच असते. ते व्यापार, वाहतूक व अनेक कार्यांचे केंद्र असते. अशा प्रकारचे शहर म्हणजे एक प्रकारचे वसाहतकालीन केंद्रीय शहराचा वारसा असतो. त्या शहरात व्यापारी, प्रशासन व आर्थिक कार्ये वसाहत काळातच तेथे केंद्रित झालेली असतात. अशा प्रकारच्या वारसा त्या शहरांनी जपलेला असतो. उदा. – केनिया, मोझांबिक व आफ्रिकन देशांत अशी शहरे आढळतात. मोरोन्कोसारख्या देशात विकास व लोकसंख्या वाढीमुळे राजधान्यांची प्रचंड वाढ झालेली आहे. त्यामुळे तेथे इतर शहरे मोठी होऊ शकली नाहीत. भारतात श्रीनगर व मेघालयातील शिलौंग याच प्रकारची शहरे आहेत.

थोडक्यात, ज्या देशात केंद्रीय स्थान अधिक प्रभावी असते. तेथे श्रेणी आकार नियम कमकुवत ठरतो. जगातील मोठमोठी शहरे प्रदशिक भिन्नतेमुळे लक्षणीय ठरतात. त्या शहराची ऐतिहासिक, सांस्कृतिक व तांत्रिक वैशिष्ट्ये परिस्थितीनुसार तेथे प्रबल असतात.

एकंदरित नागरी वस्त्यांचे आकृतिबंध पाहता असे दिसून येते की, समकेंद्र, त्रिज्वाखंड व बहुकेंद्राच्या विकासामुळे नागरी केंद्रे विस्ताव पावतात. नैसर्गिक बंदर, व्यापार, उद्योग व कारखाने अशी वैशिष्ट्येपूर्ण कार्य असलेली ही केंद्रे स्थानिक लाभामुळे निर्माण झालेली असतात. परिघावरील ही बहुविध कार्यांची केंद्रे कालपरत्वे भूमीचा विसंगत वापर असलेल्या ठिकाणी संयोग पावतात. विसंगत कार्ये असलेल्या वस्त्यांचा एक संच त्यामुळे निर्माण होतो.

८.७. स्मार्ट-सिटी संकल्पना (Concept of Smart City)

भारत हा खेड्यांचा देश आहे. कोणत्याही उत्पादनाचे यश व ते प्रसिद्ध होण्यासाठी त्यास ग्रामीण जीवनाचा सहसंबंध असावाच लागतो. २०११ च्या जनगणनेनुसार भारतातील ६९% लोकसंख्या ही सहा लाख खेड्यांमध्ये पसरलेली आहे. म्हणून कोणताही उत्पादक, व्यापारी हा खेड्यातील लोकांना वगळून बाजार करू शकत नाही.

'स्मार्ट सिटी' ही संकल्पना अगदी अलिकडील काळात म्हणजे २१ व्या शतकात उदयास आलेली आहे. शहरी नागरिकांचे जीवनमान उंचावण्यासाठी स्मार्ट सिटी ही संकल्पना महत्त्वपूर्ण ठरत आहे. २०१३ मध्ये इंग्लंड येथे झालेल्या स्मार्ट सिटी फोरम परिषदेत त्यांनी स्मार्ट सिटीचे स्टँडर्ड (दर्जा) त्यांनी इंग्लंडमधील शहरांकरिता बनविला. त्यामध्ये बिझनेस इनोव्हेशन अॅन्ड स्किल विभाग (BIS) व दि बिझनेस स्टँडर्ड कंपनी (BIS) यांनी एकत्रित स्मार्ट सिटीकरिता अजेंडा तयार केला.

भारतातील नवीन निवडून आलेल्या केंद्र सरकारने इंग्लंडमधील ही स्मार्ट सिटी संकल्पना भारतात राबविण्याचे ठरविले व त्यानुसार केंद्र सरकारने स्मार्ट सिटीकरिता देशभरातून १०० शहरांची निवड केली असून पहिल्याच अंदाजपत्रकात ७०६० कोटी रुपयांची तरतूद (२०१४-१५) केलेली आहे. भारतात स्मार्ट सिटी ही संकल्पना राबविण्यासाठी अनेक कंपन्या पुढे येत आहेत. पण त्यांच्यापुढे अनियोजित व अनियंत्रित वाढणारे नागरिकरण, अविकसित खेडी, आर्थिक टंचाई व त्यामुळे ग्रामीण ते शहरी असे होणारे प्रचंड स्थलांतर, राहणीमानाचा दर्जा, शिक्षण, आरोग्य, रस्ते, रेल्वे वाहतूक, पाणीपुरवठा, प्रदूषण, दहशतवाद अशा अनेक समस्या आहेत.

भारतासारख्या देशात ३१% लोकसंख्या २०११ च्या जनगणनेनुसार शहरी भागात राहते. तर खेड्यांमध्ये ६९% लोक राहत आहेत. भारतात अनेक शहरे जुनी आहेत. त्यांच्या पायाभूत सुविधा आता कालबाह्य होऊ लागल्या आहेत. त्या शहरांना सध्या नवीन पायाभूत सुविधांची गरज आहे. याशिवाय नव्याने जी काही शहरे वाढत आहेत अशा नव्या व जुन्या शहरांच्या आधुनिकीकरणाच्या गरजेमध्ये 'स्मार्ट शहर' ही संकल्पना पुढे आली आहे.

आधुनिक सध्याच्या तंत्रज्ञानाच्या युगात आपल्याला मोबाईल, इंटरनेटद्वारे केव्हाही, कोणतीही माहिती एका क्षणात मिळू शकते. अगदी त्याच पद्धतीने नागरिकांना शहरातील सर्व सोयी सुविधेबाबत अपेक्षा आहेत. अशा अपेक्षा गरजांप्रमाणे दिवसेंदिवस वाढतच आहेत. उदा., वैद्यकीय सेवा, शिक्षण, सुरक्षा, पाणी, कचऱ्याची विल्हेवाट, वाहतूक, पर्यावरण, मनोरंजन, दहशतवाद, रस्ते, रेल्वे, लोकल सेवा,इ.

स्मार्ट सिटीमध्ये स्मार्ट उपकरणे संपूर्ण शहरात बसवून त्याचे जाळेच बनविलेले असते. अशा उपकरणाद्वारे माहिती जमा करून ती पुढे मेगा कॉम्प्युटरमध्ये एकत्रित करून त्याचे पृथ्थकरण केले जाते व त्यावरून निष्कर्ष काढले जातात व शहरातील उपाययोजना केल्या जातात. उदा. पूर, वादळ, दहशतवाद, अफवा, ट्रॅफिक जॅम, अपघात, आग अशा घटनांची माहिती एकत्रित करून तात्काळ तेथे कार्यवाही करता येऊ शकते. त्यामुळे पुढील अनर्थ टाळता येऊ शकतात. अशी माहिती जमा करण्यासाठी वायरलेसचे जाळे, केबलचा वापर किंवा उपग्रह व सीसीटीव्ही, जीपीएस सुविधाही वापरता येते. त्यामुळे घटनेचे नेमके ठिकाण समजते. तसेच एखादा कचऱ्याचा ट्रक किंवा गॅसचा ट्रक कोठे आहे हे लक्षात येते किंवा पाईपलाईनमधून लिकेज कोठे आहे, पाणी वाया जाते का हेही समजते. तसेच सुरक्षितता हे याचे प्रमुख वैशिष्ट्ये आहे.

स्मार्ट सिटीमध्ये राहणे खूपच फायदेशीर ठरू शकले. कारण सर्वत्र अत्याधुनिक सुविधा व त्या पर्यावरणाच्या चौकटीत असतात. त्यामुळे अशा ठिकाणी करमणुकीची व विरंगुळाची अनेक ठिकाणे असतात. साधनसंपत्तीचा पर्याप्त वापर येथे होऊ शकतो. सर्व नागरिक जर हुशार व सतर्क असतील तर अनेक फायदे स्मार्ट सिटी पासून सामान्य नागरीकांना मिळू शकतात.

कोणत्याही शहराची वाढ ही तेथील व्यापार, उद्योग, शिक्षण, अखंड वीज, पुरेसे पाणी, सुयोग्य वैद्यकीय सेवा, रस्ते, वाहतूक, दळणवळण यांवर अवलंबून असते. विकास करताना नद्या, टेकड्या, वृक्ष, प्राणी यांना आश्रय देणे खूपच गरजेचे असते. त्याकरिता बांधकामाचे नियम काटेकोर असावेत व सरकार हे स्वच्छ व पारदर्शी असले पाहिजे. थोडक्यात नैसर्गिक स्त्रोतांचा पर्याप्त वापर केला पाहिजे. सध्या हार्डवेअर व सॉफ्टवेअरच्या किमतींनी किमानपातळी गाठली असल्याने शहरातील नेटवर्कसाठी कमी खर्च येतो. स्मार्ट शहर विकासात याचा अधिक फायदा करून घेता येईल.

८.८. स्मार्ट खेडे संकल्पना (Concept of Smart Village)

स्मार्ट खोडे ही संकल्पना सामूहिक खेडे अशी आहे. असे खेडे स्वयंपूर्ण असते. ते त्यांना लागणारी सर्व साधने गरजेनुसार तयार करू शकतात. उदा., वीज, पाणी पिण्यासाठी व शेतीसाठी याशिवाय अनेक सुविधा तेथे असतात. उदा., शाळा, दवाखाने

आरोग्य केंद्र, जनावरांचा दवाखाना, योग्य सांडपाण्याची व्यवस्था, कचरा व्यवस्था, बँका, पतसंस्था, पोलीस स्टेशन, टेलिफन व्यवस्था, घरगुती व कृषीच्या आवश्यक गरजांची पूर्तता केंद्रे, आरोग्य धाम, ग्रामसंसद आणि शेजारील गावांना व शहरांना जोडणारे पक्के रस्ते. थोडक्यात, अशाच गावाला आदर्श गाव असे म्हणतात.

१५ ऑगस्ट, २०१४ रोजी भारताचे पंतप्रधान नरेंद्र मोदी यांनी केलेल्या भाषणात 'संसद आदर्श ग्राम योजने' चा उल्लेख केला होता. या योनजेनुसार प्रत्येक खासदाराने आपल्या क्षेत्रातील एक गाव दत्तक घेऊन ते २०१६ पर्यंत आदर्श करावे. ११ ऑक्टोंबर २०१४ पासून या योजनेला सुरूवात झालेली आहे. २०१९ पर्यंत प्रत्येक खासदाराने दोन-दोन खेडी आदर्श केली तर भारतातील सहा लाख खेड्यांपैकी २५०० खेडी आदर्श बनतील.

स्मार्ट खेड्यातील लोकांचे आर्थिक उत्पादन वाढत जाईल व त्यातून त्यांचे जीवनमान उंचावेल व ते देशाच्या प्रशासनाच्या दृष्टीने फायदेशीर असेल. अशा खेड्यामध्ये स्वतः उत्पादन निर्माण करणारे उद्योग असावेत तसेच स्मार्ट खेड्यामध्ये खालील सुविधांची आवश्यकता आहे.

१. सांडपाण्याची व्यवस्था :- सांडपाणी घरातून रस्त्यावर न सोडता घराघरात ते बगिचा बनवून त्यास किंवा बंद गटारामार्फत गावाबाहेर सोडावे त्याचा उपयोग शेतीसाठी होईल. यामुळे डास, माशा, किडे विविध प्रकारचे रोग पसरवणार नाहीत.

२. स्वच्छ घरे :- खेड्यातील घरे माती, सिमेंट, पत्रा, लाकडे यापासून बनविलेले असतात. त्यास खिडक्या दरवाजे, प्रकाश, हवा अशी व्यवस्था असावी.

३. अन्न व चारा :- घरामध्ये धान्य तसेच जनावरांसाठी चारा यांचा संचय केलेला असतो. ते जनावरे गायी, म्हशी शेळ्या, मेंढ्या, कोंबड्या पाळतात व त्यातून त्यांना मोठा आर्थिक फायदा होतो.

४. शेती :- शेती हा खेड्यातील लोकांचा मुख्य व्यवसाय ते शेतात कडधान्य, भाजीपाला, फळे अशी अनेक प्रकारची पिके घेतात. यावरच त्यांचा उदनिर्वाह चालते.

५. लघुउद्योग :- अशा खेड्यामध्ये सुतार, लोहार, कुंभार त्यांचे त्यांचे व्यवसाय करत असतात. हे सर्व शेतकऱ्यांना व त्याच्या शेतीला विविध शेती अवजारे सेवा देऊन मदत करतात.

खेड्यामध्ये मूलभूत गरजांची आवश्यकता

१. वीज :- वीजेची गरज ही शेतीला तसेच घरगुती याशिवाय, रस्ते, शाळा, लघुउद्योग,

कार्यालये यांना असते. अशी लागणारी वीज भारतीय खेड्यात सौरऊर्जेवर तयार करणे शक्य आहे.

२. **पिण्याचे स्वच्छ पाणी** :– शासनामार्फत अनेक खेड्यांमध्ये पिण्याच्या पाण्याची सोय केलेली आहे. अशा खेड्यामध्ये स्वच्छ पाणी सहज उपलब्ध होते.

३. **निवारा** :– खेड्यांमध्ये घराच्या किमती अगदी कमी असतात. आधुनिक सांडपाण्याच्या सुविधा केलेल्या असतात. सर्वत्र मोकळी जागा असते.

४. **शैक्षणिक केंद्र** :– लहान मुलांसाठी शाळा, हायस्कूल, सुविधा तेथे उपलब्ध असतात तसेच मोठ्या लोकांसाठी व्यक्तिमत्त्व विकास व सल्ला देणारे कॅम्प, महिलांना मार्गदर्शन करणारे कॅम्प असतात.

५. **पोलीस स्टेशन** :– लहान पोलीस बुथ किंवा थोड्याशा मोठ्या गावात पोलीस स्टेशन असते. गावात शांतता राहावी या उद्देशाने ही सोय केलेली असते.

६. **बँक** :– आर्थिक व्यवहारासाठी सध्या बँकेची नितांत गरज आहे. तसेच पैसा, सोने, दागिने बँकेत सुरक्षित ठेवता येतात.

७. **घरगुती व कृषीच्या गरजांची विक्री केंद्र** :– घरगुती किराणा माल, तसेच शेतीत लागणारे खते, बि-बियाणे, औषधे मिळण्याची ठिकाणे असते.

८. **संपर्क केंद्र** : प्रत्येक खेड्यामध्ये सार्वजनिक फोन सुविधा केंद्र उपलब्ध होते. हल्ली मोबाईलमुळे त्याची गरज राहिलेली नाही. त्यामुळे शेतकऱ्यांना अनेक योजनांची, हवामानाची, पिकांची माहिती मिळविणे शक्य झाले आहे.

९. प्रत्येक खेडे हे जवळच्या खेड्यांशी व शहरांशी चांगल्या पक्क्या रस्त्याने जोडलेले असते.

स्मार्ट खेडे तयार करण्याचे मार्ग

१. तेथे नियमित ग्राम सभेचे आयोजन करणे व सर्वांना सहभागी करून घेणे.

२. चराई बंदी, कुऱ्हाड बंदी.

३. व्यसन मुक्ती.

४. लोकसंख्या नियंत्रण.

५. सामूहिक श्रमदान सर्वापर्यंत

६. धान्य बँक

७. एक व्यक्ती एक झाड.

८. नवीन विहीर व कुपनलिकेला बंदी.

९. पाणलोट क्षेत्र विकास.

१०. घराघरात शौचालय.

११. स्वच्छ पिण्याचे पाणी

१२. करमणूक केंद्रे

१३. सार्वजनिक सन समारंभाचे आयोजन.

१४. यशस्वी मुले, व्यक्ती यांचा आदर सत्कार.

१५. पक्के रस्ते.

८.९. केंद्रीय व्यवहार विभाग (Central Business District)

आधुनिक काळात नगरांचे कार्यानुसार वर्गीकरण या घटकाला अधिक महत्त्व प्राप्त होत आहे. प्रत्येक नगरामध्ये प्रशासकीय, औद्योगिक, व्यापारी, धार्मिक, शैक्षणिक अशी कार्ये सुरू असतात. यामध्ये नगराच्या केंद्रभागातील नागरी भूमिउपयोजना विविध कारणांसाठी वापरलेले आढळते. नगराच्या केंद्र भागाला 'डाऊन टाऊन' 'Down Town' असे म्हणतात. याचा अर्थ ज्या ठिकाणी करमणुकीच्या सुविधा व मोठी विभागीय संग्रहालये असतात असे हे केंद्र असते. नगराच्या या केंद्रभागाला अमेरिकेत केंद्रीय व्यापारी क्षेत्र (C.B.D) असे म्हणतात. केंद्रीय व्यापारी क्षेत्रालाच अमेरिकन नगरांचे हृदय असेही म्हणतात. थोडक्यात हृदय जसे मानवाच्या शरीरात केंद्रभागी असते तसे केंद्रीय व्यापारी क्षेत्र नगराच्या केंद्रभागी असते. ही संकल्पना सर्व प्रथम अमेरिकन शास्त्रज्ञ इ.डब्ल्यू. बर्गेस यांनी १९२३ मध्ये मांडली. बर्गेसने अमेरिकन शहरांचा अभ्यास करताना शिकॅगो या शहराचा सविस्तर अभ्यास करून त्याने 'समकेंद्रीय सिद्धांत' मांडला. त्याने याच सिद्धांतात केंद्रीय व्यवहार विभाग हा शहरांच्या आकृतिबंधामध्ये मध्यवर्ती भाग असतो असे प्रतिपादन केले. त्याच्या मते केंद्रीय व्यवहार विभाग हे नगरातील आर्थिक, व्यापारी, सामाजिक व सांस्कृतिक घडामोडींचे केंद्र असते. हा विभाग वाहतूक व व्यवस्थेने नगराच्या इतर भागातून केंद्रीकरण झालेले असते.

केंद्रीकरणाचा हा भाग असल्याने येथे जमिनीच्या किमती इतर भागापेक्षा जास्त असतात. याच विभागामध्ये प्रशासकीय कार्यालये, करमणुकीचे केंद्रे, उपहारगृहे, पतपेढ्या, मोठमोठी दुकाने, विविध वस्तूंची विक्री केंद्रे असतात. या विभागात व्यापारी हालचालींची स्पर्धा मोठ्या प्रमाणावर असते. तसेच येथे दिवसभर गर्दी राहते. कारण नागरिकांचे संपर्क, दळणवळण व येणे-जाणे अधिक असते. तसेच येथे अनेक सेवाभावी संस्थांचे कार्य चालू असते. जागेच्या किमती अधिक असल्याने गगनचुंबी इमारती येथे असतात. रात्री व सुट्टीच्या दिवशी लोकांची वर्दळ कमी असते.

व्याख्या

१) मंकहाऊस यांच्या मते 'शहराच्या या भागाला अमेरिकन नागराचे हृदय म्हणजे केंद्रीय व्यापारी क्षेत्र असे म्हणतात.'

२) हार्टमेन यांच्या मते 'केंद्रीय व्यापारी क्षेत्र म्हणजे विविध प्रकारच्या कार्याचे केंद्रीकरण होय.'

केंद्रीय व्यवहार विभागाची वैशिष्टचे (Characteristics of Central Business District)

१) अधिक संपर्कता : केंद्रीय व्यापारी क्षेत्राचे अधिक संपर्कता हे प्रमुख वैशिष्ट्ये आहे. कारण नगरात किंवा नगराच्या प्रभाव क्षेत्रात राहणाऱ्या जवळपास सर्व लोकांचा कोणत्या ना कोणत्या कारणासाठी सी.बी.डी. बरोबर संपर्क येत असतो. नगरातील सर्व रस्ते, रेल्वेमार्ग व हवाईमार्ग हे सी.बी.डी.शी जोडलेले असतात. विविध प्रशासकीय, व्यापारी, धार्मिक, सांस्कृतिक व अनेक देशी व विदेशी कंपन्यांची कार्यालये सी.बी.डी. मध्ये असतात. अनेक प्रकारची दुकाने, स्टोअर्स सी.बी.डी.मध्ये असून त्यांच्यात विशेषीकरण आढळून येते. उदा : कापड दुकाने, सराफाची दुकाने, पुस्तकाची दुकाने, फर्निचरची दुकाने इ. याशिवाय किरकोळ विक्रीची दुकानेसुद्धा सी.बी.डी.मध्ये असतात. म्हणून प्रत्येक जण येथे जोडलेला असतो. त्यामुळेच अधिक संपर्कता आढळते.

२) त्रिमिती गुणवत्ता : सी.बी.डी.मध्ये विविध प्रकारची कार्ये चालू असतात. प्रत्येकजण मोक्याची जागा मिळविण्यासाठी धडपडत असतो. त्यामुळेच जमिनीच्या किंमती अधिक असतात. त्यातूनच जागेचा पर्याप्त व पुरेपूर वापर करून गगनचुंबी इमारती आढळून येतात. येथे ३० ते ४० मजली इमारती आढळतात. हेदेखील सी.बी.डी.चे प्रमुख वैशिष्ट्ये आहे. सी.बी.डी.पासून बाहेरच्या बाजूला जमिनीच्या किमती कमी कमी होत जातात.

३) निवासी लोकांची अनुपस्थिती : सी.बी.डी.मध्ये अनेक शासकीय, अशासकीय, धार्मिक, सांस्कृतिक उलाढाल चालू असते. लोक मात्र या परिसरात राहत नाहीत. ते विविध कार्यासाठी सी.बी.डी.मध्ये येत असतात. म्हणून या विभागात कार्यालयीन वेळेत प्रचंड गर्दी असते. रात्री येथे लोक थांबत नाहीत. संयुक्त संस्थाने व युरोपीय देशात सी.बी.डी.मध्ये लोकांची घरे अजिबात नसतात. म्हणून येथे निवासी लोकांचा अभाव असतो. भारतात मात्र सी.बी.डी.मध्येही लोकांची राहती घरे आढळतात.

४) केंद्रीय व्यवहार विभागातील तील वस्तू निर्माण उद्योग : जसा सी.बी.डी.मध्ये राहत्या लोकसंख्येचा अभाव असतो. त्याप्रमाणेच विविध प्रकारच्या उद्योगधंद्यांचाही

अभाव आढळतो. पण काही उद्योगधंदे येथे आढळतात. उदा:मुद्रणालये, वृत्तपत्रे, पुस्तके व नियतकालिके यांची प्रकाशने येथे स्थापन झालेली असतात. नगराच्या सीमा विस्तार जातात तसे बाहेर स्थापन झालेले उद्योग हळूहळू सी.बी.डी.मध्ये समाविष्ट होत जातात.

५) सी.बी.डी.तील अंतर्गत विशेषीकरण : काही विशिष्ट ठिकाणी विशिष्ट प्रकारची दुकाने आढळतात. उदा : कापड दुकाने, भाजी मार्केट, सराफी दुकाने, फर्निचरची दुकाने, शूज मार्केट, शासकीय कार्यालये इ.बाबतीत विशेषीकरण आढळते. अशा प्रकारचे कमालीचे विशेषीकरण हे सी.बी.डी.चे प्रमुख वैशिष्ट्ये समजले जाते.

८.१०. वसाहतींची श्रेणी (Hierarchy of Settlement)

वसाहत म्हणजे संघटित लोकांची एकत्रित राहण्याची निवासस्थाने होय. प्राचीन काळी मानव भटके जीवन जगत होता. अन्न, गवत, पाणी तसेच शिकार याकरिता तो एकाच ठिकाणी स्थिर राहू शकत नव्हता. पण जेव्हा कृषीचा शोध लागला तेव्हा तो हळूहळू स्थिरावू लागला. नदी, तळी, पाण्याच्या जागा, सुरक्षितता पाहून तो स्थिर वस्ती करून राहू लागला. १० ते १२ घरांचा किंवा कुटुंबाचा समूह एकत्रित राहत त्यास वाडी असे म्हणतात. अशाच वाडीमध्ये इतर घरांची संख्या वाढत जाऊन खेड्यांची निर्मिती झाली. त्यातील काही खेड्यांचा वेगाने विकास होत जाऊन त्याचे नागरी केंद्रात रूपांतर होत गेले. अशा नागरी वसाहतीमध्ये विविध प्रकारचे व्यवसाय, उद्योगधंदे व नोकरी करणारे लोक राहतात. ग्रामीण भागाचा म्हणजेच खेड्यातील लोकांचा शेती हा प्रमुख व्यवसाय असतो. म्हणजेच प्राथमिक व्यवसायात अधिक लोक गुंतलेले राहतात. शहरी भागात द्वितीयक व तृतीयक व्यवसायामध्ये अधिक लोक असतात. नागरी वसाहतीची लोकसंख्या, आकार आणि कार्याचे स्वरूप यानुसार श्रेणींचे प्रकार पुढीलप्रमाणे आढळतात.

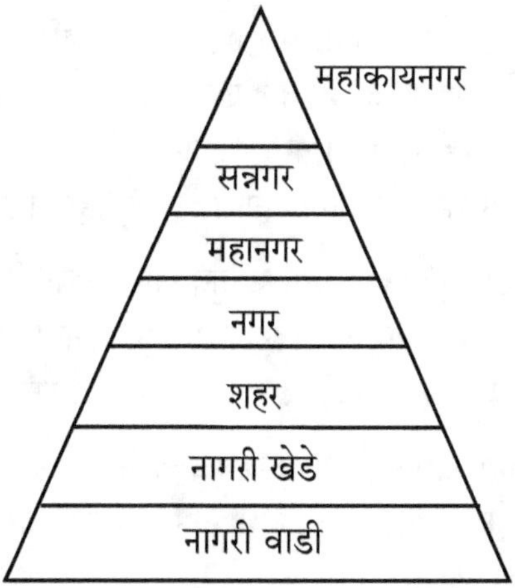

वसाहत संकल्पना आणि नागरिकीकरण / १८३

१) नागरी वाडी (Urban Hamlet) : नागरी वाडीचा उदय होण्याचे प्रमुख कारण म्हणजे जवळपासच्या शेतीला सेवा पुरविणे हे असते. अशा प्रकारच्या वसाहतीत साधारणतः २०० पर्यंत लोकसंख्या असते. अशा श्रेणीमध्ये ग्रामीण व नागरी कार्याचे संमिश्रण आढळते. म्हणून खरं तर हे खेडेही नाही व शहरही नाही. अशा वसाहती उत्तर अमेरिकेत आहेत. तेथे शाळा, ऑफिस, दवाखाने, पोस्ट अशा सुविधा उपलब्ध झालेल्या आढळतात.

२) नागरी खेडे (Urban Village) : अशा वसाहतीमध्ये १५० ते ५०० पर्यंत लोकसंख्या आढळते. अशा नागरी खेड्यात दुकानदार, व्यावसायिक लोक, शेतकरी वास्तव्य करतात. ग्रामीण वसाहतींना त्यांच्या गरजा पुरविण्याचे काम करतात. अशा खेड्यातील लोक शेती व पशुपालन करणारे फारच कमी असतात. आपल्याकडे नागरी खेडे ही वसाहत आढळत नाही. संयुक्त संस्थाने, कॅनडा, सोव्हिएत रशिया, ऑस्ट्रेलिया अशा राष्ट्रात नागरी खेडी आढळतात.

३) शहर (Town) : शहराची कार्ये अधिक प्रमाणात सुस्पष्टपणे कार्यान्वित झालेली आढळतात. सामान्यतः ५००० ते १०,००० लोकसंख्या असलेल्या वसाहतीला शहर असे म्हणतात. अशा वसाहतीतील घरे सुटसुटीत व दूर अंतरावर असतात. शहराची वाढ ही रस्ते व रेल्वे स्टेशनजवळ अधिक विकास झालेला आढळतो. शहर वसाहतीत निवास क्षेत्र व व्यावसायिक क्षेत्र असे दोन स्पष्ट विभाग पडतात. बाजारपेठ, दुकाने, मंडई, उद्योग यांचा समावेश व्यावसायिक क्षेत्रात होतो. काही ठिकाणी आठवडा बाजारही भरतो. तर घरे, शाळा, दवाखाने, करमणूक केंद्रे यांचा समावेश निवास क्षेत्रामध्ये होतो. अशी शहरे जगात अनेक देशांमध्ये आढळतात.

४) नगर (City) : सर्वसामान्यतः ५०,००० किंवा अधिक लोकसंख्या असणाऱ्या वसाहतीला नगर असे म्हणतात. भारतात एक लाखापेक्षा जास्त लोकसंख्या असल्यास त्या वसाहतीस शहर असे म्हणतात.तर दहा लाखांपर्यंत लोकसंख्या असणाऱ्या नगराला 'दशलक्षी नगर' असे म्हणतात. अशा नगरात कार्ये बहुविध प्रकारची चालतात.

५) महानगर (Metropolis) : ज्या भागात लोकसंख्या ही दहा लाखांपेक्षा अधिक असते. अशा नगरास महानगर असे म्हटले जाते. असे नगर व्यापारी नगर असते किंवा प्रादेशिक राजधानीचे ठिकाणी असते. उदा.: जयपूर, लखनौ, चंदीगढ इ.

६) सन्नगर (Conurbation) : जवळजवळच्या अनेक नगरांचा विकास होत जाऊन सन्नगराची निर्मिती होते. उदा.,दिल्ली, अशी नगरी मध्यवर्ती असलेल्या नगराच्या नावानेच ओळखली जातात.

७) महाकायनगर (Megalopolis) : ज्या नगराची लोकसंख्या ५० लाखापेक्षा अधिक असते अशा नगरास महाकायनगर असे म्हणतात. त्याचा विस्तार व्यापक असतो. सन्नगराचा अधिकाधिक विकास होत जाऊन महाकायनगरे तयार होतात. उदा.न्यूयॉर्क, शांघाय, मुंबई, टोकिओ इ.

सराव प्रश्नसंच

प्रकरण – १ : लोकसंख्या व वस्ती भूगोल

प्र.१) खालील प्रश्नांची २० शब्दांत उत्तरे लिहा.

१) भूगोलशास्त्राच्या विविध शाखा सांगा.

२) 'लोकसंख्या भूगोल' म्हणजे काय?

३) लोकसंख्या माहिती गोळा करण्याचे कोणतेही दोन मार्ग सांगा.

४) लोकसंख्या भूगोलाच्या दोन अभ्यासपद्धतींची नावे सांगा.

५) 'जनगणना' म्हणजे काय?

६) राष्ट्रीय कुटुंब आरोग्य पाहणी म्हणजे काय?

७) जिल्हानिहाय कुटुंबस्तरीय पाहणी म्हणजे काय?

प्र.२) खालील प्रश्नांची उत्तरे ५० शब्दांत लिहा.

१) लोकसंख्या भूगोलाच्या विविध व्याख्या लिहा.

२) लोकसंख्या भूगोलाचे स्वरूप सांगा.

३) जनगणना.

४) लोकसंख्या भूगोलाच्या अभ्यासाचे महत्त्व लिहा.

५) NFHS आकडेवारी.

६) DLHS आकडेवारी.

प्र.३) खालील प्रश्नांची उत्तरे १५० शब्दांत लिहा.

१) लोकसंख्या आकडेवारीचे स्त्रोत.

२) लोकसंख्या भूगोलाची व्याप्ती.

३) लोकसंख्या भूगोलाच्या अभ्यासपद्धती.

४) लोकसंख्या भूगोलाचे महत्त्व.

प्र.४) खालील प्रश्नांची उत्तरे ३०० शब्दांत लिहा.

१) लोकसंख्या भूगोल म्हणजे काय? लोकसंख्या भूगोलाचे स्वरूप व व्याप्ती स्पष्ट करा.

२) लोकसंख्या भूगोलातील आकडेवारी जमा करण्याचे विविध मार्ग स्पष्ट करा.

प्रकरण – २ : लोकसंख्येची वैशिष्ट्ये

प्र.१) खालील प्रश्नांची २० शब्दांत उत्तरे लिहा.

१) लोकसंख्येचे वितरण म्हणजे काय?

२) लोकसंख्येची घनता म्हणजे काय?

३) लोकसंख्या वितरणावर परिणाम करणारे दोन घटक सांगा.

४) लोकसंख्येच्या घनतेवर परिणाम करणारे दोन घटक सांगा.

५) जगातील जास्त लोकसंख्या असणारे कोणतेही दोन देश सांगा.

६) भारतातील लोकसंख्येची घनता जास्त असणारी राज्ये सांगा.

७) लिंग गुणोत्तर परिणाम करणारे दोन सामाजिक घटक सांगा.

८) भारतातील स्त्री-पुरुष गुणोत्तर जास्त असणारी दोन राज्ये सांगा.

प्र.२) खालील प्रश्नांची उत्तरे ५० शब्दांत लिहा.

१) लोकसंख्येचे वितरण आणि भारत.

२) जागतिक लोकसंख्या वितरण.

३) लोकसंख्या वितरणावर परिणाम करणारे आर्थिक घटक.

४) लोकसंख्येची घनता.

५) जागतिक लोकसंख्येची घनता.

प्र.३) खालील प्रश्नांची उत्तरे १५० शब्दांत लिहा.

१) लोकसंख्या वितरणावर परिणाम करणारे घटक सांगा.

२) लोकसंख्येच्या घनतेवर परिणाम करणारे घटक स्पष्ट करा.

३) भारतातील लोकसंख्येचे वितरण स्पष्ट करा.

४) जगातील लोकसंख्येचे वितरण स्पष्ट करा.

५) जगातील लोकसंख्या वाढीचा कल सांगा.

६) भारतातील लोकसंख्या वाढीचा कल स्पष्ट करा.

७) भारतातील स्त्री-पुरुष प्रमाणावर विवेचन करा.

८) भारतातील ग्रामीण व शहरी लोकसंख्या यांचे विवेचन करा.

९) भारतातील लोकसंख्येची आर्थिक रचना स्पष्ट करा.

प्र.४) खालील प्रश्नांची उत्तरे ३०० शब्दांत लिहा.

१) लोकसंख्येच्या वितरणावर परिणाम करणारे घटक स्पष्ट करा.

२) जागतिक लोकसंख्येचे वितरण स्पष्ट करा.

३) लोकसंख्येच्या घनतेवर परिणाम करणारे विविध घटक स्पष्ट करा.

४) भारतातील लोकसंख्येच्या वयोरचनेवर भौगोलिक टिपणी लिहा.

प्रकरण – ३ : लोकसंख्येची विविध अंगे

प्र.१) खालील प्रश्नांची २० शब्दांत उत्तरे लिहा.

१) स्थलांतर म्हणजे काय?

२) स्थलांतराचे दोन प्रकार सांगा.

३) स्थलांतराची कोणतीही दोन वैशिष्ट्ये सांगा.

४) देशांतर्गत स्थलांतर म्हणजे काय?

५) आंतरराष्ट्रीय स्थलांतर म्हणजे काय?

६) जनन म्हणजे काय?

७) लोकसंख्येचे अनारोग्य (Morbidity) म्हणजे काय?

८) मर्त्यता म्हणजे काय?

९) मानव संसाधन विकास निर्देशांक म्हणजे काय?

१०) स्थलांतराचे दोन नियम सांगा.

११) बेकायदेशीर स्थलांतराचे दोन परिणाम सांगा.

१२) लोकसंख्या संक्रमण सिद्धान्त कोणी मांडला?

प्र.२) खालील प्रश्नांची उत्तरे ५० शब्दांत लिहा.

१) जनन.

२) मर्त्यता.

३) स्थलांतर.

४) अनारोग्य.

५) लोकसंख्या संक्रमण सिध्दांतावरील टीका.

६) Smart City (स्मार्ट शहर)

७) Smart Village (स्मार्ट खेडे)

प्र.३) खालील प्रश्नांची उत्तरे १५० शब्दांत लिहा.

१) मानव संसाधन विकास निर्देशांक स्पष्ट करा.

२) बेकायदेशीर स्थलांतर म्हणजे काय? व त्याचे परिणाम स्पष्ट करा.

३) स्थलांतराचे लोकसंख्येवर होणारे परिणाम स्पष्ट करा.

४) स्थलांतराचे नियम सांगा.

५) स्थलांतराचा स्मार्ट शहरांच्या विकासावर होणारे परिणाम स्पष्ट करा.

६) जननावर परिणाम करणारे घटक स्पष्ट करा.

७) मर्त्यतेवर परिणाम करणारे घटक स्पष्ट करा.

८) स्मार्ट खेडे ही संकल्पना विशद करा.

प्र.४) खालील प्रश्नांची उत्तरे ३०० शब्दांत लिहा.

१) मानवी स्थलांतर म्हणजे काय? मानवी स्थलांतरावर परिणाम करणारे विविध घटक स्पष्ट करा.

२) भारतातील लोकसंख्येची वैवाहिक रचना स्पष्ट करा.

३) लोकसंख्या संक्रमणाचा सिद्धान्त स्पष्ट करा.

४) लोकसंख्येसंबंधीचा माल्थसचा सिद्धान्त स्पष्ट करा.

५) स्मार्ट शहर ही संकल्पना स्पष्ट करून स्थलांतराचा स्मार्ट शहर विकासावर होणारे परिणाम सांगा.

प्रकरण – ४ : लोकसंख्या धोरण

प्र.१) खालील प्रश्नांची २० शब्दांत उत्तरे लिहा.

१) 'लोकसंख्या धोरण' म्हणजे काय?

२) राहणीमानाचा गुणात्मक दर्जा म्हणजे काय?

३) 'कुटुंब नियोजन' म्हणजे काय?

४) 'कुटुंब कल्याण' म्हणजे काय ते सांगा.

प्र.२) खालील प्रश्नांची उत्तरे ५० शब्दांत लिहा.

१) भारतातील लोकसंख्या धोरणांची वैशिष्ट्ये सांगा.

२) 'कुटुंब नियोजन' कार्यक्रमातील दोष लिहा.

३) 'कुटुंब कल्याण' कार्यक्रमाचे विवेचन करा.

प्र.३) खालील प्रश्नांची उत्तरे १५० शब्दांत लिहा.

१) 'लोकसंख्या धोरण' म्हणजे काय?

२) भारतातील लोकसंख्या धोरणाचा आढावा घ्या.

३) भारतातील कुटुंब कल्याण कार्यक्रमाचा आढावा घ्या.

प्र.४) खालील प्रश्नांची उत्तरे ३०० शब्दांत लिहा.

१) भारतातील कुटुंबकल्याण कार्यक्रमाचे मूल्यमापन करा.

२) भारताचे सन २००० चे लोकसंख्या धोरण विशद करा.

प्रकरण – ५ : वस्ती भूगोलाची ओळख

प्र.१) खालील प्रश्नांची २० शब्दांपर्यंत उत्तरे लिहा.

१) वस्ती भूगोल म्हणजे काय?

२) वस्ती भूगोलाच्या शाखा सांगा.

प्र.२) खालील प्रश्नांची उत्तरे ५० शब्दांत लिहा.

१) वस्ती भूगोलाची वैशिष्ट्ये लिहा.

२) वस्ती भूगोलाचे बदलते स्वरूप.

३) वस्ती भूगोलाच्या शाखा.

प्र.३) खालील प्रश्नांची उत्तरे १५० शब्दांत लिहा.

१) वस्ती भूगोलाचे स्वरूप स्पष्ट करा.

२) वस्ती भूगोलाचे महत्त्व विशद करा.

३) वस्ती भूगोलाच्या विविध शाखा स्पष्ट करा.

प्र.४) खालील प्रश्नांची उत्तरे ३०० शब्दांत लिहा.

१) 'वस्ती भूगोल' म्हणजे काय? स्वरूप व व्याप्ती स्पष्ट करा.

२) वस्ती भूगोलाच्या अभ्यासाची विविध वैशिष्ट्ये स्पष्ट करा.

प्रकरण – ६ : मानव पर्यावरण सहसंबंध

प्र.१) खालील प्रश्नांची २० शब्दांत उत्तरे लिहा.

१) वस्ती विकासावर परिणाम करणारे दोन आर्थिक घटक सांगा.

२) वस्ती विकासावर परिणाम करणारे दोन प्राकृतिक घटक सांगा.

३) 'आर्द्रस्थान वस्त्या' म्हणजे काय?

४) 'निर्झर वस्त्या' म्हणजे काय?

५) 'शुष्कस्थान वस्त्या' म्हणजे काय?

६) 'नदीकाठावरील वस्त्या' म्हणजे काय?

प्र.२) खालील प्रश्नांची उत्तरे ५० शब्दांत लिहा.

१) मुरूउद्याने (ओॲसिस).

२) निर्झर वस्त्या.

३) किल्ल्याजवळील वस्त्या.

४) संगमावरील वस्त्या.

प्र.३) खालील प्रश्नांची उत्तरे १५० शब्दांत लिहा.

१) वस्तीच्या विकासावर परिणाम करणारे भौगोलिक घटक स्पष्ट करा.

२) वस्तीच्या विकासावर परिणाम करणारे आर्थिक घटक स्पष्ट करा.

३) वस्तीच्या विकासावर परिणाम करणारे सामाजिक घटक स्पष्ट करा.

४) वस्तीच्या विकासावर परिणाम करणारे राजकीय घटक स्पष्ट करा.

प्र.४) खालील प्रश्नांची उत्तरे ३०० शब्दांत लिहा.

१) वस्तीच्या विकासावर परिणाम करणाऱ्या प्राकृतिक आणि आर्थिक घटकांचा भौगोलिक वृत्तान्त द्या.

२) वस्तीच्या विकासावर परिणाम करणाऱ्या सामाजिक व राजकीय घटकांचा वृत्तान्त द्या.

प्रकरण – ७ : वस्ती

प्र.१) खालील प्रश्नांची २० शब्दांत उत्तरे लिहा.

१) वस्तीचे स्थळ म्हणजे काय ?

२) वस्तीची स्थिती म्हणजे काय ?

३) 'सधन वस्त्या' म्हणजे काय ?

४) 'विखुरीत वस्त्या' म्हणजे काय ?

५) 'अपखंडित वस्त्या' म्हणजे काय ?

६) वस्तीची जागा म्हणजे काय ?

७) 'रेषाकृती वस्त्या' म्हणजे काय ?

८) 'त्रिकोणाकृती वस्त्या' म्हणजे काय ?

९) 'आर्य वस्त्या' (अरीय वस्त्या) म्हणजे काय ?

१०) 'गोलाकार वस्त्या' म्हणजे काय ?

प्र.२) खालील प्रश्नांची उत्तरे ५० शब्दांत लिहा.

१) संमिश्र वस्त्या.

२) नालाकृती वस्त्या.

३) विखुरीत वस्त्या.

४) केंद्रित वस्त्या.

प्र.३) खालील प्रश्नांची उत्तरे १५० शब्दांत लिहा.

१) वस्त्यांची स्थिती व स्थळ म्हणजे काय ?

२) 'विखुरीत वस्त्या' म्हणजे काय ?

३) 'केंद्रीय वस्त्या' म्हणजे काय ?

४) 'अर्धसधन वस्त्या' म्हणजे काय ?

५) ग्रामीण वस्त्यांची वैशिष्ट्ये स्पष्ट करा.

प्र.४) खालील प्रश्नांची उत्तरे ३०० शब्दांत लिहा.

१) वस्त्यांची स्थळ, स्थिती व आकार यांवर परिणाम करणारे प्राकृतिक घटक स्पष्ट करा.

२) वस्त्यांच्या विविध आकारानुसार वर्गीकरण करा.

३) वस्त्यांचे विविध प्रकार स्पष्ट करा.

प्रकरण – ८ : वसाहत संकल्पना आणि नागरिकीकरण

प्र.१) खालील प्रश्नांची २० शब्दांत उत्तरे लिहा.

१) नागरिकीकरण म्हणजे काय?

२) वस्त्यांचे केंद्रीकरण म्हणजे काय?

३) शहरी विभाग म्हणजे काय?

४) ग्राम-नगर सीमान्त क्षेत्र म्हणजे काय?

५) केंद्रीय व्यवहार विभाग म्हणजे काय?

६) भारतातील कोणत्याही दोन स्मार्ट शहरांची नावे लिहा.

७) भारतातील कोणत्याही दोन स्मार्ट खेड्यांची नावे लिहा.

प्र.२) खालील प्रश्नांची उत्तरे ५० शब्दांत लिहा.

१) ग्राम-नगर सीमान्त क्षेत्र.

२) श्रेणी-आकार नियम.

३) वस्त्यांची श्रेणी.

४) स्मार्ट खेडे (Smart Village).

प्र.३) खालील प्रश्नांची उत्तरे १५० शब्दांत लिहा.

१) 'स्मार्ट शहर' ही संकल्पना स्पष्ट करा.

२) 'स्मार्ट खेडे' ही संकल्पना स्पष्ट करा.

३) नागरी वस्त्यांच्या समस्या सांगा.

४) श्रेणी-आकार नियम विशद करा.

प्र.४) खालील प्रश्नांची उत्तरे ३०० शब्दांत लिहा.

१) केंद्रीय व्यवहार विभाग काय हे सांगून केंद्रीय व्यवहार विभागाची वैशिष्ट्ये सांगा.

२) नागरीकीकरणावर परिणाम करणारे घटक सांगा.

३) ग्राम-नगर सीमान्त क्षेत्राची वैशिष्ट्ये सांगून समस्या स्पष्ट करा.

संदर्भसूची

१) लोकसंख्या भूगोल- सावंत, आठवले, मुसमाडे.
(मेहता पब्लिशिंग हाऊस, पुणे)

२) भारताचे भौगोलिक विश्लेषण- सप्तर्षी, मोरे, उगले, मुसमाडे.
(डायमंड पब्लिकेशन, पुणे)

३) लोकसंख्या भूगोल- घोलप. टी. एन. (निशीकांत प्रकाशन, पुणे)

४) वस्ती भूगोल- अहिरराव, अलिझाड, धापटे (गाज प्रकाशन, अहमदनगर)

५) भारताचा भूगोल- विठ्ठल घारपुरे (पिंपळपुरे प्रकाशन, नागपूर)

६) भारत एक पाहणी- संतोष दास्ताने (दास्ताने प्रकाशन, पुणे)

७) भारताचा भूगोल- माधव पुराणिक (विद्या प्रकाशन, नागपूर)

८) भूगोल शास्त्राची मूलतत्त्वे- कोलते, भोयर, कुबडे (विद्या प्रकाशन, नागपूर)

९) भारताचा भूगोल- अहिरराव डी. वाय (इनसाईट प्रकाशन, नाशिक)

१०) भारताचा भूगोल- कुंभारे. ए. आर. (पायल प्रकाशन, पुणे)

११) भारताचा भूगोल- मगर जयकुमार. (विद्या प्रकाशन, नागपूर)

12) Geography of Population - Beauju Garnier Jacqueline. London, 1966

13) Population Geography - Clarke John. Pergamon Press,
The University of California, 1965.

14) Population Geography - Demko G. J. McGraw-Hill,
(Lincolnshire, United Kingdom) 1970

15) Geography of Population - Trewartha G.T.John Wiley and Sons Inc
(USA) 1969

16) A Geography of Population - Chandna R.C.Kalyani Publication,
Ludhiyana, (1992)

17) Fndamental of Population Geography-Ghosh B. N. Stosius Inc/ Advent Books Division, (USA) 1985

18) An Introduction of Social Demography-Premi, Ramanamma, Bambawale. Vikas Publishing House Private, Limited, (1983)

19) Urban Geography- Northam. John Wiley and Sons, 4. New York, (1979)

20) The Study of Urban Geography-Certer Halsted press. New York, (1972)

21) The Determinants and Consequences of Population Trends- Population Studies, 17, U.N. New Yark.

22) Geography of India-Majid Husain. McGraw Hill education (India) Private Limited, New Delhi, (2014)

24) Geography of Settlemenr- R. L. Singh. (Rawat Publication, New Delhi).